പറക്കാൻ പഠിക്കാം

പറക്കാൻ പഠിക്കാം

വിജയത്തിന്റെ യഥാർത്ഥ രഹസ്യം

ബ്രയാൻ ട്രേസി

പരിഭാഷ : അനീഷ പി.

MANJUL

മഞ്ജുൾ പബ്ലിഷിങ് ഹൗസ്

First published in India by

MANJUL

Manjul Publishing House

Corporate and Editorial Office

• 2nd Floor, Usha Preet Complex, 42 Malviya Nagar, Bhopal 462 003 – India

Sales and Marketing Office

• C-16, Sector 3, Noida, Uttar Pradesh 201301 – India

Website: www.manjulindia.com

Distribution Centres

Ahmedabad, Bengaluru, Bhopal, Kolkata, Chennai,
Hyderabad, Mumbai, New Delhi, Pune

Malayalam translation of *Flight Plan: The Real Secret of Success* by *Brian Tracy*

This edition first published in 2023

ISBN 978-93-5543-313-8

Translated by Aneesha P

Printed and bound in India by Manipal Technologies Limited

അതിസമർത്ഥയായ എന്റെ മകൾ ക്രിസ്റ്റീനയ്ക്ക്,
ഒരു നല്ല യുവതിയും, അർപ്പണബോധമുള്ള അമ്മയും,
ഡാമന്റെ ഭാര്യയുമാണ്. നിങ്ങളാണ് ഈ പുസ്തകത്തിന്റെ
പ്രചോദനം. നിങ്ങൾ ബുദ്ധിമതിയായ ഒരു ഉപദേശകയും
സഹപ്രവർത്തകയും, ഞങ്ങൾക്കെല്ലാവർക്കും
ഒരു മാതൃകയുമാണ്.

ഉള്ളടക്കം

ആമുഖം : വിജയത്തിന്റെ യഥാർത്ഥ രഹസ്യം 9

1 ലക്ഷ്യസ്ഥാനം തിരഞ്ഞെടുക്കുക 15

2 പറക്കുവാനുള്ള സാധ്യതകളുടെ അവലോകനം 33

3 പറക്കാനുള്ള നിങ്ങളുടെ പദ്ധതികൾ എഴുതിവെയ്ക്കുക 43

4 നിങ്ങളുടെ യാത്രയ്ക്ക് തയ്യാറെടുക്കു 57

5 മുഴുവൻ വേഗതയിൽ പുറപ്പെടുക 67

6 പ്രക്ഷുബ്ധതയ്ക്കായി ആസൂത്രണം ചെയ്യുക 73

7 തുടർച്ചയായി നിങ്ങളുടെ വഴികൾ നവീകരിക്കുക 85

8 നിങ്ങളുടെ പഠനവും പുരോഗതിയും ത്വരിതപ്പെടുത്തുക 99

9 നിങ്ങളുടെ അതിബോധ മനസ്സിനെ സജീവമാക്കുക 113

10 കുറുക്കുവഴികളും മറ്റു വ്യാമോഹങ്ങളും ഒഴിവാക്കുക 123

11 നിങ്ങളുടെ ഭയങ്ങളെ നിയന്ത്രിക്കുക 131

12 വിജയിക്കുന്നതുവരെ തുടരുക 141

ഉപസംഹാരം : വിജയം ആകസ്മികമല്ല 151

ആമുഖം

വിജയത്തിന്റെ യഥാർത്ഥ രഹസ്യം

"ആയിരം ഉടമ്പടികളുള്ള ഒരു യാത്ര ചെറിയൊരു
ചുവടു വെയ്പ്പിൽ തുടങ്ങുന്നു."

– കൺഫ്യൂഷ്യസ്

ജീവിച്ചിരിക്കാൻ ഏറ്റവും വിസ്മയകരമായ കാലഘട്ടമാണിത്. മനുഷ്യ ചരിത്രത്തിൽ തന്നെ കൂടുതൽ ആളുകളുടെയും മിക്ക ലക്ഷ്യങ്ങളും ഒരളവിൽകവിഞ്ഞ് സാക്ഷാത്കരിക്കപ്പെട്ടിട്ടില്ല. കാലത്തിനനുസരിച്ച് അതിന്റെ അളവിൽ ചെറിയ പുരോഗതി വരുക മാത്രമാണ് ചെയ്യുന്നത്. സാമ്പത്തിക ശാസ്ത്രജ്ഞർ പരാമർശിക്കുന്ന 'മനുഷ്യകുലത്തിന്റെ ഈ സുവർണ്ണ യുഗത്തിൽ' മുഴുവനായും പങ്കാളികൾ ആവുക എന്നതായിരിക്കണം നമ്മുടെ കർത്തവ്യം.

ഈ ലോകത്തിൽ എല്ലാവരും തന്നെ വളരെ വേഗത്തിലും എളുപ്പത്തിലും ആനന്ദവും ആരോഗ്യവും ഒതുക്കമുള്ള ആകാരവും, സാധിക്കുമെങ്കിൽ പണവും ഉള്ളവരായിരിക്കാൻ ആഗ്രഹിക്കുന്നവരാണ്.

സാർവത്രികമായ ഇത്തരം ദ്രുത പരിഹാര മോഹങ്ങളെ സംതൃപ്തിപ്പെടുത്താൻ നിരവധി ആളുകളും സംരംഭങ്ങളും, അനവധി ആകർഷണീയങ്ങളായ ഉപാധികളും, പ്രത്യേക പദ്ധതികളും ഗൂഢ തന്ത്രങ്ങളും, പരിശ്രമങ്ങളില്ലാതെ വിജയിക്കാനും സന്തോഷിക്കാനുമുള്ള രഹസ്യ മാർഗ്ഗങ്ങളും വാഗ്ദാനം ചെയ്തു പോന്നതായി ചരിത്രത്തിൽ ഉടനീളം കാണാം.

“സന്തോഷിക്കാനും സമ്പന്നരാകാനുമുള്ള രഹസ്യങ്ങൾ” നിർദ്ദേശിക്കുന്ന പുസ്തകങ്ങളുമായി ആരെങ്കിലുമൊക്കെ ഒന്നോ രണ്ടോ വർഷങ്ങൾ കൂടുമ്പോൾ പ്രത്യക്ഷപ്പെടാറുണ്ട്. നിങ്ങൾ ആകെ ചെയ്യേണ്ടത് പോസിറ്റീവ് ആയ ചിന്തകളെ വിഭാവനം ചെയ്യുകയും സങ്കല്പിക്കുകയുമാണെന്നും അതുവഴി എല്ലാ സൗഭാഗ്യങ്ങളെയും ജീവിതത്തിലേക്ക് ആകർഷിക്കാൻ കഴിയുമെന്നും ഇത്തരം *‘രഹസ്യങ്ങൾ’* പറഞ്ഞു തരുന്നു. മൂല്യമുള്ളവയ്ക്കായി അത്യദ്ധ്വാനം ചെയ്യാൻ സന്നദ്ധരല്ലാത്തവർക്കാണ് ഇത്തരം ആശയങ്ങൾ മനോഹരങ്ങളായി അനുഭവപ്പെടുന്നത്.

വിജയത്തിന്റെ യഥാർത്ഥമായ രഹസ്യം അതിനൊരു രഹസ്യം ഇല്ല എന്നതു തന്നെയാണ്. സാർവ്വത്രികവും കാലാതീതവുമായ സത്യങ്ങൾ മാത്രമാണ് യുഗങ്ങളായി പിന്നെയും പിന്നെയും കണ്ടെത്തപ്പെടുന്നത്. ആനന്ദവും ആരോഗ്യവും അഭിവൃദ്ധിയും ആകസ്മികമായി വന്നു ചേരുന്നവയേ അല്ല.

അത് ബോധപൂർവ്വമായ സങ്കല്പനങ്ങളുടെ ഫലവും, കാരണത്തിന്റെയും ഫലത്തിന്റെയും ഉരുക്കു നിയമങ്ങൾക്ക് വിധേയവുമാണ്.

എല്ലാ കാരണങ്ങൾക്കും ഒരു ഫലം ഉണ്ടെന്നും, എല്ലാ ഫലങ്ങൾക്കും ഒന്നോ അതിൽ അധികമോ കാരണങ്ങൾ ഉണ്ടാകുമെന്നും ഈ നിയമം പറയുന്നു.

നിശ്ചിതമായ കർമ്മങ്ങൾ നിങ്ങൾക്ക് അതിന് അനുസൃതമായ ഫലം തരുന്നു എന്നാണ് ഇത് അർത്ഥമാക്കുന്നത്.

‘വിതച്ചത് കൊയ്യുന്നു എന്നു ബൈബിളും’ ‘എല്ലാ പ്രവൃത്തികൾക്കും തുല്യവും വിപരീതവുമായ പ്രതിപ്രവർത്തനം നടക്കുന്നു’ എന്ന് ഐസക് ന്യൂട്ടനും പറഞ്ഞിട്ടുണ്ടല്ലോ...

ലളിതമായൊരു തത്വമുണ്ട് : വിജയിച്ചവരായ മറ്റു മനുഷ്യർ ചെയ്തുകൊണ്ടിരുന്ന പരിശ്രമങ്ങൾ നിരന്തരമായി തുടർന്നു പോന്നാൽ ഒടുക്കം അവർ ആസ്വദിച്ച അതേ ഫലങ്ങൾ സ്വന്തമാക്കുന്നതിൽ നിന്ന് നിങ്ങളെ തടയാൻ വേറൊന്നിനും സാധിക്കുകയില്ല. തിരിച്ച്, നിങ്ങൾ, ലക്ഷ്യങ്ങൾ നേടിയ മനുഷ്യർ പാലിച്ചു പോകുന്ന കാര്യങ്ങൾ ചെയ്യാത്തവരായിരിക്കെ, മറ്റൊന്നിനും നിങ്ങളെ സഹായിക്കുവാനും സാധ്യമല്ല. വിജയം ആകസ്മികമേ അല്ല. ഭാഗ്യങ്ങളുടേത് അല്ല പദ്ധതികളുടേതാണ് കാര്യം. കാരണത്തിന്റെയും ഫലത്തിന്റെയും കാര്യമാണത്.

വലിയ കണ്ടുപിടിത്തം

ചിന്തകൾ കാരണങ്ങളും അവസ്ഥകൾ അനന്തര ഫലങ്ങളുമാകുന്നു എന്ന മതങ്ങളുടെയും തത്വശാസ്ത്രങ്ങളുടെയും വേദാന്തങ്ങളുടെയും അടിസ്ഥാന പ്രമാണങ്ങൾ തന്നെയാണ് ഒരു പക്ഷെ മനുഷ്യ ചരിത്രത്തിലെ ഏറ്റവും വലിയ കണ്ടുപിടിത്തം. നിങ്ങളുടെ വിചാരങ്ങൾ യാഥാർത്ഥ്യങ്ങളെ സൃഷ്ടിക്കുന്നു എന്നാണ് ഇതിനർത്ഥം. ഈ ലോകത്തെ യഥാർത്ഥമായിട്ടല്ല, മറിച്ച്, അവനവൻ എങ്ങനെയാണോ അങ്ങനെ വീക്ഷിക്കുന്നവരാണ് നിങ്ങൾ. നോക്കുന്നിടത്തെല്ലാം നിങ്ങൾ സ്വയം കാണുന്നു. മറ്റൊരു തരത്തിൽ, നിങ്ങൾക്ക് പുറമേ അനുഭവപ്പെടുന്ന ലോകം നിങ്ങളുടെ ആന്തരിക ലോകത്തിന്റെ ദർപ്പണമാണ്. അകമേ ചിന്തിയ്ക്കുന്നതെല്ലാം പുറമേയ്ക്ക് പ്രതിഫലിയ്ക്കുക തന്നെ ചെയ്യും. ഒരു വ്യക്തിയുടെ ഉള്ളിൽ സംഭവിയ്ക്കുന്നവ മനസ്സിലാക്കിയെടുക്കാൻ അയാൾക്ക് ചുറ്റിലും എന്തു നടക്കുന്നു എന്ന് നിരീക്ഷിച്ചാൽ മതിയാകും.

നിങ്ങളുടെ ബാഹ്യ ലോകം ആന്തരിക ലോകവുമായി പൊരുത്തപ്പെടുന്നു എന്ന ഈ സജാതീയ നിയമം, ചുരുങ്ങിയ കാലം കടന്നു പോകെയെങ്കിലും അലംഘനീയമായി തീരുന്നു എന്നു പറയാം. അകമേ സ്വായത്തമാക്കാത്ത, അതിനായി തയ്യാറെടുപ്പു നടത്താത്ത ഒന്നിനെ ഒരിക്കലും പുറമേയ്ക്ക് മാത്രമായി നേടിയെടുക്കാനോ ചേർത്തു പിടിയ്ക്കാനോ നിങ്ങൾക്ക് സാധിക്കുകയില്ല...

വിജയിക്കാൻ ആഗ്രഹിക്കുന്നവർക്ക് അതിനാവശ്യമുള്ള കാര്യങ്ങൾ വേണ്ടതുണ്ടെന്ന് കേട്ടിട്ടില്ലേ? അതിനു വേണ്ടത്, പുറത്തു നേടുന്നതും നേരിടുന്നതുമായ കാര്യങ്ങളോട് അകത്ത് നിലനിർത്തുന്ന *അനുഭവതുല്യതയാണ്.* പുറത്തെ ലോകം നവീകരിക്കപ്പെടണമെങ്കിൽ നിങ്ങളുടെ ആന്തരിക ലോകവും മാറാതെ തരമില്ല. ഗോത്ത് പറയുന്നത് ഇങ്ങനെയാണ്...

"നിങ്ങൾക്ക് ധാരാളമായി ലഭിക്കാൻ ആദ്യം നിങ്ങൾ ധാരാളമായി ഉണ്ടാകേണ്ടിയിരിക്കുന്നു."

മറ്റൊരു തരത്തിൽ, ഏതെങ്കിലും മേഖലയിൽ നിങ്ങൾ വ്യത്യസ്തമായ ഒരു ജീവിതം രൂപീകരിക്കാൻ ആഗ്രഹിക്കുന്നുവെങ്കിൽ, വ്യത്യസ്തനായ ഒരാളാവുകയാണ് പ്രാഥമികമായി വേണ്ടത്. പഠിക്കുകയും വളരുകയും അത്ഭുതകരമായ ഒരു ജീവിതം നയിക്കുന്നതിനുള്ള, ജ്ഞാനവും ഉൾക്കാഴ്ചയും തരുന്ന അനുഭവങ്ങൾ ഉണ്ടാവുകയുമാണ് വേണ്ടത്. അതെ, കുറുക്കുവഴികൾ തീർച്ചയായും ഇല്ല.

വർഷങ്ങളായി ലോകത്തിന്റെ പല ഭാഗത്തുമുള്ള ആയിരക്കണക്കിന് മനുഷ്യരോട്, വിജയത്തെക്കുറിച്ച് ഞാൻ പ്രതിപാദിക്കുന്ന ഒരു രൂപകമുണ്ട്. ഈ ഉപമയെക്കുറിച്ച് സൂചിപ്പിക്കുമ്പോളൊക്കെ അത് തന്നെയാണ് തങ്ങൾ വിജയിച്ചവരായി തീരാൻ കാരണമെന്ന്, ഞാൻ ഇതുവരെ സംസാരിച്ചിട്ടുള്ള, ലക്ഷ്യപ്രാപ്തി നേടിയ ഓരോ മനുഷ്യനും അത് പറഞ്ഞിട്ടുണ്ട്.

ജീവിതം ഒരു യാത്രയാണ്

വർഷങ്ങളായി ഞാൻ പല രാജ്യങ്ങൾ സന്ദർശിക്കുകയും ലോകത്തിന്റെ അങ്ങോളമിങ്ങോളം പറക്കുകയും ചെയ്തിട്ടുണ്ട്. ഒരിയ്ക്കൽ ശ്രദ്ധേയമായൊരു കാര്യം ഞാൻ മനസ്സിലാക്കി. ഏതെങ്കിലും ലക്ഷ്യസ്ഥാനത്തേയ്ക്ക് നിങ്ങൾ ഒരു വിമാനത്തിൽ പറക്കുന്നുവെന്നിരിയ്ക്കട്ടെ, തൊണ്ണൂറ്റിയൻപത് ശതമാനവും നിങ്ങൾ സ്ഥാനം തെറ്റി ആയിരിക്കും സഞ്ചരിയ്ക്കുന്നത്. മുകളിലോട്ടും താഴോട്ടുമുള്ള, ഒഴിവാക്കാൻ സാധിക്കാത്ത ശക്തമായ വായു പ്രവാഹവും പ്രതികൂല വാതങ്ങളും അന്തരീക്ഷ പ്രക്ഷുബ്ധതയും, കൊടുങ്കാറ്റും, മിന്നൽ പിണരുകളും ഭൂമിയുടെ കാന്തികശക്തിയും കാരണത്താൽ, യാത്രയിലുടനീളവും വിമാനം അതിന്റെ സഞ്ചാര പാതയിൽ നിന്ന് തെന്നി മാറിക്കൊണ്ടിരിക്കും.

എന്നിരുന്നാലും വിമാനം ലോസ് ഏഞ്ചൽസിൽ നിന്നും ന്യൂയോർക്കിലേക്ക് പുറപ്പെടും മുൻപ് പൈലറ്റ് ഉച്ചഭാഷിണിയിൽ വന്നു പറയും :

“ലേഡീസ് ആൻഡ് ജന്റിൽമെൻ... ഞങ്ങളോടൊപ്പം യാത്ര ചെയ്യുന്നതിന് നന്ദി. ഈ വിമാനം, ഏകദേശം അഞ്ച് മണിക്കൂറിനും പന്ത്രണ്ട് മിനിറ്റുകൾക്കും ഉള്ളിൽ, ഉച്ച കഴിഞ്ഞ് അഞ്ച് നാല്പതിന് ലഗാർഡിയ എയർ പോർട്ടിൽ ലാൻഡ് ചെയ്യുന്നതാണ്. നിങ്ങൾക്ക് നല്ലൊരു യാത്ര ആശംസിക്കുന്നു.”

കൃത്യം അഞ്ച് മണിക്കൂറുകൾക്കും പന്ത്രണ്ട് മിനിറ്റുകൾക്കും ശേഷം വിമാനം ലഗാർഡിയ വിമാനത്താവളത്തിൽ ശരിയായ നിമിഷത്തിൽ അയാൾ പ്രവചിച്ചതു പോലെ എത്തിച്ചേർന്നിരിക്കും.

വസ്തുത ഇതാണ് : **ജീവിതത്തിൽ മിക്കപ്പോഴും നിങ്ങൾ കൃത്യമായ പാതകളിൽ ആയിരിക്കില്ല.** എത്ര ശ്രദ്ധയോടെ പദ്ധതികളും മുന്നൊരുക്കങ്ങളും നടത്തിയാലും ജീവിതം എപ്പോഴും രണ്ടടി മുന്നോട്ടെങ്കിൽ ഒരടി പിറകോട്ടെന്ന അനുപാതത്തിലുള്ള ഒരു

ശ്രേണി ആയിരിക്കും. ലക്ഷ്യത്തിലേക്കുള്ള നിങ്ങളുടെ ജീവിത യാത്ര തുടങ്ങുന്നത് മുതൽക്കേ മുന്നോട്ടുള്ള മാർഗ്ഗത്തിൽ നിരന്തരമായ തിരുത്തലുകൾക്ക് തയ്യാറാവേണ്ടതുണ്ട്. നിങ്ങൾക്ക് തുടങ്ങുകയും നിർത്തുകയും വലത്തോട്ടും ഇടത്തോട്ടുമൊക്കെ പോവുകയും താഴോട്ടോ തടസ്സങ്ങളുടെ മുകളിലൂടെയോ സഞ്ചരിക്കുകയും വഴികൾ വീണ്ടും വരച്ചെടുക്കേണ്ടി വരുകയും ചെയ്യും. ആയുസ്സുള്ള വിജയങ്ങൾ എത്തിപ്പിടിയ്ക്കാൻ കഴിയുന്ന ഒരാളായി മാറുവാൻ അനിവാര്യമായി വേണ്ട അനുഭവങ്ങൾ ആണ് അവയെല്ലാം.

ഒരു വൈമാനിക പദ്ധതി

ഒരു ജ്ഞാനി ഒരിക്കൽ എന്നോട് പറഞ്ഞു, “വിജയമെന്നാൽ ലക്ഷ്യങ്ങളാണ്; മറ്റുള്ള വിശദീകരണങ്ങൾ അതിൽ കൂടുതൽ പ്രസക്തങ്ങളല്ല.” വലിയ നേട്ടങ്ങൾ ഉണ്ടാക്കുവാൻ നിങ്ങൾ ഇപ്പോൾ ഉള്ളിടത്തു നിന്ന് എവിടെയെത്താൻ ആഗ്രഹിക്കുന്നു എന്നതിന്റെ കൃത്യമായ ലക്ഷ്യങ്ങളും പദ്ധതികളും ആസൂത്രണങ്ങളും ആവശ്യമാണ്. ലക്ഷ്യസ്ഥാനത്തേയ്ക്കുള്ള ആ യാത്ര ആരംഭിയ്ക്കുന്നതിനു മുൻപ്, വഴികാട്ടാൻ കഴിയുന്നൊരു വൈമാനിക പദ്ധതി നിങ്ങളുടെ *പക്കൽ* വേണ്ടതുണ്ട്. വിജയിക്കുമെന്ന് യാതൊരു ഉറപ്പുമില്ലാതെ, വിശ്വാസത്തോടെ പുറപ്പെടാനുള്ള ധൈര്യമാണ് പിന്നീട് നിങ്ങൾക്ക് വേണ്ടത്. യാത്രയിലുടനീളം, തുടർച്ചയായി പാതകൾ നവീകരിയ്ക്കാൻ സന്നദ്ധരായിരിക്കുകയും വേണം. പ്രത്യേകിച്ച്, ലക്ഷ്യസ്ഥാനം എത്തുന്നിടം വരെ പ്രയാണം തുടർന്നു കൊണ്ടിരിക്കുമെന്ന് തീർച്ചപ്പെടുത്തുകയും വേണം.

കർമ്മങ്ങളിലെ യഥാർത്ഥ രഹസ്യം

ശരിയായ വിധം ലക്ഷ്യത്തിലേക്ക് കുതിയ്ക്കുന്ന എത്ര സങ്കീർണ്ണമായ മിസൈലുകളും ആദ്യം വിക്ഷേപണം ചെയ്യപ്പെടേണ്ടതുണ്ട്. അത് വായുവിലേക്ക് എറിയപ്പെടേണ്ടതുണ്ട്. ആവശ്യമായ മാർഗ്ഗനിർദ്ദേശ സംവിധാനങ്ങൾ പ്രവർത്തിച്ചു തുടങ്ങുന്നതിനു മുൻപു തന്നെ വിക്ഷേപിണി അതിന്റെ ലക്ഷ്യത്തിലേക്കുള്ള സഞ്ചാരം തുടങ്ങിയിരിക്കണം.

ഇതേ വിധത്തിൽ നിങ്ങളുടെ മുതൽക്കൂട്ടായ ശക്തിയും, വൈദഗ്ധ്യങ്ങളും ഉപയോഗിച്ചു തുടങ്ങുന്നതിനു മുൻപ്, ഉദ്യമങ്ങൾക്കായി ഇറങ്ങിപ്പുറപ്പെടേണ്ടതുണ്ട്. ആദ്യത്തെ ചുവടുകൾ നിങ്ങൾ എടുത്തു

വെയ്ക്കേണ്ടതുണ്ട്. പ്രവർത്തിയ്ക്കാൻ തുടങ്ങേണ്ടതുണ്ട്. പരാജയഭീതികളെയും അകപ്പെടാൻ സാധ്യതയുള്ള നിരാശകളെയും മറികടക്കുകയും ചെയ്യേണ്ടതുണ്ട്. നിങ്ങൾക്ക് പരിചിതമായ ഒരു മേഖലയിൽ നിന്നും വെല്ലുവിളികൾ നിറഞ്ഞ ഒന്നിലേക്ക് പുറത്തു കടന്നിരിക്കണം.

വിജയത്തിന്റെ യഥാർത്ഥ രഹസ്യം അതൊരു ദൂരദൈർഘ്യ വിമാനയാത്ര പോലെയാണ് എന്നതാണ്. എങ്ങോട്ട് പോകണമെന്ന്, പറക്കണമെന്ന് ആദ്യം തീരുമാനിയ്ക്കുകയും തൊണ്ണൂറ്റിഒൻപത് ശതമാനവും വഴി തെറ്റിയേക്കാം എന്നറിഞ്ഞു കൊണ്ട് ലക്ഷ്യത്തിലേക്ക് കുതിയ്ക്കുകയും ചെയ്യണം.

തുടങ്ങിക്കഴിഞ്ഞാൽ ലക്ഷ്യസ്ഥാനമെത്തുന്നത് വരെ സ്ഥിരമായ തിരുത്തലുകൾക്ക് തയ്യാറെടുക്കുകയും വേണം.

പറക്കാൻ തുടങ്ങാം

ഈ യാത്രയിൽ ഇന്നോളം അനുഭവിച്ച ആനന്ദങ്ങളേക്കാൾ, ആരോഗ്യാഭിവൃദ്ധികളേക്കാൾ, സൗഭാഗ്യങ്ങളേക്കാൾ അധികം സ്വന്തമാക്കാൻ നിങ്ങളെ സഹായിക്കുന്ന പന്ത്രണ്ട് കാര്യങ്ങളുണ്ട്. ഈ പദ്ധതികൾ പിന്തുടരുന്നതിലൂടെ നിങ്ങൾക്ക് ജീവിതത്തെ പൂർണ്ണമായി നിയന്ത്രിയ്ക്കുവാനും, മനഃശക്തിയെ മുഴുവനായി ഉപയോഗപ്പെടുത്തുവാനും ആഗ്രഹിക്കുന്ന തരം വ്യക്തിയായി മാറുവാനും സമയബന്ധിതമായ ലക്ഷ്യപ്രാപ്തിയിലേയ്ക്ക് എത്തുവാനുള്ള സാധ്യത വർദ്ധിപ്പിക്കാനും കഴിയുന്നു. അവ എന്തൊക്കെയാണെന്ന് നോക്കാം.

അധ്യായം 1

ലക്ഷ്യസ്ഥാനം തിരഞ്ഞെടുക്കുക

"സമഗ്രത വിജയിച്ച മനുഷ്യരുടെ ഗുണമാണ്. പ്രതിഭയെന്നാൽ കഠിനാധ്വാനത്തിന്റെ കലയാണ്. എല്ലാ മഹത്തായ വിജയങ്ങളുടെയും സൂക്ഷ്മാംശങ്ങളിൽ പോലും അതീവ ജാഗ്രതയും അനുസ്യൂതമായ പരിശ്രമങ്ങളും കാണാം."

-എൽബട്ട് ഹബ്ബാർഡ്

സങ്കല്പിച്ചിട്ടുള്ളതിനേക്കാൾ എത്രയോ കൂടുതൽ സ്വന്തമാക്കാൻ ഉള്ള പ്രാപ്തി ഇപ്പോൾ നിങ്ങൾക്കുണ്ടായിരിക്കും. ഒരു നൂറു ജന്മങ്ങളിൽ ഉപയോഗിച്ച് തീരുന്നതിനേക്കാൾ കൂടുതൽ കഴിവുകൾ ഉള്ളവരായിരിക്കും നിങ്ങൾ. ഇന്നുള്ളതിനേക്കാൾ മെച്ചപ്പെട്ട ആരോഗ്യസ്ഥിതിയും, സാമ്പത്തിക ക്ഷേമവും സ്വന്തമാക്കാൻ നിങ്ങളെ സജ്ജമാക്കുന്ന അവസരങ്ങളും കണ്ടുപിടുത്തങ്ങളും ഇക്കാലമത്രയും അധികമുണ്ടായിട്ടില്ല. എന്താണ് ആഗ്രഹിക്കുന്നത് എന്നതിനെക്കുറിച്ച് വ്യക്തമായ ധാരണ ഉണ്ടാക്കിയെടുക്കുക എന്നതാണ് അനന്തമായ സാധ്യതകളെക്കുറിച്ച് അറിയുന്നതിലേക്കുള്ള പ്രഥമവും പ്രമാദവുമായ നിങ്ങളുടെ ഉത്തരവാദിത്തം.

നിങ്ങൾ ആരാണെന്നും എന്താണ് ആഗ്രഹിക്കുന്നതെന്നും ഏത് ദിശയിലേക്ക് പോകണമെന്നും നൂറു ശതമാനം അറിയുമെങ്കിൽ, ഒരു ശരാശരി മനുഷ്യൻ സ്വന്തമാക്കുന്നതിന്റെ പത്തു മടങ്ങു കൂടുതലും അതി വേഗത്തിലും നിങ്ങൾക്കതിനു കഴിയുന്നതാണ്.

ഫലത്തിൽ നമുക്കെല്ലാവർക്കും പ്രധാനങ്ങളായ നാലു

ലക്ഷ്യങ്ങളാണ് പൊതുവായി ഉള്ളത്. അവ ഇങ്ങനെയാണ് : (1) രോഗ്യപരമായി സുസ്ഥിതിയിൽ ആയിരിക്കുകയും ആയുസ്സുള്ള വരായിരിക്കുകയും ചെയ്യുക. (2) ജീവിതോപാധി ആനന്ദ ദായകവും, മികച്ച വേതനം ഉറപ്പു തരുന്നതും ആയിരിക്കുക. (3) നമ്മൾ സ്നേഹിക്കുകയും, സ്നേഹിക്കപ്പെടുകയും, ബഹുമാനിക്കുകയും, ബഹുമാനിക്കപ്പെടുകയും ചെയ്യുന്ന, മനുഷ്യരുമായി സന്തോഷകരമായ ബന്ധം നിലനിർത്താൻ സാധിക്കുക. (4) പണത്തെക്കുറിച്ച് ആശങ്കപ്പെടേണ്ടി വരാതിരിക്കാൻ സാമ്പത്തിക സ്വാതന്ത്ര്യം നേടിയെടുക്കുക.

ഈ നാലു കാര്യങ്ങൾക്കും സ്വയം ഒന്നു മുതൽ പത്തു വരെ മാർക്ക് കൊടുക്കാൻ ശ്രമിച്ചാൽ, ഏറ്റവും കുറവ് മാർക്ക് ലഭിച്ച കാര്യങ്ങളിലാണ് നിങ്ങളുടെ ജീവിതത്തിലെ പ്രശ്നങ്ങളും ആശങ്ക കളും വ്യാപിച്ചു കിടക്കുന്നതെന്ന് കാണാം.

സമൃദ്ധമായ ലോക വീക്ഷണം

മുകളിൽ പറഞ്ഞ നാലു ലക്ഷ്യങ്ങളിലേക്കും എത്താൻ ഒന്നുകിൽ നിങ്ങൾക്ക് സമൃദ്ധിയുടെയോ അല്ലെങ്കിൽ ദൗർലഭ്യത്തിന്റെയോ ആയ സമീപനം സ്വീകരിക്കാം. നിറഞ്ഞ മനസ്സോടെയുള്ള സമീപനം നിങ്ങൾക്ക് ആത്മവിശ്വാസവും ശുഭാപ്തിവിശ്വാസവും, ശുഭകരമായ ചിന്തകളും നൽകുകയും അത് നിങ്ങളെ സ്വപ്നങ്ങളുടെ പാതയിലേക്ക് പൂർണ്ണ നിശ്ചയത്തോടെ നടന്നടുക്കുന്ന സ്ഥിരോത്സാ ഹികളാക്കുകയും ചെയ്യും.

നിങ്ങൾക്ക് സമൃദ്ധിയുടേതായ മനോഭാവം ഉള്ളപ്പോൾ, ഈ ലോകത്തെ നല്ല രീതിയിൽ വീക്ഷിക്കാനുള്ള പ്രവണത ഉണ്ടായി രിക്കും. ഈ ലോകം നല്ലവരായ മനുഷ്യരുള്ള മനോഹരമായ ഇടമാണെന്ന് നിങ്ങൾ വിശ്വസിക്കും. ജീവിച്ചിരിക്കാൻ സാധ്യമായ ഏറ്റവും നല്ലകാലം ഇതാണെന്ന് നിങ്ങൾക്ക് തോന്നിയേക്കും.

ജീവിതത്തിലെ വെല്ലുവിളികളെയും ബുദ്ധിമുട്ടുകളെയും കുറിച്ച് ധാരണയില്ലാത്തവർ ആകുക എന്ന് ഇത് അർത്ഥമാക്കുന്നതേയില്ല. പക്ഷേ ഈ പ്രശ്നങ്ങളെല്ലാം എല്ലായ്പ്പോഴും തന്നെ നിലനിന്നിരുന്നു എന്ന് മനസ്സിലാക്കുകയാണ് നിങ്ങൾ ചെയ്യുന്നത്.

സമൃദ്ധിയുള്ള മനോഭാവം കൊണ്ട് നിങ്ങൾ ശുഭചിന്തകരും ക്രിയാത്മകരും പ്രശ്നങ്ങളേക്കാൾ പരിഹാരങ്ങളിൽ ശ്രദ്ധിക്കുന്ന വരുമായി മാറുന്നു.

ഇന്നലെകളിൽ എന്ത് സംഭവിച്ചു എന്നും ആരെ പഴിചാരണമെന്നും ചിന്തിയ്ക്കുന്നതിനേക്കാൾ, കാര്യങ്ങൾ എങ്ങനെ മെച്ചപ്പെടുത്താൻ കഴിയുമെന്നായിരിക്കും നിങ്ങൾ ആശങ്കപ്പെടുന്നത്.

ഇല്ലായ്മയുടെ മനോഭാവമാണ് ഉള്ളതെങ്കിൽ നിങ്ങൾ നേരെ വിപരീതവുമായിരിക്കും. വിജയമെന്നത് ഭാഗ്യത്തിന്റെ കളിയാണെന്നും വിജയിക്കുന്നവരെല്ലാം ഒരുപക്ഷേ മറ്റുള്ളവരെ വഞ്ചിച്ചും തട്ടിപ്പു നടത്തിയുമായിരിക്കാം പണം സമ്പാദിച്ചതെന്നും നിങ്ങൾ വിശ്വസിക്കും. എല്ലായിടത്തും അടിച്ചമർത്തലും അന്യായവും ദർശിയ്ക്കും. നിങ്ങളാ പഴയ ഒഴിവുകഴിവുകൾ എളുപ്പത്തിൽ സ്വീകരിക്കും :

"സമ്പന്നർ കൂടുതൽ സമ്പന്നരാകുന്നു, ദരിദ്രർ കൂടുതൽ ദരിദ്രരും."

"നിങ്ങൾക്ക് എന്തറിയാം എന്നതിൽ അല്ല, ആരെ അറിയാം എന്നതിലാണ് കാര്യം."

"മലയോട് മല്ലടിച്ചിട്ടെന്ത് കാര്യം."

നിങ്ങൾ വികസിപ്പിച്ചെടുക്കുന്ന മനോഭാവം ഏതായാലും, സ്വന്തമായൊരു ശക്തി അതിന് കൈ വരുന്നുണ്ട്. നിങ്ങളുടെ പുറം ലോകം ആന്തരിക ലോകത്തിന് ഉറപ്പു നൽകുന്നു. ഈ പുസ്തകം വായിക്കുന്നു എന്നത് കൊണ്ടുതന്നെ തീർച്ചയായും നിങ്ങൾക്ക് സമൃദ്ധവും പരോപകാരപ്രദവുമായ ഒരു ലോക വീക്ഷണമുണ്ട്. ഉയർന്ന നിയന്ത്രണബോധവും സംഭവിയ്ക്കുന്നതിൽ കൂടുതലും സ്വയം നിശ്ചയങ്ങൾ ആണെന്ന വിശ്വാസവുമുണ്ടായിരിക്കും. നിങ്ങൾ ക്രിയാത്മകതയും ശുഭചിന്തയും ഉള്ള ഒരാളാണെങ്കിൽ സ്വന്തത്തോടും അവനവന് സംഭവിയ്ക്കുന്നതിനോടും ഉന്നതമായ ഉത്തരവാദിത്തം ഏറ്റെടുക്കുന്നു. മറ്റുള്ളവരെ പഴിക്കുകയോ ഒഴിവുകഴിവുകൾ പറയുകയോ ചെയ്യുകയില്ല. അകപ്പെട്ടിരിയ്ക്കുന്ന സാഹചര്യം സന്തോഷം തരുന്നതല്ലെങ്കിൽ നിങ്ങൾ അവിടെ മാറ്റങ്ങൾ ഉണ്ടാക്കുന്നതിൽ വ്യാപൃതനായിരിക്കും. പരിവർത്തന വിധേയമല്ലെങ്കിൽ, നിങ്ങളതിനെ സ്വീകരിക്കും. ഒരിക്കലും പരാതിപ്പെടുകയില്ല.

ലക്ഷ്യ സ്ഥാനം രേഖപ്പെടുത്തുക

നിങ്ങളുടെ ഉന്നങ്ങളും ലക്ഷ്യസ്ഥാനങ്ങളും നിർണ്ണയിക്കാൻ, എത്ര സമയം കൂടുതൽ എടുക്കുന്നുവോ അവയിലേയ്ക്ക് എത്തിച്ചേരുക എന്നത് അത്രയും വേഗത്തിലും എളുപ്പത്തിലുമാകുന്നു. ഭാവിയെ

കുറിച്ചുള്ള കണക്കു കൂട്ടലുകളാണ് നിങ്ങളുടെ എല്ലാ ദിവസത്തെയും പ്രവൃത്തികളെ നിശ്ചയിക്കുന്നത്.

പരമ പ്രധാനമായ ചോദ്യത്തിൽ തന്നെ ആരംഭിക്കാം. **യഥാർത്ഥത്തിൽ ജീവിതം കൊണ്ട് ഞാൻ എന്ത് ചെയ്യാൻ ആണ് ആഗ്രഹിയ്ക്കുന്നത്?**

ജീവിതത്തിന്റെ ഏതെങ്കിലും മേഖലകളിൽ അവനവനു വേണ്ടി ലക്ഷ്യങ്ങൾ ഉണ്ടാക്കുമ്പോൾ നിങ്ങൾ പൂർണ്ണമായും സ്വാർത്ഥരായിരിക്കാൻ ശ്രദ്ധിക്കുക. ആഗ്രഹങ്ങളെ ആദർശവൽക്കരിക്കുക. നേടിയെടുക്കാൻ സാധിയ്ക്കുകയാണെങ്കിൽ ഏറ്റവും സന്തോഷവും സംതൃപ്തിയും സമ്മാനിക്കുന്ന അവസ്ഥകളെ നിങ്ങൾ കൃത്യമായി തീരുമാനിക്കുക.

നിങ്ങൾക്കൊരു മാന്ത്രികവടി സ്വന്തം ജീവിതത്തിനു മേൽ വീശാൻ കഴിയുന്നുവെന്നും അതിനെ എല്ലാ വിധത്തിലും കുറ്റമറ്റതാക്കാൻ സാധിയ്ക്കുന്നു എന്നും കരുതുക.

എങ്ങനെയായിരിക്കുമത്?

സംഭവിക്കുമെന്ന് ഉറപ്പുണ്ടെങ്കിൽ എന്തൊക്കെ ആയിരിക്കും നിങ്ങൾ സ്വപ്നം കാണാൻ ധൈര്യപ്പെടുക?

ഈ ചോദ്യം ചോദിക്കുമ്പോൾ നിങ്ങൾക്ക് യാതൊരു വിധ *പരിധികളും* ഇല്ലെന്ന് സങ്കല്പിക്കുക. നിങ്ങൾ കരുതി വെച്ചിരിക്കുന്ന ഏതൊരു ലക്ഷ്യവും സാധിച്ചെടുക്കുവാൻ വേണ്ട അത്രയും സമയവും സമ്പത്തും അറിവും വൈദഗ്ധ്യവും സൗഹൃദങ്ങളും ബന്ധങ്ങളും പരിശീലനവും കഴിവും നിങ്ങൾക്ക് ഉണ്ടെന്ന് വിഭാവനം ചെയ്യുക. അല്ലെങ്കിൽ നിങ്ങളുടെ കയ്യിൽ ഉപയോഗ പരിമിതി ഇല്ലാത്ത ഒരു ക്രെഡിറ്റ് കാർഡ് ഉണ്ടെന്നും ഏതൊരു ലക്ഷ്യ സ്ഥാനത്തേക്കും പറക്കൽ സാധ്യമാണെന്നും കരുതുക.

അനുയോജ്യമായ തൊഴിലും വരുമാനവും

നിങ്ങളുടെ ജോലിയിൽ നിന്നും ഔദ്യോഗിക ജീവിതത്തിൽ നിന്നും തുടങ്ങാം. അനുയോജ്യമായ വരുമാനം ഉണ്ടെങ്കിൽ എത്രയായിരിക്കും നിങ്ങൾ സമ്പാദിക്കുന്നത്? എല്ലാം തികഞ്ഞൊരു തൊഴിലിടം ആണ് നിങ്ങളുടേത് എങ്കിൽ അത് എങ്ങനെയുള്ള ഒരു കമ്പനി അല്ലെങ്കിൽ സ്ഥാപനം ആയിരിക്കും? എങ്ങനെയുള്ളവരായിരിക്കും നിങ്ങളുടെ കൂടെ ജോലി ചെയ്യുന്നവർ? ഇനി നിങ്ങൾക്ക് നിങ്ങളുടെ തൊഴിൽ രൂപകല്പന ചെയ്യാൻ കഴിയുമെങ്കിൽ ഏതെല്ലാം വിധത്തിൽ

ആയിരിക്കും നിങ്ങൾ ജോലി ആസ്വദിക്കാൻ പോകുന്നത്? എങ്ങനെയൊക്കെ ആയിരിക്കും നിങ്ങൾ കൂടുതൽ ക്രിയാത്മകരാകാൻ പോകുന്നത്? സാധ്യമായ ഏറ്റവും നല്ല രീതിയിൽ ഉപയോഗപ്പെടുത്താൻ കഴിയുന്ന ഏതൊക്കെ നൈപുണ്യങ്ങളും പാടവങ്ങളുമാണ് നിങ്ങൾക്കുള്ളത്?

ജീവിതത്തിലെ കൂടുതൽ സമയവും ഒരു ജോലിയിൽ മുഴുകേണ്ടി വരുമെന്നതിനാൽ, ഏറ്റവും അനുയോജ്യമായ ജീവിതോപാധി ഏതായിരിക്കണമെന്നതിനെക്കുറിച്ച് കൃത്യമായ ധാരണ ഉണ്ടാക്കുക എന്നത് നിങ്ങളുടെ മുഖ്യ ഉത്തരവാദിത്തങ്ങളിൽ ഒന്നാകുന്നു.

നെപ്പോളിയൻ ഹിൽ പറഞ്ഞതു പോലെ, "വിജയത്തിലേക്കുള്ള വഴി നിങ്ങൾക്ക് ഏറ്റവും ആസ്വദിച്ച് ചെയ്യാൻ കഴിയുന്ന കാര്യം ഏതെന്ന് കണ്ടു പിടിക്കുകയും അതിൽ നിന്ന് ജീവിത മാർഗ്ഗമുണ്ടാക്കുകയും ചെയ്യുക എന്നതാണ്."

ദിവസം മുഴുവനും നിങ്ങൾക്ക് ഒരു കാര്യം ചെയ്യാൻ കഴിയുകയും അതിന് നല്ല രീതിയിൽ പ്രതിഫലം ലഭിക്കുമെന്നുമാണെങ്കിൽ എന്തായിരിക്കും നിങ്ങൾ ചെയ്യാൻ പോകുന്നത്?

നിങ്ങളുടെ സ്വാഭാവിക സിദ്ധികളും കഴിവുകളും

വെയിൻ ഡയർ പറയുന്നത് ഓരോ കുട്ടികളും ഈ ലോകത്തേയ്ക്ക് വരുന്നത് രഹസ്യ ഉത്തരവുകളുമായിട്ടാണ് എന്നാണ്.

എന്താണ് നിങ്ങളുടേത്? ഏത് കർത്തവ്യ പൂർത്തീകരണങ്ങൾക്കായിട്ടാണ് നിങ്ങൾ ജനിച്ചിട്ടുള്ളത്? നിങ്ങളെ അതുല്യരും മറ്റുള്ളവരിൽ നിന്ന് വ്യത്യസ്തരുമാക്കുന്ന പ്രത്യേക സിദ്ധികളും കഴിവുകളും താല്പര്യങ്ങളും ആഗ്രഹങ്ങളും എന്തൊക്കെയാണ്?

എങ്ങനെയാണ് നിങ്ങൾ നിയോഗിക്കപ്പെട്ട കാര്യമാണ് ചെയ്തുകൊണ്ടിരിക്കുന്നത് എന്ന് അറിയുന്നത്. എങ്ങനെയാണ് അത് പറയാൻ കഴിയുന്നത്?

ഈ ഭൂമിയിലേക്ക് അയക്കപ്പെട്ട കാര്യങ്ങൾ ചെയ്യുന്നതിനായി, ശരിയായ ഇടത്ത് തന്നെയാണ് നിങ്ങൾ ഉള്ളതെന്ന് തീർച്ചപ്പെടുത്താൻ താഴെ കൊടുത്തിരിക്കുന്ന പത്ത് സൂചനകൾ സഹായിച്ചേക്കും :

1. നിങ്ങളുടെ തൊഴിലിനെ നിങ്ങൾ *സ്നേഹിക്കുന്നു*. അത് നിങ്ങളിൽ താല്പര്യം ജനിപ്പിക്കുന്നതും, മോഹിപ്പിക്കുന്നതും ആകർഷണീയവുമാണ്.

2. നിങ്ങൾ ജോലിയിൽ ഏറ്റവും അധികം *മികവ്* പുലർത്താനും പ്രവൃത്തി മേഖലയിൽ ഏറ്റവും മിടുക്കരായ പത്തു ശതമാനത്തിൽ ഉൾപ്പെടാനും ആഗ്രഹിക്കുന്നു.

3. നിങ്ങളുടെ കർമ്മ രംഗത്ത് തിളങ്ങി നിൽക്കുന്ന ആളുകളോട് *ആരാധനാഭാവം* ഉണ്ടാകുകയും അവരെ പോലെയാകാൻ, അതേ അളവിൽ വിജയങ്ങൾ കൊയ്യാൻ നിങ്ങൾ ആഗ്രഹിക്കുകയും ചെയ്യുന്നു.

4. നിങ്ങൾ തിരഞ്ഞെടുത്ത മേഖലയെക്കുറിച്ച് കൂടുതൽ *പഠിക്കാൻ* ആഗ്രഹിക്കുന്നു – കൂടുതൽ വായിക്കാനും, അതേക്കുറിച്ചുള്ള പരിശീലനങ്ങളിലും ക്ലാസ്സുകളിലും പങ്കെടുക്കാനും ശ്രാവ്യ പരിപാടികൾ കേൾക്കാനുമെല്ലാം. ജീവിതകാലം മുഴുവനും പ്രസ്തുത പഠന പ്രക്രിയകളിൽ ഏർപ്പെട്ടാലും നിങ്ങൾക്ക് മടുപ്പ് തോന്നുന്നില്ല.

5. എളുപ്പത്തിൽ സ്വായത്തമാക്കാനും ചെയ്യാനും കഴിയുന്നതായിരിക്കും നിങ്ങൾക്ക് ഏറ്റവും അനുയോജ്യമാകാൻ പോകുന്ന ജോലി. മിക്കയാളുകൾക്കും അത് ബുദ്ധിമുട്ടുള്ള ഒന്നായി തോന്നുമ്പോൾ, നിങ്ങളിലേക്ക് *സ്വാഭാവികമായി* എത്തിച്ചേരുന്ന ഒന്നായിരിക്കും അത്.

6 പൂർണ്ണമായി ജോലിയിൽ മുഴുകിയിരിക്കുമ്പോൾ നിങ്ങൾക്ക് *സമയം നിശ്ചലമാകുന്നത്* പോലെ അനുഭവപ്പെടുന്നു. പലപ്പോഴും നിങ്ങൾ ഭക്ഷണ പാനീയങ്ങളെക്കുറിച്ചും ഇടവേളകൾ എടുക്കുന്നതിനെ കുറിച്ചും വിശ്രമിക്കുന്നതിനെക്കുറിച്ചും വിസ്മരിച്ചു പോകുന്നു.

7. ഈ കർമ്മ മേഖലയിൽ നിന്നു ലഭിക്കുന്ന വിജയങ്ങൾ നിങ്ങൾക്ക് ആത്മാഭിമാനത്തിന്റെയും ആത്മ സംതൃപ്തിയുടെയും, *മഹിഷ്ടാനുഭവങ്ങളുടെയും* അനുഭൂതികൾ സമ്മാനിക്കുന്നു. അടുത്ത വിജയത്തിനായി കാത്തിരിക്കാൻ കഴിയാത്തവരായി നിങ്ങൾ മാറുന്നു.

8. ജോലിയിൽ ഏർപ്പെടാത്ത സമയത്തും നിങ്ങൾ അതേ കുറിച്ച് *ചിന്തിക്കാനും* പറയാനും ആഗ്രഹിക്കുന്നു. അത് നിങ്ങളുടെ മുഴുവൻ ജീവിതവുമായി ഇഴചേർന്നു നിൽക്കുന്നതായി അനുഭവപ്പെടുന്നു.

9. പ്രവൃത്തി മേഖലയിലെ മറ്റുള്ളവരുമായി *സഹവർത്തിക്കുവാനും*, ഏത് അവസരത്തിലും അവരുമായി

ഔദ്യോഗിക സംസാരങ്ങളിൽ ഏർപ്പെടാനും നിങ്ങൾ ഇഷ്ടപ്പെടുന്നു.

10. *ജീവിത കാലം മുഴുവൻ* ഈ കർമ്മ മേഖലയിൽ ആയിരിക്കുവാനും അത്രമാത്രം ആസ്വാദ്യകരമായി അനുഭവപ്പെടുന്നതിനാൽ ഒരിക്കലും വിരമിയ്ക്കാതിരിക്കാനും നിങ്ങൾ ആലോചിയ്ക്കുന്നു.

ചെയ്യുന്ന കാര്യത്തെ സ്നേഹിയ്ക്കു, പണം പിന്നാലെ വരും എന്നാണ് പറയപ്പെടുന്നത്.

നിങ്ങൾക്ക് പ്രയത്നിയ്ക്കാൻ ഇഷ്ടമുള്ള കാര്യം കണ്ടുപിടിക്കുകയും, കൂടുതൽ മനോഹരമായി അതിൽ ഏർപ്പെടുന്നതിനായി മുഴുവൻ ഹൃദയവും സമർപ്പിയ്ക്കുകയും ചെയ്യുന്നതിലൂടെയാണ് യഥാർത്ഥ വിജയം വന്നെത്തുന്നത്. നിങ്ങളുടെ യഥാർത്ഥ ലക്ഷ്യസ്ഥാനം നിർണ്ണയിക്കുന്നതിനും സാധ്യതകൾ നിറവേറ്റുന്നതിനും, അനുയോജ്യമായ ജോലി അല്ലെങ്കിൽ തൊഴിൽ തിരഞ്ഞെടുക്കുന്നത് പ്രധാനമാണ്.

കുറ്റമറ്റ വ്യക്തി ജീവിതം

നിങ്ങളുടെ കുടുംബത്തിന്റെയും മറ്റു ബന്ധങ്ങളുടെയും, വ്യക്തി ജീവിതത്തിനു മേൽ തന്നെ ഒരു മാന്ത്രിക വടി വീശുക. എല്ലാം തികഞ്ഞ ഒരു കുടുംബ ജീവിതമായിരുന്നു നിങ്ങളുടേതെങ്കിൽ, അതെങ്ങനെ ഉള്ളതായിരിക്കും? എത്തരത്തിൽ ഉള്ള ഒരു ജീവിത രീതി ആയിരിക്കും നിങ്ങൾ ആസ്വദിക്കുന്നത്? എവിടെ ആയിരിക്കും ജീവിയ്ക്കുക? ഏതു തരത്തിൽ ഉള്ള വീടായിരിക്കും നിങ്ങളുടേത്? കുടുംബാംഗങ്ങളുമായി ദിവസവും നിങ്ങൾ എങ്ങനെ ആയിരിക്കും സമയം ചിലവിടുന്നത്?

നിങ്ങൾ വിവാഹിതനല്ലെങ്കിൽ, നിങ്ങൾക്ക് വേണ്ട ഉത്തമമായ ബന്ധത്തെക്കുറിച്ച് വിവരിക്കുക. നിങ്ങളുടെ സ്വപ്നത്തിലെ വ്യക്തിയെ കുറിച്ച് സങ്കല്പിയ്ക്കുക. പരിപൂർണ്ണതയുള്ള ആ വ്യക്തിക്ക് വേണ്ടതായ ഓരോ ഗുണങ്ങളും പ്രത്യേകതകളും എഴുതി നോക്കുക. അനുയോജ്യനായ ആ വ്യക്തിയെക്കുറിച്ച് വ്യക്തമായ ധാരണ നിങ്ങൾക്കുണ്ടായിക്കഴിഞ്ഞാൽ പിന്നെ, അതി വേഗത്തിലായിരിക്കും നിങ്ങൾ അയാളെ കണ്ടുമുട്ടുന്നതെന്നത്, തീർച്ചയായും നിങ്ങളെ അത്ഭുതപ്പെടുത്തുന്നതാണ്.

നിങ്ങളുടെ വ്യക്തി ജീവിതം എല്ലാ വിധത്തിലും കുറ്റമറ്റതാണെങ്കിൽ, സമയവും ജീവിതവും എങ്ങനെയായിരിക്കും നിങ്ങൾ ചിലവഴിക്കാൻ പോകുന്നത്? നിങ്ങൾ ഓടിക്കുന്ന കാർ ഏതായിരിക്കും? അവധി ദിനങ്ങൾ ഏതു വിധമായിരിക്കും? നിങ്ങൾ സന്ദർശിയ്ക്കാൻ ആഗ്രഹിക്കുന്ന സ്ഥലങ്ങൾ ഏതൊക്കെ ആയിരിക്കും?

നിങ്ങൾക്ക് അനുയോജ്യമായ ഒരു കലണ്ടർ നിർമ്മിയ്ക്കുക. ദിവസാടിസ്ഥാനത്തിൽ, ഓരോ ആഴ്ചയിലേക്ക്, മാസാ മാസത്തേക്ക്, പിന്നെ വർഷാ വർഷം.

എന്താണ് നിങ്ങൾക്ക് വേണ്ടതെന്ന് അറിയലാണ് അത് നേടിയെടുക്കുന്നതിന്റെ ആദ്യ പടി.

അതിരുകളില്ലെന്ന് സങ്കല്പിയ്ക്കുക

നിങ്ങളുടെ ആരോഗ്യസ്ഥിതി കുറ്റമറ്റതായിരുന്നു എങ്കിൽ, അത് ഇന്നത്തേതിൽ നിന്ന് എങ്ങനെ വ്യത്യാസപ്പെട്ടു നിൽക്കും എന്നാണ് കരുതുന്നത്? എത്രയായിരിക്കും നിങ്ങളുടെ ശരീര ഭാരം? എത്രത്തോളം ആരോഗ്യവാനായിരിക്കും നിങ്ങൾ? ഏത് തരം ഭക്ഷണ രീതികൾ ആയിരിക്കും?

ദിവസത്തിലും ആഴ്ചയിലും ഏതു തരത്തിലൊക്കെ ഉള്ള കായികാഭ്യാസങ്ങളിലാണ് ഏർപ്പെടുക? നിങ്ങളുടെ ശരീരം രൂപകല്പന ചെയ്യാനും ആകൃതിപ്പെടുത്താനും നിങ്ങൾക്ക് അവസരമുണ്ടാകുന്നു എന്ന് കരുതുക. നിങ്ങൾ, കാണാൻ എങ്ങനെ ഉള്ളയാൾ ആയിരിക്കും?

അവസാനമായി, നിങ്ങളുടെ സാമ്പത്തികാവസ്ഥ എല്ലാ തരത്തിലും മികച്ചതാണെന്ന് കരുതിയാൽ നിങ്ങളുടെ മൂല്യം അപ്പോൾ എത്രയായിരിക്കും.

ബാങ്കിലുള്ള നിങ്ങളുടെ സമ്പത്ത് എത്രയായിരിക്കും? എത്ര പണം നിങ്ങൾക്കു വേണ്ടി നിക്ഷേപിച്ചിരിക്കും? നിങ്ങളുടെ മൊത്തം ആസ്തി എത്രയായിരിക്കും? മാസാടിസ്ഥാനത്തിലും വാർഷികാടിസ്ഥാനത്തിലും നിങ്ങളുടെ നിഷ്ക്രിയ വരുമാനം എത്രയായിരിക്കും?

പ്രത്യേകിച്ച്, ആകെത്തുകയിൽ നിങ്ങളുടെ മൂല്യം എത്ര വേണമെന്നായിരിക്കും ആഗ്രഹിക്കുന്നത്?

ഈ ചോദ്യങ്ങൾക്കുള്ള നിങ്ങളുടെ ഉത്തരങ്ങൾക്ക് എത്രത്തോളം വ്യക്തതയുണ്ടോ ലക്ഷ്യസ്ഥാനവും നിങ്ങളുടെ

പറക്കുവാനുള്ള പദ്ധതികളും നിശ്ചയിക്കുന്നത് അത്രത്തോളം എളുപ്പമുള്ളതായിരിയ്ക്കും.

സാമ്പത്തിക സ്വാതന്ത്ര്യം

ചെറിയൊരു കണക്കു കൂട്ടൽ : ഒരു തരത്തിലുമുള്ള വരുമാനവും ഇല്ലെങ്കിൽ പോലും, അല്ലലില്ലാതെ ജീവിക്കാൻ ഒരു മാസത്തേക്ക് നിങ്ങൾക്ക് വേണ്ടിവരുന്ന തുക കണക്കു കൂട്ടുക. പാർപ്പിടത്തിനും ഭക്ഷണത്തിനും യാത്രയ്ക്കും ചികിത്സാ ചിലവുകൾക്കും അവധികൾക്കും ആഘോഷങ്ങൾക്കും വേണ്ടി വരുന്നതെല്ലാം ഉൾപ്പെടുത്തുക. ആ തുകയെ 12 കൊണ്ട് ഗുണിയ്ക്കുക (ഒരു വർഷത്തിലെ മാസങ്ങൾ). ശേഷം അതിനെ 20 കൊണ്ട് പെരുപ്പിയ്ക്കുക (ജോലിയിൽ നിന്ന് വിരമിച്ചതിനു ശേഷം നിങ്ങൾ ജീവിച്ചിരിക്കാൻ സാധ്യതയുള്ള വർഷങ്ങൾ) ആ തുക നിങ്ങളുടെ വിശ്രമകാല ലക്ഷ്യത്തെ പ്രതിനിധീകരിയ്ക്കുന്നു. സാമ്പത്തിക സ്വാതന്ത്ര്യത്തിനായി ഈ ജീവിതത്തിൽ അത്രയുമായിരിക്കണം നിങ്ങൾ സ്വരുക്കൂട്ടി വെക്കേണ്ടത്.

അതിനുശേഷം, ആകെയുള്ള നിങ്ങളുടെ സമ്പത്ത് എത്രയായിരിക്കണമെന്ന് നിശ്ചയിക്കുക. ഇപ്പോൾ എത്രയാണ് നിങ്ങൾക്കുള്ള സമ്പാദ്യമെന്ന് ഒരു പേപ്പറിൽ തന്നെ കണക്കു കൂട്ടുക. സ്വന്തമായുള്ളതെല്ലാം വിറ്റ്, നിങ്ങളൊരു വിദേശ രാജ്യത്തേയ്ക്ക് മാറി താമസിയ്ക്കുന്നതായി സങ്കല്പിയ്ക്കുക.

സത്യസന്ധമായി പറയുക; നിങ്ങളുടെ ആസ്തികൾ മുഴുവൻ എത്ര വിലയ്ക്ക് വില്പന നടത്താൻ കഴിയും? നിങ്ങളൊരു വായ്പയ്ക്ക് അപേക്ഷിയ്ക്കുമ്പോൾ ഇത്തരം വിശകലനമാണ് ഒരു ബാങ്ക് ആവശ്യപ്പെടുക. കടം നൽകുന്ന ഒരാളിന് നിങ്ങളുടെ കയ്യിലെ ആസ്തിയും, മറ്റുള്ളവർക്ക് നിങ്ങൾ എത്ര കടപ്പെട്ടിരിക്കുന്നു എന്നും പണമായി നിങ്ങളുടെ കയ്യിൽ ഉള്ള തുകയും അറിയേണ്ടതുണ്ട്.

നിങ്ങൾക്കിപ്പോൾ സാമ്പത്തിക കാര്യങ്ങളിൽ ഒരു ആരംഭാവസ്ഥയും നിങ്ങളുടെ കയ്യിലെ ആകെ ആസ്തിയും വർഷങ്ങൾക്കുള്ളിൽ നിങ്ങൾ എത്തിപ്പിടിയ്ക്കേണ്ട ആ അക്കവും, സാമ്പത്തിക ലക്ഷ്യവുമുണ്ട്.

ഭാവി ചിന്തയിൽ നിന്ന് തിരികെ

ജീവിതത്തിലെ ഏത് മേഖലയിലെയും ആത്യന്തിക ലക്ഷ്യസ്ഥാനം നിർണ്ണയിയ്ക്കുന്നതിന് നിങ്ങൾ 'ദീർഘകാല വീക്ഷണം' പരിശീലി

യ്യേണ്ടതുണ്ട്. പല മേഖലയിലും ഏറ്റവുമധികം വിജയിച്ചവരായ ആളുകൾ ഉപയോഗിച്ചിട്ടുള്ള ഈ രീതിയിൽ, നിങ്ങൾ കുറച്ചു വർഷങ്ങളെ കുറിച്ച് പദ്ധതിയിടുകയും, ആ സമയ പരിധികളുള്ളിൽ നിങ്ങൾ എവിടെ എത്തണമെന്ന് തീരുമാനിയ്ക്കുകയും ചെയ്യുന്നു.

പിന്നീട് നിങ്ങൾ ഭാവി ചിന്തയിൽ നിന്ന് തിരികെ വരാൻ പരിശീലിക്കേണ്ടതുണ്ട്.

വിഭാവനം ചെയ്തു, ഭാവിയുടെ അനുകൂല സ്ഥാനത്തു നിന്ന്, വർത്തമാന കാലത്തിലേയ്ക്ക് നിങ്ങൾ തിരിഞ്ഞു നോക്കുക. ഇപ്പോൾ ഉള്ളിടത്തു നിന്ന്, ആഗ്രഹിക്കുന്ന അവസ്ഥയിലേക്ക് ഭാവിയിൽ എത്താനായി, ഇന്ന് മുതൽ ചെയ്യാൻ കഴിയുന്ന കാര്യങ്ങളെ കുറിച്ച് ചിന്തിക്കുക.

അവനവനെയും ജീവിതത്തെയും കുറിച്ച് കൂടുതൽ വ്യക്തത യോടെ മനസ്സിലാക്കാൻ, ഈ ദീർഘകാല വീക്ഷണം നിങ്ങളെ സഹായിക്കുന്നു. നിങ്ങൾക്ക് ശരിക്കും ലക്ഷ്യസ്ഥാനത്ത് എത്തണ മെന്നുണ്ടെങ്കിൽ, എന്തൊക്കെ ചെയ്യണമെന്നും ചെയ്യാതിരി യ്ക്കണമെന്നും അത് വെളിവാക്കി തരുന്നു.

ലക്ഷ്യസ്ഥാനത്തെ കുറിച്ച്, പൂർണ്ണമായ വ്യക്തത ഉണ്ടായിക്കഴി യുമ്പോൾ, ഓരോ മണിക്കൂറുകളിലും ദിവസാടിസ്ഥാനത്തിലും ചെയ്യേണ്ടുന്ന കാര്യങ്ങളെക്കുറിച്ചുള്ള തീരുമാനം എളുപ്പത്തിൽ എടുക്കാൻ കഴിയുന്നു.

നിങ്ങൾ ഇന്ന് ചെയ്യുന്ന എല്ലാ കാര്യങ്ങളും, എടുക്കുന്ന എല്ലാ തീരുമാനങ്ങളും, തിരഞ്ഞെടുത്ത ലക്ഷ്യസ്ഥാനത്തേയ്ക്ക് നിങ്ങളെ നയിക്കുന്നുവെന്ന് ഉറപ്പു വരുത്തുക എന്നതാണ് അതിലെ രഹസ്യം.

ശക്തമായ നാല് വിദ്യകൾ

ലക്ഷ്യസ്ഥാന നിർണ്ണയത്തിൽ, നിങ്ങളുടെ പുരോഗതി ത്വരിതപ്പെ ടുത്തുന്നതിനും, ഉദ്ദേശ്യങ്ങൾ യഥാസമയത്ത് പൂർത്തീകരിയ്ക്കാനുള്ള സാധ്യത വർദ്ധിപ്പിയ്ക്കുന്നതിനും, നാല് പ്രത്യേക വിദ്യകൾ ഉപയോഗ പ്പെടുത്താവുന്നതാണ്.

വാക്ചാതുര്യം, ദൃശ്യവൽക്കരണം, വൈകാരികവൽക്കരണം, യുക്തിവൽക്കരണം എന്നിവയാണവ. നമുക്കോരോന്നും ക്രമത്തിൽ എടുത്തു നോക്കാം :

1. *വാക്ചാതുര്യം* : കൃത്യവും വ്യക്തവും അളക്കാവുന്നതു

മായ ഒരു ലക്ഷ്യത്തെ കുറിച്ച് നിങ്ങൾ എഴുതി വെക്കുന്നു.സങ്കൽപ്പിക്കാൻ കഴിയാത്ത ഒരു ലക്ഷ്യം നിങ്ങൾക്ക് നേടിയെടുക്കാനും കഴിയുകയില്ല. വാക്കുകളിൽ വ്യക്തമായി വിവരിക്കാൻ കഴിയാത്ത ഒന്ന് സ്വന്തമാക്കാൻ സാധിക്കുകയേ ഇല്ല. കൈവരിക്കാൻ ആഗ്രഹിക്കുന്ന ലക്ഷ്യത്തെക്കുറിച്ചുള്ള നിങ്ങളുടെ വിവരണത്തിൽ കൃത്യതയും വ്യക്തതയും ഉണ്ടാകുവാൻ കൂടുതൽ സമയമെടുക്കുന്നതിനനുസരിച്ച്, നിങ്ങൾ വെയ്ക്കുന്ന ഓരോ ചുവടുകളും ശരിയായ ദിശയിലാണെന്ന് ഉറപ്പ് വരുത്തുന്ന കാര്യം വളരെ എളുപ്പമായി മാറുന്നതാണ്.

2. *ദൃശ്യവൽക്കരണം* : നിങ്ങളുടെ ബാഹ്യജീവിതത്തിലെ എല്ലാ പുരോഗതികളും, അവനവനെയും ആഗ്രഹിക്കുന്ന ഭാവിജീവിതത്തെയും കുറിച്ച് സ്വന്തമായുള്ള മനോബിംബങ്ങളിൽ വരുന്ന പുരോഗതിയിൽ നിന്ന് ആരംഭിക്കുന്നു. നിങ്ങളുടെ കൃത്യമായ ഉദ്ദേശ്യങ്ങളുടെയും ലക്ഷ്യസ്ഥാനങ്ങളുടെയും വ്യക്തവും വിശദവുമായ മനോബിംബങ്ങൾ മെനഞ്ഞെടുത്തുകൊണ്ടായിരിക്കണം ഭാവനാചിത്രണം. സ്വന്തമായുള്ളവയിൽ ഏറ്റവും അവിശ്വസനീയമായ ശക്തികളിൽ ഒന്ന് ഭാവനയിൽ കാണുവാനുള്ള നിങ്ങളുടെ കഴിവാണ്. കൃത്യമായ ലക്ഷ്യങ്ങളുടെ ചിത്രങ്ങൾ, അവയെല്ലാം സാക്ഷാൽക്കരിയ്ക്കപ്പെട്ടു എന്ന വിധത്തിൽ ഓരോ തവണയും പുനർദർശനവിധേയമാക്കുന്നതിലൂടെ ആ സന്ദേശം ആഴത്തിലും അഗാധമായും ഉപബോധമനസ്സിൽ നിങ്ങൾ മുദ്രണം ചെയ്യുന്നു. എത്ര കൃത്യമായി ലക്ഷ്യത്തെ ഭാവനയിൽ നിങ്ങൾ കാണുന്നുവോ, അത്ര വേഗതയിൽ അവ നിങ്ങളുടെ യാഥാർത്ഥ്യങ്ങളിൽ സംഭവിയ്ക്കുന്നതാണ്.

3. *വൈകാരികവൽക്കരണം* : വാക്കുകളിലും അന്തർദർശനങ്ങളിലുമാക്കിയ ലക്ഷ്യങ്ങളെ പിന്നീട് വൈകാരികവൽക്കരിയ്ക്കുന്നതിലൂടെ, അതെല്ലാം നേടിക്കഴിയുന്ന പക്ഷം അനുഭവിക്കാൻ പോകുന്ന വികാരങ്ങളെ നിങ്ങൾ സത്യത്തിൽ ഉള്ളിൽ നിർമ്മിച്ചെടുക്കുകയാണ്. ലക്ഷ്യപ്രാപ്തിയ്ക്കായുള്ള നിങ്ങളുടെ വാഞ്ഛ എത്ര

തീവ്രമാകുന്നുവോ, അത്രയധികം ശക്തിയും ഊർജ്ജവും നിങ്ങൾ അതിനു പിറകിൽ നിക്ഷേപിയ്ക്കുകയും അതിവേഗത്തിൽ നിങ്ങൾ ലക്ഷ്യത്തിനു നേർക്ക് സഞ്ചരിക്കുകയും ചെയ്യുന്നതാണ്. ലക്ഷ്യങ്ങൾ നേടിയെടുക്കുന്നതിലൂടെ അനുഗമിയ്ക്കുന്ന ആനന്ദവും ആഹ്ളാദവും അഭിമാനവും സന്തോഷവും സങ്കല്പിച്ചെടുക്കുന്നതിലൂടെ ലക്ഷ്യപ്രാപ്തിയ്ക്കായുള്ള മാനസിക ശക്തി നിങ്ങൾ വർദ്ധിപ്പിയ്ക്കുകയാണ്.

4. *യുക്തിവൽക്കരണം:* നിങ്ങൾ പ്രസ്തുത ലക്ഷ്യത്തിലേക്ക് എത്താൻ ആഗ്രഹിക്കുന്നതിന്റെ കാരണങ്ങളും, അവ നേടിയെടുത്താൽ നിങ്ങൾ ആസ്വദിക്കാൻ പോകുന്ന എല്ലാ ഗുണഫലങ്ങളും എഴുതി വെയ്ക്കുന്നതിലൂടെ ലക്ഷ്യങ്ങളെ നിങ്ങൾ യുക്തിസഹമാക്കുന്നു. ലക്ഷ്യം നേടുന്നതിലൂടെ, നിങ്ങളുടെ ജീവിതം പുരോഗമിയ്ക്കപ്പെടുന്ന എല്ലാ വഴികളുടെയും ഒരു പട്ടിക ഉണ്ടാക്കുക. നീഷേ എഴുതിയത് പോലെ, "എന്ത് കൊണ്ടെന്ന് ശക്തമായി ചിന്തിക്കുന്ന ഒരാൾക്ക് മാത്രമേ, എങ്ങനെ അതെന്ന് കൂടി ഉൾക്കൊള്ളാൻ കഴിയൂ."

കാരണങ്ങളാണ് നേട്ടങ്ങളുടെ ചൂളയിലെ ഇന്ധനം. ആഗ്രഹപ്രാപ്തിയ്ക്ക് എത്രയധികം കാരണങ്ങൾ നിങ്ങൾക്കുണ്ടോ, അത്രത്തോളം പ്രചോദിതരും ദൃഢചിത്തരുമായി നിങ്ങൾ മാറുന്നു. കാരണങ്ങൾ കൂടുതൽ ഉള്ളിടത്തോളം പ്രതികൂലാവസ്ഥകളുടെ മുന്നിൽ കൂടുതൽ സ്ഥിരോത്സാഹികളായിരിക്കും നിങ്ങൾ. കാരണങ്ങൾ അധികരിയ്ക്കുമ്പോൾ ബുദ്ധിമുട്ടുകളെ കവച്ചു വെയ്ക്കുന്നതിലും തടസ്സങ്ങളെ നീക്കം ചെയ്യുന്നതിലും നിങ്ങൾ കൂടുതൽ ക്രിയാത്മകരായി തീരുന്നു. കാരണങ്ങൾ കൂടുതലാകുന്തോറും ലക്ഷ്യത്തിലേക്കുള്ള നീക്കങ്ങളിൽ നിന്ന് നിങ്ങളെ *തടയാൻ* ഒന്നിനും സാധിക്കുകയില്ല.

ലക്ഷ്യങ്ങളെ വിശ്വസനീയങ്ങളാക്കുക

പ്രസക്തമായൊരു കാര്യം : ലക്ഷ്യങ്ങൾ വിശ്വസനീയങ്ങളും പ്രായോഗികങ്ങളുമാണെന്ന് നിങ്ങൾ ഉറപ്പു വരുത്തുക. നെപ്പോളിയൻ ഹിൽ പ്രസ്താവിച്ചതു പോലെ, "മനുഷ്യ മനസ്സിന് ഗ്രഹിയ്ക്കുവാനും വിശ്വസിയ്ക്കുവാനും കഴിയുന്നത്, നേടിയെടുക്കുവാനും സാധിയ്ക്കുന്നതാണ്."

നിങ്ങൾ ഭാവിയിലേക്ക് ആവേശകരമായ ഒരു ലക്ഷ്യസ്ഥാനം

നിശ്ചയിക്കുമ്പോൾ, അത് പ്രായോഗികമായിരിക്കേണ്ടതുണ്ട്. നിങ്ങളുടെ മനസ്സുമായി സമ്പർക്കത്തിലുള്ള ഒന്നായിരിക്കണമത്. നിങ്ങൾക്ക് സാധിക്കുമെന്ന് കരുതുന്നതിന് അപ്പുറം ചെയ്യിക്കാൻ കഴിയുന്ന ലക്ഷ്യമായിരിക്കണം എങ്കിലും നിങ്ങൾക്ക് പ്രാപ്യമായ ഒന്നാണെന്ന ആത്മവിശ്വാസം നൽകുന്നതുമായിരിക്കണം.

ലക്ഷ്യങ്ങളെ വിശ്വസനീയങ്ങളാക്കുന്നതിലെ കാരണ മിതാണ് : നിങ്ങൾ നാളിതുവരെ നേടിയെടുത്തതിലും വളരെ അകലെയുള്ള ഒരു ലക്ഷ്യം രൂപീകരിയ്ക്കുമ്പോൾ, പ്രചോദിപ്പിക്കുന്ന തിനേക്കാൾ അത് നിങ്ങളെ *നിരുത്സാഹപ്പെടുത്തുന്നു*. വളരെ ഉയരത്തിലുള്ള ലക്ഷ്യം ഉന്നം വെയ്ക്കുന്നതിലൂടെ, ഉപബോധ മനസ്സിലെ, ഒരു 'വൈദ്യുതി വിച്ഛേദ' സാങ്കേതികത്വം, നിങ്ങളുടെ ഉത്സാഹത്തെ കെടുത്തിക്കളയുന്നു.

ബോധമനസ്സിൽ നിങ്ങൾക്ക്, ഒരു ലക്ഷ്യം നേടിക്കളയാം എന്നുള്ള പൂർണ്ണ വിശ്വാസമില്ലെങ്കിൽ, മനഃശക്തികളിൽ ഒന്നും, അത് സാധിച്ചെടുക്കുന്നതിന് സഹായകരമായ വിധത്തിൽ, പ്രവൃത്തികളിലേക്ക് ചുവടു മാറുകയില്ല. പകരം കുറഞ്ഞ സമയത്തേയ്ക്ക് മാത്രം നിങ്ങൾ പ്രചോദിതരാകുകയും, ലക്ഷ്യപ്രാപ്തിയുടെ വഴിയിൽ അനിവാര്യമായ പ്രതികൂലാവസ്ഥയും നൈരാശ്യവും കടന്നു വരുമ്പോൾ, ഹൃദയത്തകർച്ച ഉണ്ടാവുകയും പിൻവാങ്ങേണ്ടി വരികയും ചെയ്യുന്നു.

ഓടുന്നതിനു മുൻപ് നടന്നു നോക്കുക

പലപ്പോഴും ചില സെമിനാറുകൾക്ക് ശേഷം, തങ്ങളുടെ സാമ്പത്തിക ലക്ഷ്യങ്ങളെക്കുറിച്ച് തീരുമാനിച്ചു കഴിഞ്ഞു എന്ന് ആളുകൾ എന്നോട് വന്നു പറയാറുണ്ട്. അതേക്കുറിച്ച് കൂടുതൽ ചോദിക്കുമ്പോൾ, ഒന്നോ രണ്ടോ വർഷങ്ങൾക്കുള്ളിൽ, കോടീശ്വരനാകാൻ, അല്ലെങ്കിൽ ശതകോടീശ്വരൻ തന്നെയാകാൻ തങ്ങൾ തീരുമാനിച്ചു കഴിഞ്ഞു എന്നായിരിക്കും പറയുന്നത്.

ഇത്തരം കഥകളിൽ എല്ലാം, ഈ മനുഷ്യർ ഒട്ടും പണമില്ലാത്ത വരോ അല്ലെങ്കിൽ വളരെ കുറച്ചു മാത്രം സമ്പാദിയ്ക്കുന്നവരോ ആയി മാറുകയാണ് ചെയ്യുന്നത്. പലപ്പോഴും, ജീവിതത്തിന്റെ നല്ലൊരു ഭാഗം സാമ്പത്തിക ദുരുപയോഗം ചെയ്ത്, മുപ്പതുകളിലോ നാൽപ്പതു കളിലോ എത്തി നിൽക്കുന്നവരായിരിക്കും അവർ. എങ്കിലും ഭൂതകാ ലാനുഭവങ്ങളെ നിഷ്ക്രിയമാക്കിക്കൊണ്ട്, മുന്നൊരുക്കങ്ങളൊന്നു

മില്ലാതെ, വളരെ കുറച്ച് വിഭവങ്ങളാൽ, എത്തിച്ചേരേണ്ടതെങ്ങനെയെന്ന് വ്യക്തമായ ധാരണകളില്ലാതെ സമ്പത്തിലേക്കും ഐശ്വര്യങ്ങളിലേക്കും കുതിച്ച ചാടാൻ കഴിയുമെന്ന് അവർ കരുതുന്നു. ആകെ ചെയ്യേണ്ടത് സന്തോഷമുള്ള കാര്യങ്ങൾ ചിന്തിച്ചിരിയ്ക്കൽ ആണെന്നും, മാന്ത്രികമായി, പതിറ്റാണ്ടുകൾ നീണ്ട പരാജയങ്ങളെയും നൈരാശ്യങ്ങളെയും കവച്ച വെയ്ക്കാൻ ആവശ്യമുള്ളതിനെയെല്ലാം ആകർഷിക്കാൻ അതിനു കഴിയുമെന്നും അവർ വിശ്വസിക്കുന്നു.

പെട്ടെന്ന് കോടീശ്വരൻ ആകണമെന്ന് ആളുകൾ എന്നോട് പറയുമ്പോൾ, ആദ്യം 'ആയിരേശ്വരൻ' എങ്കിലും ആകാൻ ഞാൻ നിർദ്ദേശിയ്ക്കാറുണ്ട്. ആയിരം ഡോളർ സമ്പാദിയ്ക്കാൻ കഴിഞ്ഞതിനു ശേഷം, ബാധ്യതകളിൽ നിന്ന് മുക്തരായി അവർക്ക് 'പതിനായിരേശ്വരൻ' ആകാവുന്നതാണ്. അങ്ങനെ മുന്നോട്ടു പോകട്ടെ. വലിയ നേട്ടങ്ങൾക്ക് വലിയ പരിശ്രമങ്ങൾ അനിവാര്യമാണ്. ഓരോ വ്യക്തിയും, അത് അവനോ അവളോ ആവട്ടെ, ഓടുന്നതിനു മുൻപ് നടന്നേ മതിയാവൂ.

അർഹതയുടെ ചോദ്യം

ഇന്നത്തെ ഏറ്റവും വലിയ അതിർത്തി ബഹിരാകാശമല്ല. മറിച്ച് *മനസ്സുകങ്ങളാണ്* – അവിശ്വസനീയങ്ങളായ മനഃശക്തികളെ തിരിച്ചറിയുകയും പുറത്തെടുക്കുകയും ചെയ്യുന്നതിൽ.

ബാല്യകാലാനുഭവങ്ങളാലും മറ്റു കാരണങ്ങളാലും ഉള്ളിന്റെയുള്ളിൽ, നിങ്ങളുടെ സാധ്യതകൾക്ക്, മാനസികമായ ചങ്ങലകൾ തീർക്കുന്ന, മനഃസ്സംബന്ധിയായ തടസ്സങ്ങളുടെ ഒരു ശ്രേണി ഉണ്ടായിരിക്കും. മഹത്തായ കാര്യങ്ങൾ നേടുന്നതിനുള്ള ആദ്യ പടി, ഇത്തരം മനഃചങ്ങലകളെ തിരിച്ചറിയുകയും തകർക്കുകയും ചെയ്യുക എന്നതാണ്. അതുവഴി എന്നത്തേക്കാളും വേഗതയിൽ ജീവിതത്തിൽ മുന്നോട്ട് പോകാൻ നിങ്ങൾക്ക് കഴിയുന്നു.

ഉപബോധ മനസ്സിന്റെ ഇത്തരം പ്രതിബന്ധങ്ങളിൽ ഏറ്റവും ഹാനികരമായത് അർഹതയില്ല എന്ന തോന്നലാണ്. ആനന്ദത്തിനും ആരോഗ്യത്തിനും സമ്പൽ സമൃദ്ധിയ്ക്കും നിങ്ങൾ യഥാർത്ഥത്തിൽ അർഹരല്ല എന്നുള്ള തോന്നൽ ഹൃദയത്തിനകത്ത് ഉണ്ടാകുമ്പോഴാണ് ഇത് സംഭവിക്കുന്നത്. അർഹതയില്ലായ്മയുടെ ഈ തോന്നൽ ഒരു പരിധി വരെ മിക്ക മനുഷ്യർക്കും ഉള്ളതാണെങ്കിലും ഒരുപാടു പേർക്ക് അത് അവരുടെ വിജയത്തിലേയ്ക്കുള്ള വലിയ

തടസ്സമായി ഭവിയ്ക്കുന്നു. "ഞാൻ മതിയായവനല്ല" എന്ന തോന്നലായി ട്ടാണ് ഈ തടസ്സങ്ങൾ പ്രകടമാക്കപ്പെടുന്നത്.

മറ്റുള്ളവർക്ക് മൂല്യം സൃഷ്ടിച്ചു കൊടുക്കുക

മൂല്യമുള്ള എന്തെങ്കിലും മറ്റുള്ളവർക്ക് നൽകി, അതിലൂടെ നിങ്ങളുടെ ലോകത്തിനും സംഭാവന നൽകി, ജീവിതത്തിൽ വിഭാവനം ചെയ്ത സാധ്യമായ എല്ലാ നല്ല കാര്യങ്ങളും, നേടിയെടുക്കുക എന്നത് നിങ്ങൾ അർഹിയ്ക്കുന്നത് തന്നെയാണ്. കഴിവുകളും വൈദഗ്ധ്യങ്ങളും വികസിപ്പിച്ച്, കഠിനമായി പരിശ്രമിച്ച്, മറ്റുള്ളവർക്ക് ഉപകാര പ്രദമാകുന്ന നന്മ പ്രവർത്തിച്ചാൽ, നേടിയെടുക്കുന്ന എല്ലാ അംഗീകാര ങ്ങളും പ്രതിഫലങ്ങളും നിങ്ങൾക്ക് അർഹതപ്പെട്ടതു തന്നെയായി രിക്കും. കുറ്റബോധത്തിന്റെയോ അർഹതയില്ല എന്ന ചിന്തയുടെയോ ആവശ്യം ഉദിക്കുന്നതേ ഇല്ല. മറ്റുള്ളവരുടെ ജീവിതത്തിന് മൂല്യം കൂട്ടുന്നതിലൂടെ, അതിൽ അല്പം നിങ്ങളിലേക്ക് തന്നെ വന്നു ചേരുന്നത് നിങ്ങൾ അർഹിയ്ക്കുന്നുണ്ട്. ഈ ലളിതമായ ആശയമാണ് സ്വതന്ത്ര വിപണികളുടെയും സ്വതന്ത്ര സമൂഹങ്ങളുടെയും അടിസ്ഥാനം.

സാമ്പത്തികമായി വലിയ വിജയങ്ങൾ നേടുമ്പോൾ ആളുകൾ നിങ്ങളോട് ചോദിക്കാം, "അത്രയും പണം സമ്പാദിച്ചതിൽ നിങ്ങൾക്ക് കുറ്റബോധം തോന്നുന്നില്ലേ?" അഭിമാനത്തോടെയും ആത്മവിശ്വാസത്തോടെയും നിങ്ങൾക്ക് മറുപടി നൽകാം, "ഒരിക്കലുമില്ല. ഒന്നുമില്ലാത്തവരെ സഹായിക്കുവാനുള്ള ഏറ്റവും മികച്ച വഴി അവരിൽ ഒരാൾ ആകാതിരിയ്ക്കൽ ആണെന്ന് ഞാൻ തീരുമാനിച്ചിട്ടുണ്ട്."

സ്വമേധയാ കൈമാറ്റം ചെയ്യുന്ന രീതി

ഒരു പ്രധാനപ്പെട്ട കാര്യമെടുക്കാം. പണം എപ്പോഴും ഏതെങ്കിലും തരത്തിലുള്ള സമ്പത്ത് ഉണ്ടാക്കിയെടുക്കുന്നതിലൂടെ ആണ് വരുന്നത്. ഒരാളുടെ കൈവശമുള്ള പണത്തിന്റെ ഭൂരിഭാഗവും, ആ വ്യക്തി, അവളുടെയോ അവന്റെയോ സമയവും അദ്ധ്വാനവും ഒരു ഉത്പന്നത്തിന്റെ നിർമ്മാണത്തിനോ അല്ലെങ്കിൽ ഏതെങ്കിലും സേവനത്തിനോ വേണ്ടി ഒരു നിശ്ചിത തുകയ്ക്ക് കൈമാറ്റം ചെയ്യു മ്പോൾ ഉണ്ടാകുന്നതാണ്.

മറ്റൊരു തരത്തിൽ, സാമ്പത്തിക സ്വാതന്ത്ര്യത്തിലേക്കുള്ള നിങ്ങളുടെ വഴിയിൽ, സ്വന്തമാക്കണമെന്ന് നിങ്ങൾ ആഗ്രഹിക്കുന്ന

ഓരോ രൂപയും, മറ്റേതെങ്കിലും തരത്തിൽ പണത്തിനായി പരിശ്രമിയ്ക്കുന്ന, ഒരാളിൽ നിന്ന് വരേണ്ടതുണ്ട്. നിങ്ങൾ കൊതിക്കുന്ന ഓരോ രൂപയും, അവനവനു വേണ്ടിയുള്ള പണ സമ്പാദനത്തിന് അദ്ധ്വാനിച്ച ഒരാളിൽ നിന്ന് സ്വമേധയാ നിങ്ങൾക്ക് പ്രതിഫലമായി കിട്ടുന്നതാണ്.

അങ്ങനെ വരുമ്പോൾ ജീവിതത്തിലെ പ്രധാന ചോദ്യം, മറ്റുള്ളവരുടെ കൈവശമുള്ള പണത്തിന് അർഹനാകാൻ ഞാൻ എന്ത് ചെയ്യണം എന്നതായി മാറുന്നു.

സംഭാവനയുടെ ശക്തി

വ്യാപാരത്തിലെയും ധനകാര്യത്തിലെയും മിക്ക തെറ്റിദ്ധാരണകളും 'വിജയ'മെന്ന വാക്കിനെ 'സംഭാവന'യെന്ന വാക്കിനാൽ മാറ്റി സ്ഥാപിച്ചാൽ ഒഴിവാക്കാൻ കഴിയുന്നവയാണ് എന്നാണ് പീറ്റർ ഡ്രൂക്കർ പറയുന്നത്.

ചുറ്റിലും നോക്കിയാൽ, ലോകത്തിലെ ഏറ്റവും സമ്പന്നരായ മനുഷ്യരാണ്, ഏറ്റവുമധികം ആളുകൾക്ക് കൂടുതൽ സംഭാവനകൾ നൽകുന്നതെന്ന് കാണാം. വളരെയധികം ആളുകൾ അവരുടെ ജീവിത നിലവാരം വർദ്ധിപ്പിയ്ക്കാനായി ഇഷ്ടത്തോടെയും ആവേശത്തോടെയും വാങ്ങുന്ന ഉത്പന്നങ്ങളും സേവനങ്ങളും സൃഷ്ടിയ്ക്കുന്നത് അവരാണ്.

ഞാൻ സമ്പാദിയ്ക്കാൻ ആഗ്രഹിക്കുന്ന അത്രയും പണം മറ്റുള്ളവർ എനിയ്ക്ക് നൽകാൻ കാരണമാകുന്ന എന്ത് സംഭാവനയാണ് ഞാൻ ചെയ്യാൻ പോകേണ്ടത് എന്ന ചോദ്യമാണ് നിങ്ങൾ ചോദിയ്ക്കേണ്ടതും ഉത്തരം കണ്ടെത്തേണ്ടതും. നിങ്ങളുടെ സാമ്പത്തിക ജീവിതത്തെ സംബന്ധിച്ച ഏറ്റവും പ്രധാനപ്പെട്ട ചോദ്യം തന്നെ ഇതായിരിക്കും. നിങ്ങൾ ഇന്ന് എന്താണ് ചെയ്യുന്നത്? ഭാവിയിൽ എന്താണ് ചെയ്യാൻ സാധിയ്ക്കുക? നിങ്ങൾക്ക് കിട്ടാൻ ആഗ്രഹിക്കുന്ന പണം എന്തുകൊണ്ട് നിങ്ങൾ അർഹിക്കുന്നു? മറ്റുള്ളവർ അവരുടെ വ്യക്തിപരമായ അദ്ധ്വാനങ്ങളിൽ നിന്ന് സമ്പാദിച്ച പണം സ്വമേധയാ നിങ്ങൾക്ക് നൽകുന്നതിനായി എന്ത് മൂല്യമാണ് നിങ്ങൾ മറ്റുള്ളവർക്ക് നൽകാൻ പോകുന്നത്?

എല്ലാത്തിലുമുപരി, ആഗ്രഹിക്കുന്ന തരത്തിൽ ഉള്ള ബാഹ്യജീവിതത്തിന് അർഹരാകാൻ, അറിവിന്റെയും കഴിവിന്റെയും വ്യക്തി

ത്വത്തിന്റെയും കാര്യത്തിൽ നിങ്ങൾ മനസ്സ് കൊണ്ട് ഏത് തരത്തിൽ ഉള്ള മനുഷ്യൻ ആണ് ആയിത്തീരേണ്ടത്.

സ്വന്തം കാര്യങ്ങളെയും, എന്ത് നേടാൻ കഴിയുമെന്നതിനെയും കുറിച്ചുള്ള ചിന്തകൾ നിർത്തി വെക്കുകയും, സേവിയ്ക്കാൻ ആഗ്രഹിക്കുന്ന മനുഷ്യരുടെ മനസ്സുകളിലേക്കും ഹൃദയങ്ങളിലേക്കും ശ്രദ്ധ പതിപ്പിയ്ക്കുകയും ചെയ്താൽ, അന്യരെ സഹായിക്കാൻ ഉതകുന്ന എല്ലാ തരത്തിലുമുള്ള സാധ്യതകളും അവസരങ്ങളും നിങ്ങൾ കാണുന്നതാണ്. നൽകുന്നതിൽ ശ്രദ്ധ കേന്ദ്രീകരിച്ചു തുടങ്ങിയാൽ നിങ്ങൾ, സത്യമായും സമ്പന്നരുടെ പാതയിലേക്ക് നടന്നടുക്കുന്നതായിരിക്കും.

അധ്യായം 2

പറക്കുവാനുള്ള സാധ്യതകളുടെ അവലോകനം

"നമ്മുടെ മുഖ്യ വിഷയം, അകലെ, അവ്യക്തമായിട്ടുള്ളതിനെ കാണുന്നതല്ല കയ്യെത്തും ദൂരത്ത്, കൃത്യമായുള്ളതിനെ അറിയുന്നതാണ്."

– തോമസ് കാർലിൽ

നിങ്ങൾ എന്താണെന്നും, എന്താണ് വേണ്ടതെന്നും ജീവിതത്തിന്റെ ഓരോ മേഖലയിലും നിങ്ങളുടെ യഥാർത്ഥ ലക്ഷ്യം എന്താണെന്നും വ്യക്തമായിക്കഴിഞ്ഞാൽ, ലക്ഷ്യസ്ഥാനത്തേയ്ക്ക് എത്തുന്നതിനുള്ള വ്യത്യസ്തമായ വഴികളെ കുറിച്ച് നിങ്ങൾക്ക് അവലോകനം ചെയ്തു തുടങ്ങാം. ലക്ഷ്യങ്ങൾ നേടുന്നതിനും ലക്ഷ്യസ്ഥാനത്ത് സമയത്ത് എത്തുന്നതിനും വേണ്ട തന്ത്രങ്ങളും നടപടികളും നിങ്ങൾക്കിപ്പോൾ തീരുമാനിച്ചു തുടങ്ങാം.

സാധ്യതകൾ തുടർച്ചയായി വികസിപ്പിച്ചു കൊണ്ടിരിക്കുക

ഞാൻ എക്കാലത്തേയ്ക്കും പഠിച്ച പരമപ്രധാനമായ നിയമമിതാണ് : നന്നായി വികസിപ്പിച്ചെടുത്ത നിങ്ങളുടെ സാധ്യതകൾക്കനുസരിച്ച് മാത്രമാണ് നിങ്ങളുടെ സ്വാതന്ത്ര്യമിരിയ്ക്കുന്നത്.

ഉദാഹരണത്തിന്, ഒരു ചുമതല നിർവ്വഹിയ്ക്കാൻ നിങ്ങൾക്ക് ഒരു വഴി മാത്രമാണുള്ളതെന്നും അത് ഫലപ്രദമായി നടന്നു പോകുന്നില്ലെന്നും കരുതുക. നിങ്ങൾ വഴിയിൽ തടയപ്പെടുന്നതാണ്. ഒരു ലക്ഷ്യം നേടുന്നതിനോ ലക്ഷ്യസ്ഥാനത്ത് എത്തുന്നതിനോ നിങ്ങൾക്ക് ഒരേ ഒരു തിരഞ്ഞെടുപ്പോ, ബദൽ സംവിധാനം മാത്രമോ ഉണ്ടാകുകയും ആ മാർഗ്ഗം ഏതെങ്കിലും വിധത്തിൽ പരാജയപ്പെടുകയും ചെയ്യുന്നുവെങ്കിൽ നിങ്ങൾ പൂർണ്ണമായും ഒറ്റപ്പെടുന്നു.

ഉദ്ദേശിച്ച വഴികളിൽ, എന്തെങ്കിലും തടസ്സം നേരിടുമെന്നു കരുതി, വിജയികളായ മനുഷ്യർ നിരന്തരമായി മറ്റു സാധ്യതകൾ അന്വേഷിച്ചുകൊണ്ടേ ഇരിക്കുന്നു.

അപ്രതീക്ഷിതമായ തിരിച്ചടികൾക്കും വിപരീത ഫലങ്ങൾക്കും നഷ്ടോത്തരവാദം ചെയ്യാൻ അവർ, പകരമായി ഉള്ള പദ്ധതികൾ വികസിപ്പിക്കുന്നു. അനന്തരഫലമായി, കാര്യങ്ങൾ മാറി മറിയുമ്പോൾ, എപ്പോഴുമെന്ന പോലെ വിജയിക്കുന്ന മനുഷ്യർ ശാന്തരും പിരിമുറുക്കം ഇല്ലാത്തവരുമായി കാണപ്പെടുന്നു. സംഭവിക്കാൻ സാധ്യതയുള്ള ഏറ്റവും മോശമായ അവസ്ഥകളെ കുറിച്ച് അവർ നേരത്തെ ചിന്തിച്ചിട്ടുണ്ടായിരിക്കുമെന്നതിനാൽ അവയെ നേരിടാൻ പര്യാപ്തമായ പദ്ധതികളും ഉണ്ടായിരിക്കും.

സാധ്യതകളെ വർദ്ധിപ്പിയ്ക്കുക

മികച്ച നിലയിലുള്ള ശാരീരികക്ഷമത നേടിയെടുക്കുക എന്നതാണ് നിങ്ങളുടെ ലക്ഷ്യമെങ്കിൽ ഒതുക്കവും കരുത്തും ആരോഗ്യവുമുള്ള ശരീരത്തിനായി നിങ്ങൾ ചെയ്യേണ്ടുന്ന ഏഴ് പ്രവൃത്തികളുടെ ലിസ്റ്റ് ഉണ്ടാക്കണം. നിങ്ങൾ ആരംഭിയ്ക്കേണ്ടതും നിർത്തി വെയ്ക്കേണ്ടതുമായ കാര്യങ്ങൾ എന്തൊക്കെയാണ്? ഏറ്റവും നല്ല ആരോഗ്യവും കായികക്ഷമതയും നേടിയെടുക്കണമെന്നുണ്ടെങ്കിൽ, രാവിലെ ഉറങ്ങി എഴുന്നേൽക്കുന്നതു മുതൽക്ക്, ഓരോ ദിവസവും നിങ്ങൾ എങ്ങനെയാണ് ആസൂത്രണം ചെയ്യുന്നത്?

സന്തുഷ്ടകരമായ ഒരു കുടുംബ ജീവിതം ഉണ്ടാകുന്നതോ, വിസ്മയകരമായ ഒരു ബന്ധത്തിൽ ഏർപ്പെടുന്നതോ ആണ് നിങ്ങളുടെ ലക്ഷ്യമെങ്കിൽ, ആഗ്രഹ സാഫല്യങ്ങൾക്കായി ചെയ്യാൻ കഴിയുന്ന എല്ലാ കാര്യങ്ങളുടെയും ഒരു പട്ടിക ഉണ്ടാക്കുക. ജീവിതത്തിലെ സുപ്രധാന വ്യക്തികളോട്, അവരുമായുള്ള ബന്ധം മെച്ചപ്പെടുത്തുന്നതിന് കൂടുതലായി ചെയ്യേണ്ടുന്ന കാര്യങ്ങളെക്കുറിച്ചോ ചെയ്യാതിരി

ക്കേണ്ടവയെക്കുറിച്ചോ ചോദിച്ചു മനസ്സിലാക്കുക. അവരെ സന്തോഷിപ്പിക്കേണ്ടതിനായി, നിങ്ങൾ ചെയ്തു തുടങ്ങണമെന്നും, അല്ലെങ്കിൽ ചെയ്യാതിരിക്കണമെന്നും അവർ ആഗ്രഹിക്കുന്നതെന്താണ്?

നല്ല തിരഞ്ഞെടുപ്പുകളും മികച്ച തീരുമാനങ്ങളും

ജീവിതം മൊത്തമായി തന്നെ തിരഞ്ഞെടുപ്പുകളുടെയും തീരുമാനങ്ങളുടെയും ഒരു ശ്രേണിയാണ്. ഇന്നത്തെ നിങ്ങളുടെ ജീവിത നിലവാരം, കഴിഞ്ഞ കാലത്തെ തിരഞ്ഞെടുപ്പുകളെയും തീരുമാനങ്ങളെയും വലിയ തോതിൽ ആശ്രയിച്ചിരിക്കുന്നു. ഭാവിയിലെ ജീവിത നിലവാരം ഇന്നത്തെ തിരഞ്ഞെടുപ്പുകളും തീരുമാനങ്ങളും അനുസരിച്ചാണ് ഇരിയ്ക്കുന്നത്; പ്രത്യേകിച്ച് ലക്ഷ്യങ്ങൾ നേടുന്നതിന്റെയും ലക്ഷ്യസ്ഥാനങ്ങളിൽ എത്തുന്നതിന്റെയും നിർണ്ണായകമായ കാര്യങ്ങളിൽ.

ഒരു പ്രത്യേക ജോലി എന്നതോ പ്രത്യേക സ്ഥാപനത്തിൽ ജോലി ചെയ്യുക എന്നുള്ളതോ, ഒരു വ്യാപാരം തുടങ്ങുക എന്നുള്ളതോ ആയ തിരഞ്ഞെടുപ്പിന്, നിങ്ങളുടെ ജീവിതത്തിന്റെയും വിധിയുടെ തന്നെയും മുഴുവൻ ദിശമാറ്റുവാൻ സാധിക്കും. അതു കൊണ്ടു തന്നെ, അവസാന തീരുമാനം എടുക്കുന്നതിനു മുൻപ് ആവശ്യമുള്ള അത്രയും സമയം ചിന്തിക്കുവാൻ എടുക്കുകയും നിങ്ങളുടെ തിരഞ്ഞെടുപ്പുകളുമായി പൂർണ്ണമായി പൊരുത്തപ്പെടുകയും വേണ്ടതുണ്ട്.

ഞങ്ങളുടെ വിപുലമായ പഠന പദ്ധതിയിൽ ഉൾപ്പെടുത്തുന്ന ഒരു ആശയമാണ്, "മണിക്കൂറുകൾക്ക് അനുസരിച്ചുള്ള വേതനം." ഒരു വർഷം ഒരു ഉന്നത ഉദ്യോഗസ്ഥനോ സംരംഭകനോ ജോലിയെടുക്കുന്ന ഏകദേശ മണിക്കൂറുകളുടെ എണ്ണമായ 2000 കൊണ്ട്, ഉപഭോക്താക്കൾ എല്ലാവരും വാർഷിക വരുമാനത്തെ ഹരിയ്ക്കുന്നു. ഈ തുകയാണ് അവരുടെ 'മണിക്കൂറിലെ വേതനം'.

ഉദാഹരണത്തിന് നിങ്ങൾ ഒരു വർഷം $50000 സമ്പാദിയ്ക്കുന്നുവെങ്കിൽ, ആ തുകയെ 2000 കൊണ്ട് ഹരിച്ചാൽ മണിക്കൂറിന് $25 ലഭിക്കുന്നു. നിങ്ങളുടെ വാർഷിക വരുമാനം $100000 ആണെങ്കിൽ മണിക്കൂറിലെ വേതനം $50 ആയിരിക്കും.

നിങ്ങളുടെ സമയത്തെയും ജീവിതത്തെയും കുറിച്ച് പദ്ധതികൾ ഒരുക്കുന്നതിനു മുൻപായി, ഇന്നത്തെ നിങ്ങളുടെ മണിക്കൂർ നിരക്കിനെക്കുറിച്ചും ഭാവിയിൽ ഉണ്ടാകാൻ ആഗ്രഹിക്കുന്ന മണിക്കൂറിലെ വേതനത്തെക്കുറിച്ചും തികഞ്ഞ ധാരണ ഉണ്ടായിരിക്കേണ്ടതാണ്.

കുറഞ്ഞ നിരക്കിൽ അല്ലെങ്കിൽ, വേതനമൊന്നുമില്ലാതെ നിങ്ങൾ ചിലവിടുന്ന ഓരോ മണിക്കൂറും $25, $50 അല്ലെങ്കിൽ അതിൽ കൂടുതൽ നഷ്ടം ഉണ്ടാക്കുന്നുണ്ട്. ജോലി ചെയ്യേണ്ടുന്ന ദിവസങ്ങളിൽ നിങ്ങൾ ചെയ്യാൻ തീരുമാനിക്കുന്ന ഓരോ കാര്യങ്ങളും, നിങ്ങൾ ആഗ്രഹിക്കുന്ന മണിക്കൂർ നിരക്കിൽ ഒന്നുകിൽ സമ്പാദ്യമോ നഷ്ടമോ നൽകുന്നുണ്ട്.

ഏറ്റവും ഉന്നതവും മികച്ചതുമായ സമയോപയോഗ നിർണ്ണയം

നിങ്ങൾ ഏത് തൊഴിൽ തിരഞ്ഞെടുത്താലും, ഏത് സ്ഥാപനത്തിൽ ജോലി ചെയ്യാൻ തീരുമാനിച്ചാലും, പണം ഏത് രീതിയിൽ നിക്ഷേപിയ്ക്കാൻ ഉദ്ദേശിച്ചാലും, സമയം ഏത് കാര്യങ്ങളിൽ ചിലവിടാൻ പദ്ധതിയിട്ടാലും, ശ്രദ്ധയോടെ ആലോചിയ്ക്കുകയും സമയത്തിന്റെയും വിഭവങ്ങളുടെയും ഏറ്റവും മികച്ചതും ഉന്നതവുമായ ഉപയോഗപ്പെടുത്തലാണതെന്ന് ഉറപ്പ് വരുത്തുകയും ചെയ്യുക.

ഇപ്പോഴുള്ള നിങ്ങളുടെ ഇടത്തിൽ സന്തോഷവാന്മാർ അല്ലെങ്കിൽ നിഷ്ക്രിയരാകുന്നതിനേക്കാൾ സജീവമായി ഇടപെടുന്നവരാകുക. ചെയ്യുന്ന ജോലിയിൽ സംതൃപ്തിയില്ലെങ്കിൽ കൂടുതൽ മികച്ചത് കണ്ടെത്താൻ ശ്രമിക്കുക. നിലവിലെ ബന്ധം സന്തുഷ്ടമല്ലെങ്കിൽ, മെച്ചപ്പെടുത്താനുള്ള ശ്രമം നടത്തുകയും കഴിയുന്നില്ലെങ്കിൽ തിരിഞ്ഞു നടക്കാൻ തയ്യാറെടുക്കുകയും ചെയ്യുക.

പരിഹരിക്കാൻ വിസമ്മതിയ്ക്കുക

അബ്രഹാം മാസ്ലോ ഒരിയ്ക്കൽ എഴുതി. മനുഷ്യ വംശത്തിന്റെ ഗാഥ സ്വയം ചെറുതായി കണ്ട പുരുഷന്മാരുടെയും സ്ത്രീകളുടെയും കഥകളാണ്.

കുറേ അധികം മനുഷ്യർ, അധൈര്യവും ഭീരുത്വവും കാരണം, നേട്ടങ്ങൾ ഉണ്ടാക്കാനുള്ള ശരിയായ അവരുടെ സാധ്യതകളേക്കാൾ വളരെ കുറഞ്ഞ കാര്യങ്ങളിൽ ഒതുക്കപ്പെടുന്നു. ഇഷ്ടമില്ലാത്ത തൊഴിലുകളിൽ അവർ തുടരുന്നു. സന്തോഷിപ്പിയ്ക്കാത്ത ബന്ധങ്ങളിൽ നിലനിന്നു പോരുന്നു. ദോഷകരമായ ആരോഗ്യശീലങ്ങളിൽ അത്തരക്കാർ മുഴുകുന്നു. തങ്ങൾക്ക് ഗ്രാഹ്യമില്ലാത്ത ഇടങ്ങളിൽ പണം നിക്ഷേപിയ്ക്കുകയും, കാലങ്ങൾക്ക് ശേഷം അബദ്ധം പിണഞ്ഞു

എന്ന് മനസ്സിലാക്കുകയും ആ പണം അവിടെ ഉപേക്ഷിയ്ക്കുകയും ചെയ്യുന്നു.

ജീവിതത്തിന്റെ ഏതെങ്കിലും മേഖലയിൽ, നിലവിലുള്ള ഇടത്തിൽ നിങ്ങൾ സംതൃപ്തരല്ലെങ്കിൽ, ഒരു വില കൊടുത്ത് സ്വതന്ത്രരാകാൻ എല്ലായ്പ്പോഴും അവസരമുണ്ടെന്ന് ഓർമ്മിയ്ക്കുക. എന്ത് വിലയാണ് കൊടുക്കേണ്ടി വരികയെന്ന് നിങ്ങൾക്കു തന്നെ അറിയാൻ സാധിക്കും.

ആഗ്രഹിക്കുന്നത് ആവശ്യപ്പെടുക

ഔദ്യോഗികസ്ഥലങ്ങളിലും വ്യക്തി ജീവിതത്തിലും, നിങ്ങൾക്ക് വാഗ്ദാനം ചെയ്യപ്പെട്ടിരുന്ന ഏതൊരു ഉപാധികളും, നിബന്ധനകളും, ആരോ നിർണ്ണയിച്ചവയും മാറ്റാരാലോ മാറ്റപ്പെടാവുന്നതുമാണെന്ന് ഓർമ്മിയ്ക്കുക. ഇത് ഒരു ജോലിയെ സംബന്ധിച്ച ശമ്പളമോ വ്യവസ്ഥകളോ,ഒരു കരാറിന്റെ നിബന്ധനകളോ,ഉൽപന്നങ്ങളുടെയോ സേവനങ്ങളുടെയോ വിലയോ, ഓഫീസിന്റെയോ ഉപകരണങ്ങളുടെയോ വാടകയോ പാട്ട നിരക്കോ, കടങ്ങളോ വായ്പകളോ സംബന്ധിച്ച ബാങ്ക് നിബന്ധനകളോ ആകട്ടെ, ഏതെങ്കിലും കാരണത്താൽ നിങ്ങൾ സംതൃപ്തരല്ലാത്ത പക്ഷം, അനിവാര്യമായ മാറ്റങ്ങൾ ആവശ്യപ്പെടാൻ വൈമനസ്യം കാണിയ്ക്കാതിരിയ്ക്കുക.

നിങ്ങൾ ആവശ്യപ്പെടുന്നതിനു *മുൻപുള്ള* ഉത്തരം പ്രതികൂലമായിരിക്കുമെന്ന് ഓർമ്മിക്കുക. ചോദിച്ചതിനു ശേഷവും നിങ്ങൾക്ക് പ്രതികൂലമായ മറുപടി ആണ് ലഭിയ്ക്കുന്നതെങ്കിൽ, ആകെ നഷ്ടമാകുന്നത് ജീവിതത്തിലെ കുറച്ചു സെക്കന്റുകൾ ആയിരിക്കും. പക്ഷെ അനുകൂലമായൊരു മറുപടി ആണെങ്കിൽ അത് നിങ്ങളുടെ ഭാവി ജീവിതം തന്നെ മാറ്റി മറിച്ചേക്കാം.

“സാഹസികതകൾ ഇല്ലെങ്കിൽ ഒന്നും നേടാനാവുന്നില്ല.” എന്നൊരു പഴമൊഴി ഇല്ലേ? ബൈബിൾ പറയുന്നുണ്ട്, “നിങ്ങൾ ഒന്നും ഇല്ലാത്തവരാകുന്നു. കാരണം നിങ്ങളൊന്നും ചോദിക്കാത്തവരാകുന്നു.” ചോദിക്കാൻ അധൈര്യപ്പെടാതിരിയ്ക്കുക.

വിശാലമായി വല വീശുക

ആശയത്തോടു കൂടിയ ഒരു നിയമം ഇതാണ് : ഗുണനിലവാരം അളവിന്റെ ഒരു പ്രവർത്തനമാണ്. നിങ്ങൾ ഉദ്യമങ്ങൾക്ക്

ഇറങ്ങിപ്പുറപ്പെട്ടും മുൻപ്, ലക്ഷ്യസാധൂകരണത്തിന്, എത്രയധികം മാർഗ്ഗങ്ങൾ പരിഗണിയ്ക്കുന്നുവോ, നിങ്ങളുടെ തിരഞ്ഞെടുപ്പിന്റെ ഗുണനിലവാരം അത്രത്തോളം മികച്ചതായിരിക്കും.

വല വീശുന്നത് വിശാലമായി തന്നെ ആയിരിക്കണം. ആദ്യം തോന്നുന്ന ആശയവുമായി പ്രണയത്തിലാകുകയേ അരുത്.

വികാരങ്ങൾ വിലയിരുത്തലുകളെ വളച്ചൊടിയ്ക്കാൻ പോന്നവയാണെന്ന് സ്വയം ഓർമ്മിപ്പിച്ചു കൊണ്ടിരിക്കണം.

അതായത്, നിങ്ങളുടെ നടപടികളെ തുടക്കത്തിൽ തന്നെ കൂടുതൽ വികാരപരമായി സമീപിച്ചാൽ, മികച്ച തീരുമാനങ്ങൾ എടുക്കാനും ലക്ഷ്യസ്ഥാനത്തേയ്ക്കുള്ള ഏറ്റവും അനുയോജ്യമായ വഴി തീരുമാനിയ്ക്കാനുമുള്ള നിങ്ങളുടെ കഴിവ് കുറഞ്ഞു പോകുന്നതായിരിക്കും.

സ്വയം ഉപദേശകനാവുക

ലക്ഷ്യം നേടുവാനോ ലക്ഷ്യസ്ഥാനത്ത് എത്തിച്ചേരുവാനോ സഹായകമായ നിർദ്ദേശങ്ങൾ സ്വയം നൽകുന്ന ഒരു ഉപദേശകനായി നിങ്ങളെ വിഭാവനം ചെയ്യുക. സ്വന്തം ഉപദേശകൻ ആണെന്നിരിയ്ക്കെ, സ്വയം നൽകാൻ പോകുന്ന ഉപദേശങ്ങളെ സംബന്ധിച്ച്, ശാന്തനും അക്ഷോഭ്യനും നിഷ്പക്ഷനുമായിരിക്കാൻ നിങ്ങൾ നിർബന്ധപൂർവ്വം ശ്രമിയ്ക്കേണ്ടതാണ്.

ഒരു തീരുമാനത്തിൽ വികാരപരതയ്ക്കും, അഭിനിവേശത്തിനും ആവേശത്തിനും പ്രതിബദ്ധതയ്ക്കും നിശ്ചിത സമയമുണ്ട്. പക്ഷേ അതെല്ലാം തന്നെ നിങ്ങളുടെ ഏറ്റവും മികച്ച തിരഞ്ഞെടുപ്പിനു ശേഷമായിരിക്കണം. ശരിയായ തീരുമാനമാണ് എടുക്കുന്നതെന്ന് ഉറപ്പു വരുത്താൻ, അതുവരെ നിങ്ങൾ നിസ്സംഗനും നിഷ്പക്ഷനുമായി തുടരേണ്ടതുണ്ട്.

നിങ്ങളുടെ ആശയങ്ങളുമായി, പ്രത്യേകിച്ച് പ്രാഥമിക ആശയങ്ങളുമായി ഒരിക്കലും പ്രണയത്തിലാകരുത്. നിങ്ങളുടെ ലക്ഷ്യലബ്ധിയ്ക്ക്, ഒരുപക്ഷേ കൂടുതൽ മെച്ചപ്പെട്ട വഴികൾ ഉണ്ടാകാനുള്ള സാധ്യതയെ എപ്പോഴും സ്വാഗതം ചെയ്തു നോക്കുക.

സമ്പത്തിന്റെ അടിസ്ഥാനം

സാമ്പത്തികമായ വിജയമാണ് നിങ്ങൾ ഉന്നം വയ്ക്കുന്നതെങ്കിൽ, മൂല്യ വർദ്ധനവ് മാത്രമാണ് ശാശ്വതമായി അത് എത്തിപ്പിടിയ്ക്കുവാനുള്ള

ഒരേ ഒരു വഴി. പ്രവചിയ്ക്കാവുന്നതും സ്ഥായിയായതുമായ എല്ലാ ദീർഘകാല സമ്പാദ്യങ്ങളും ഏതെങ്കിലും വിധത്തിൽ ഉള്ള മൂല്യ വർദ്ധനവിലൂടെ മാത്രമേ സാധിയ്ക്കുകയുള്ളൂ. മറ്റുള്ളവർ ആഗ്രഹിക്കുന്നതും അവർക്ക് ആവശ്യമുള്ളതും പണം നൽകി വാങ്ങാൻ തയ്യാറുള്ളതുമായ സാധനങ്ങളും സേവനങ്ങളും, സമാനമായ രീതിയിൽ തങ്ങളുടെ ഉൽപന്നങ്ങളും സഹായങ്ങളും ഇതേ ആളുകൾക്ക് വിൽക്കാൻ ശ്രമിയ്ക്കുന്നവരുമായി മത്സരിച്ച്, ലഭ്യമാക്കുന്നതിലൂടെ ആണ് അത് സാധ്യമാകുന്നത്. ലളിതമായ ഒരു സാമ്പത്തിക തത്വമാണിത്. ദീർഘകാലാടിസ്ഥാനത്തിൽ അലംഘനീയവും.

ഒരു പക്ഷേ ബൈബിളിലെ ഏറ്റവും മഹത്തായ നിയമം വിതയ്ക്കുന്നതിനെയും കൊയ്യുന്നതിനെയും കുറിച്ചുള്ളതാണ്.

"നിങ്ങൾ വിതയ്ക്കുന്നത് നിങ്ങൾ കൊയ്യുന്നു." ഔദ്യോഗിക ജീവിതത്തിലും കുടുംബത്തിലും ആരോഗ്യത്തിലും സാമ്പത്തിക ജീവിതത്തിലും നിങ്ങൾ വിതയ്ക്കുന്നത് തന്നെയായിരിക്കും നിങ്ങൾക്ക് അനുഭവത്തിൽ കൊയ്യാനും കഴിയുന്നത്. ഇന്ന് നിങ്ങൾ കൊയ്തെടുക്കുന്നത് എന്തു തന്നെയായാലും, ഇന്നലെ വിതച്ചതിന്റെ നേരിട്ടുള്ള ഫലമായിരിക്കും അത്. ഇപ്പോഴത്തെ നിങ്ങളുടെ 'വിളയിൽ' സന്തുഷ്ടിയില്ല എന്നാണെങ്കിൽ, വ്യത്യസ്തമായതെന്തെങ്കിലും വിതയ്ക്കാൻ ഇന്ന് ആരംഭിയ്ക്കേണ്ടതാണ്. മഹത്തായൊരു മാതൃകയിൽ മറ്റുള്ളവർക്ക് മൂല്യം ചാർത്തി കൊടുക്കാൻ ഇന്നു തന്നെ തുടങ്ങുക.

നിയമം കൊയ്യുന്നതിന്റെയും വിതയ്ക്കുന്നതിന്റെയും അല്ലെന്നു കൂടി ശ്രദ്ധിയ്ക്കുക. എപ്പോഴും വിതയ്ക്കുന്നത് ആദ്യവും, പലപ്പോഴും വിളവെടുപ്പിനു മുൻപ് ദീർഘ കാലത്തേയ്ക്ക് നീണ്ടു നിൽക്കുന്നതുമായിരിക്കും.

തോമസ് സ്റ്റാൻലിയുടെയും വില്യം ഡാങ്കോവിന്റെയും *"മില്യണയർ, നെക്സ്റ്റ് ഡോർ"* എന്ന പുസ്തകത്തിൽ പറയുന്നത്, അമേരിക്കയിലെ സ്വയംകൃതരായ ശരാശരി കോടീശ്വരന്മാർ അത്രയും സമ്പാദിയ്ക്കുന്നതിനായി ഇരുപത്തിരണ്ടു വർഷക്കാലത്തെ കഠിനപ്രയത്നവും ത്യാഗവും തിരിച്ചടികളും പ്രയാസങ്ങളും താൽക്കാലിക പരാജയങ്ങളും മുതൽ മുടക്കിയിട്ടുണ്ടായിരിക്കുമെന്നാണ്.

സമാന്യമായതിനെ പരാജയപ്പെടുത്തിക്കൊണ്ട് സാമ്പത്തിക രേഖയുടെ മുന്നിലേക്ക് ചാടിക്കടക്കാമെന്ന് കരുതുന്നവർ, സാധാരണയായി, ആവശ്യമായ കഠിന പരിശ്രമങ്ങൾ മുന്നോട്ടു വെയ്ക്കുന്നതിന് തയ്യാറെടുക്കാത്തവരായിരിക്കും. തൽഫലമായി അത്തരക്കാർക്ക് ജീവിതകാലം മുഴുവൻ വരിയുടെ പിൻഭാഗത്തു തന്നെ ചിലവഴി

ക്കേണ്ടി വരുന്നു. ഒരിക്കലും നിങ്ങൾക്കിത് സംഭവിക്കാൻ ഇടവരുത്താതിരിക്കുക.

ഒരു പട്ടികയിൽ ആരംഭിയ്ക്കുക

സാമ്പത്തിക ലക്ഷ്യമാണ് നിങ്ങളുടേതെങ്കിൽ അതിലേക്ക് എത്തുവാനുള്ള, സാധ്യവും വ്യത്യസ്തവുമായ വഴികളുടെ ഒരു ലിസ്റ്റ് ഉണ്ടാക്കുക. പരിഗണിയ്ക്കാവുന്ന മാർഗ്ഗങ്ങൾ കൂടുതൽ ഉള്ളിടത്തോളം, നിങ്ങൾക്ക് മെച്ചപ്പെട്ട തീരുമാനമായിരിക്കും എടുക്കാൻ സാധിയ്ക്കുന്നത്. എട്ട് ഉദാഹരണങ്ങൾ വായിക്കാം :

1. ഒരു പുതിയ ബിസിനസ് ആരംഭിച്ച് നിങ്ങളുടെ ലക്ഷ്യം നേടാനാകും.
2. നിങ്ങൾക്ക് നിലവിലുള്ള ഒരു ബിസിനസ്സ് വാങ്ങുകയും അത് ലാഭകരമാക്കുകയും ചെയ്യാം.
3. ചെയ്യുന്ന കാര്യങ്ങളിൽ മികച്ചവരാകാനും, അതിന് മികച്ച വേതനം നേടിയെടുക്കാനും, തൊഴിലിൽ ഏർപ്പെട്ടുന്നിടത്തോളം, ശ്രദ്ധയോടെ നിക്ഷേപം നടത്തി, പണം സമ്പാദിയ്ക്കാനും നിങ്ങൾക്ക് കഴിയും.
4. കെട്ടിടം, ഭൂമി മുതലായ സ്ഥാപന വസ്തുക്കളിൽ പണം നിക്ഷേപിയ്ക്കാൻ നിങ്ങൾക്ക് കഴിയും. നവീകരിയ്ക്കാനോ അല്ലെങ്കിൽ മറിച്ച് വിൽക്കുവാനോ വാടകയ്ക്ക് നൽകുവാനോ കൈകാര്യം ചെയ്യുവാനോ ഒക്കെ സാധിക്കും.
5. പുതിയതായി ആരംഭിയ്ക്കുന്ന സംരംഭങ്ങളിൽ സ്റ്റോക്ക് ഓപ്ഷനുകൾക്ക് പകരമായി നിങ്ങളുടെ പ്രത്യേക കഴിവുകളും വൈദഗ്ധ്യങ്ങളും സംഭാവന ചെയ്യാൻ കഴിയും; പ്രസ്തുത സ്ഥാപനങ്ങൾ വിജയകരമായി പോവുകയാണെങ്കിൽ.
6. വില്പനാധികാരം വാങ്ങുവാനും അത് വിജയകരമാക്കുവാനും നിങ്ങൾക്ക് കഴിയും.
7. നിങ്ങളുടെ വിനോദവൃത്തികളോ, അഭിരുചികളോ, പണസമ്പാദനത്തിനുള്ള മാർഗ്ഗമായി മാറ്റിയെടുക്കാൻ കഴിയും.
8. വിജയകരമായി മുന്നോട്ടു പോകുന്ന ഒരു സ്ഥാപന

ത്തിൽ, ജോലിയെടുക്കുന്നതിനായി നിങ്ങൾക്ക് നിങ്ങളെത്തന്നെ സമർപ്പിയ്ക്കാൻ സാധിക്കും. തൊഴിലിൽ തികഞ്ഞ മികവ് പ്രകടിപ്പിയ്ക്കുവാനും അങ്ങനെ പ്രസ്തുത മേഖലയിൽ ഏറ്റവും നല്ല വേതനം പറ്റുന്ന ആളായി മാറാനും നിങ്ങൾക്ക് സാധിക്കും. ഈ മുന്തിയ വരുമാനം, ശരിയായ രീതിയിൽ നിക്ഷേപിച്ചു കൊണ്ട് നിങ്ങൾക്ക് സമ്പന്നനാകാൻ കഴിയും.

ഈ പദ്ധതികളിൽ ഓരോന്നും ഒന്നുമില്ലായ്മയിൽ നിന്ന് ആരംഭിച്ച് കോടീശ്വരന്മാരായ ദശലക്ഷക്കണക്കിന് ആളുകളാൽ പരീക്ഷിച്ച് വിജയിച്ചവയാണ്. ഈ പദ്ധതികളിൽ എല്ലാം തന്നെ നിങ്ങൾ മറ്റുള്ളവർക്ക് കൊടുക്കുന്ന സേവനങ്ങളിൽ ഏതെങ്കിലും വിധത്തിൽ മികച്ചു നിൽക്കേണ്ടത് ആവശ്യമായി വരുന്നുണ്ട്.

പ്രത്യാശ ഒരു തന്ത്രമല്ല

പ്രത്യാശിയ്ക്കുന്നത് ഒരു തന്ത്രമല്ല എന്ന് ഓർമ്മിയ്ക്കുക. നിങ്ങളുടെ സമയമോ പണമോ മനസ്സോ, ഒരു ജോലിയിലോ, വ്യാപാരത്തിലോ ബന്ധത്തിലോ നിക്ഷേപിയ്ക്കുന്നതിനു മുൻപ് സൂക്ഷ്മ പരിശോധന നടത്തുക. നിങ്ങളുടെ ലക്ഷ്യസ്ഥാനത്തേയ്ക്ക് പരിഗണിച്ച വഴികളുടെ എല്ലാ വിശദാംശങ്ങളും പഠിക്കുക.

സമാനമായ പാതയിൽ സഞ്ചരിച്ചവരിൽ നിന്ന് ഉപദേശങ്ങൾ സ്വീകരിക്കുക. വിദഗ്ധരിൽ നിന്ന് പഠിക്കുക. ഒരേ ലക്ഷ്യസ്ഥാനത്ത് എത്തിച്ചേർന്നിട്ടുള്ളവരോട്, അത് സാധ്യമായ രീതിയും എന്താണ് അവർ പഠിച്ചതെന്നും ആരായുക. ഇതേ വഴിയിൽ ഒന്നു കൂടി യാത്ര ചെയ്യേണ്ടി വരികയാണെങ്കിൽ, വിഭിന്നമായി എന്തായിരിക്കും അവർ ചെയ്യാൻ ശ്രമിക്കുക എന്ന് ചോദിച്ചു മനസ്സിലാക്കുക.

മുന്നിലുള്ള സാധ്യതകളെ അവലോകനം ചെയ്യുമ്പോൾ, നിങ്ങൾക്ക് പൂർണ്ണമായും തെറ്റു പറ്റാനുള്ള സംഭവ്യതയോട് സ്വീകാര്യത കാണിക്കുക. അത് അംഗീകരിക്കാൻ തയ്യാറാവുകയും ആവശ്യമെങ്കിൽ വ്യത്യസ്തമായ ഒരു വഴി തിരഞ്ഞെടുക്കുകയും ചെയ്യുക.

രണ്ട് ബിന്ദുക്കൾ തമ്മിലുള്ള ചെറിയ ദൂരം ഒരു നേർ രേഖയാണെന്ന് പറയപ്പെടുന്നു. നിങ്ങൾ ഇപ്പോൾ ഉള്ളയിടത്തുനിന്ന് ലക്ഷ്യസ്ഥാനത്ത് എത്തുന്ന കാര്യത്തിൽ അത് ശരിയാകാനും

അല്ലാതിരിക്കാനും സാധ്യതയുണ്ട്. ചിലപ്പോൾ വളഞ്ഞു ചുറ്റുന്ന ഒരു രീതി ആയിരിക്കാം, വേഗത്തിൽ ലക്ഷ്യത്തിലേക്ക് എത്തിക്കുന്ന വഴി.

സാമ്പത്തിക ലക്ഷ്യങ്ങളുടെ നേട്ടത്തിന് വിദ്യാഭ്യാസവും വൈദഗ്ധ്യവും നവീകരിക്കേണ്ടതുണ്ടെന്ന് ഒരുപാട് ആളുകൾ ഇന്ന് തിരിച്ചറിയുന്നുണ്ട്. അവർ കമ്മ്യൂണിറ്റി കോളേജുകളിൽ അംഗത്വം നേടുകയും ഓൺലൈൻ ബിരുദങ്ങളെ കുറിച്ച് അന്വേഷിക്കുകയും പാഠ്യക്രമങ്ങളിലും സെമിനാറുകളിലും പങ്കെടുക്കുകയും അവരവരുടെ മേഖലയിൽ അത്യുത്സാഹത്തോടെ വായനകളിൽ ഏർപ്പെടുകയും ചെയ്യുന്നു. മണ്ണിൽ നിലമൊരുക്കുകയും അതിനെ ഫലഭൂയിഷ്ടമാക്കുകയും ചെയ്യുന്നതു വഴി അവർക്ക് ആത്യന്തികമായി നല്ല വിള കൊയ്തെടുക്കാൻ സാധിക്കുന്നു.

ചിന്തിക്കാനുള്ള കഴിവ്

ജീവിതത്തിൽ ലക്ഷ്യപ്രാപ്തിയ്ക്കും ലക്ഷ്യസ്ഥാനലബ്ധിയ്ക്കുമായി നിങ്ങൾക്കുള്ള ഏറ്റവും വലിയ മുതൽക്കൂട്ട് മനസ്സ് തന്നെയാണ്. നിങ്ങൾ ആരാണെന്നും എന്താണ് വേണ്ടതെന്നും മനസ്സിലാക്കിയെടുക്കാനുള്ള നിങ്ങളുടെ കഴിവിലാണ് അതിന്റെ മൂല്യം ഇരിക്കുന്നത്. നിങ്ങളുടെ എല്ലാ വിജയങ്ങളുടെയും 80 ശതമാനമോ അതിൽ കൂടുതലോ സംഭവിക്കുന്നത്, നിങ്ങൾ ജീവിതത്തിൽ എന്ത് നേടാൻ ആഗ്രഹിയ്ക്കുന്നു എന്നും വിജയമെന്നാൽ എന്താണെന്നുമുള്ള നിങ്ങളുടെ സമയമെടുത്തുള്ള വ്യക്തവും കൃത്യവുമായിട്ടുള്ള ചിന്തയുടെ ഫലമാണ്.

നിങ്ങൾ അതി തീവ്രമായി ആഗ്രഹിക്കുന്നതും നിങ്ങളുടെ ഏറ്റവും വിശിഷ്ടമായ കഴിവുകളോടും വൈദഗ്ധ്യങ്ങളോടും പൊരുത്തപ്പെട്ടു പോകുന്നതും, വ്യക്തവും നിർദ്ദിഷ്ടവും നിശ്ചിതവുമായ ലക്ഷ്യങ്ങൾ ഉണ്ടാക്കിയെടുക്കുക എന്നതാണ് ഉദ്ദിഷ്ടസ്ഥാനത്തേയ്ക്ക് എത്തുവാനും ആജീവനാന്ത വിജയത്തിനുമായിട്ടുള്ള ആദ്യത്തെ ശരിയായ ചുവടുവെപ്പ്.

അധ്യായം 3

പറക്കാനുള്ള നിങ്ങളുടെ പദ്ധതികൾ എഴുതിവെയ്ക്കുക

"വളരെ തീക്ഷ്ണമായി വിശ്വാസം അർപ്പിയ്ക്കുകയും,
അതിനു വേണ്ടി ശക്തമായി പ്രവർത്തിക്കുകയും ചെയ്യുന്ന
ഒരു പദ്ധതിയെ വാഹനമാക്കിയേ ലക്ഷ്യങ്ങളിലേയ്ക്ക് എത്താൻ
സാധിയ്ക്കുകയുള്ളൂ. വിജയത്തിലേയ്ക്ക് മറ്റു വഴികൾ ഒന്നുമില്ല."

– സ്റ്റീഫൻ എ ബ്രണ്ണൻ

സന്തുഷ്ടിയ്ക്കും വിജയത്തിനും വേണ്ടത് വ്യക്തതയുള്ള ഒരു ലക്ഷ്യം ഉണ്ടായിരിക്കുകയും പോസിറ്റീവ് ആയി, ലക്ഷ്യ പ്രാപ്തിയെക്കുറിച്ചുള്ള ശുഭാപ്തി വിശ്വാസത്തോടെ ഇരിക്കുകയും ചെയ്യുകയാണെന്നാണ് കൂടുതൽ ആളുകളും ചിന്തിക്കുന്നത്. ലക്ഷ്യ സ്ഥാനത്തിന്റെ തിരഞ്ഞെടുപ്പ് വളരെ പ്രധാനമാണെങ്കിലും, അത് കേവലം ആരംഭം മാത്രമാണ്. ഇനിയാണ് യഥാർത്ഥ പരിശ്രമങ്ങൾ തുടങ്ങുന്നത്.

ഇപ്പോളാണ് നിങ്ങൾ സ്വയവും മറ്റുള്ളവരോടും നിങ്ങളുടെ ഉദ്ദേശ്യം എത്രമാത്രം ഗൗരവമുള്ളതാണെന്ന് വിശദീകരിയ്ക്കേണ്ടത്.

മൂന്ന് ശതമാനം ആളുകൾക്ക് മാത്രമാണ് വ്യക്തമായ, എഴുതി വെച്ച ലക്ഷ്യങ്ങളും അവ പൂർത്തിയാക്കാനുള്ള പദ്ധതികളും കൈവശമുള്ളൂ. വെറും മൂന്ന് ശതമാനം യുവാക്കൾ മാത്രമാണ് പരമപ്രധാനങ്ങളായ അവരുടെ ലക്ഷ്യങ്ങളിൽ ദിവസവും

പ്രയത്നിയ്ക്കുന്നത്. മുൻനിരയിലുള്ള ആളുകൾ മാത്രമാണ് കൂടുതൽ സമയവും അവരുടെ ലക്ഷ്യങ്ങളെക്കുറിച്ച് ചിന്തിക്കുന്നത്.

ബഹുഭൂരിപക്ഷത്തിനും ലക്ഷ്യങ്ങൾക്ക് പകരം *ആഗ്രഹങ്ങളാണുള്ളത്.* അവർക്ക് പ്രതീക്ഷകളും സ്വപ്നങ്ങളും ഭാവനകളുമുണ്ട്. 'സിഗരറ്റ് പുക' പോലത്തെ ലക്ഷ്യങ്ങൾ എന്നാണ് ഞാൻ അതിനെ പരാമർശിയ്ക്കുക. അവ പെട്ടെന്ന് ചിതറിപ്പോവുകയും ദിശാബോധവും വ്യക്തതയുമില്ലാതെ ചിന്തകളിൽ തന്നെ മാഞ്ഞു പോവുകയും ചെയ്യുന്നു.

ചിറകുകൾ തുന്നിപ്പിടിയ്ക്കുന്നതു വരെ, നിങ്ങളുടെ സ്വപ്ന ഭവനവും, സ്വപ്നം കാണുന്ന വ്യാപാര മോഹങ്ങളും, കിനാവു കാണുന്ന ബന്ധങ്ങളും, സ്വപ്നം കാണുന്ന ജോലിയും, എല്ലാം കേവല സ്വപ്നങ്ങൾ മാത്രമായി അവശേഷിയ്ക്കുന്നു. നിങ്ങളുടെ യാത്രയുടെ എല്ലാ വിശദാംശങ്ങളെക്കുറിച്ചും പൂർണ്ണമായ പദ്ധതികൾ തയ്യാറാക്കുകയും മുന്നൊരുക്കങ്ങൾ നടത്തുകയും ചെയ്യുമ്പോൾ മാത്രമാണ് സമയാധിഷ്ഠിതമായി ലക്ഷ്യസ്ഥാനത്ത് എത്തുമെന്ന് നിങ്ങൾക്ക് ഉറപ്പു വരുത്താൻ സാധിക്കുകയുള്ളൂ.

അളവും അനുക്രമവും ആവശ്യമാണ്

നിങ്ങളുടെ ലക്ഷ്യങ്ങളെ ഗുണപരമായും പാരിമാണികമായും നിർവ്വചിയ്ക്കുക. *ഗുണപരമായി* നിർവ്വചിയ്ക്കുമ്പോൾ, ലക്ഷ്യം നേടിക്കഴിയുമ്പോൾ ഉള്ള നിങ്ങളുടെ ചിന്തകളും തോന്നലുകളുമാണ് കണക്കിലെടുക്കുന്നത്. നിർവ്വചിച്ചതു മാതിരി, പൂർണ്ണമായ ലക്ഷ്യത്തിലേയ്ക്ക് എത്തുമ്പോൾ അനുഭവിക്കാൻ കഴിയുന്ന അഭിമാനവും സംതൃപ്തിയും ആനന്ദവും ആഹ്ലാദവും സ്നേഹവും ശാന്തതയും രസവും നിങ്ങൾ വിഭാവനം ചെയ്യുന്നു. നിങ്ങൾ ലക്ഷ്യത്തിൽ എത്തിക്കഴിഞ്ഞുവെന്ന് സങ്കല്പിച്ച് ആ വികാരങ്ങളെയെല്ലാം നിങ്ങൾ ഉള്ളിൽ സൃഷ്ടിച്ചെടുക്കുന്നു.

പാരിമാണികമായി ഒരു ലക്ഷ്യം *നിശ്ചയിയ്ക്കാൻ* നിങ്ങൾ ചെയ്യേണ്ടത് നിശ്ചിതമായ ഒരു അക്കം അതിനോട് കൂടി ചേർത്തു കൊണ്ടാണ്. ഇത് നിങ്ങൾക്ക് ഉന്നം വെയ്ക്കാൻ ഒരു ലക്ഷ്യം നൽകുകയും പുരോഗതി കണക്കിലെടുക്കാൻ അനുവദിയ്ക്കുകയും ചെയ്യുന്നു. നിങ്ങൾക്ക് അത് അളക്കാൻ കഴിയാത്ത പക്ഷം കൈകാര്യം ചെയ്യുക സാധ്യമല്ലാതെ വരുന്നു.

ഉദാഹരണത്തിന്, എല്ലാവരും സാമ്പത്തിക സ്വാതന്ത്ര്യം വേണമെന്ന് പറയുന്നു. പക്ഷേ നിങ്ങൾ എന്താണ് അതുകൊണ്ട്

ഉദ്ദേശിയ്ക്കുന്നതെന്ന് ചോദിക്കുമ്പോൾ, ഏറിയ പക്ഷം അവർ പറയുന്നത്, "കോടീശ്വരൻ ആകണം" എന്നാണ്.

പക്ഷേ ഈ ലക്ഷ്യം അടിസ്ഥാനമില്ലാത്തതാണ്. "സാമ്പത്തിക സ്വാതന്ത്ര്യം" അർത്ഥം വെക്കുന്നത് നിങ്ങൾക്ക് ആവശ്യത്തിന് പണമുണ്ടാവുകയും അതിനു വേണ്ടി പിന്നെയും ബുദ്ധിമുട്ടേണ്ടി വരാതിരിയ്ക്കലുമെന്നാണ്. അതുകൊണ്ടു തന്നെ, ചോദിയ്ക്കേണ്ടത് ഇതാണ് : നിങ്ങൾ ആഗ്രഹിയ്ക്കുന്ന ആ അക്കം എത്രയാണ്? യഥാർത്ഥത്തിൽ നിങ്ങൾക്ക് എത്രയാണ് വേണ്ടത്?

ലളിതമാക്കിയ ലക്ഷ്യ രൂപീകരണം

സത്യത്തിൽ ലക്ഷ്യത്തിലേയ്ക്ക് കുതിയ്ക്കുന്നതിനു മുൻപ് നിങ്ങളുടെ യാത്രയുടെ വിജയസാധ്യത നാടകീയമായി ഉയർത്താൻ, പദ്ധതി ക്രമങ്ങളുടെ ഒരു നിരതന്നെ പരിഗണിയ്ക്കാവുന്നതാണ് :

1. ജീവിതത്തിന്റെ ഓരോ മേഖലയിലും സത്യത്തിൽ നിങ്ങൾക്ക് എന്തു വേണമെന്ന് തീരുമാനിക്കുക. കൃത്യമായി ചിന്തിക്കുക. ഒരു കുട്ടിയ്ക്ക് മനസ്സിലാക്കാനും മറ്റൊരു കുട്ടിയോട് വിശദീകരിയ്ക്കാനും സാധിക്കുന്ന അത്രയും വ്യക്തതയോടെ, നിങ്ങളുടെ ലക്ഷ്യങ്ങൾ നിശ്ചയിക്കുക.

   അതായത്, "കുറേ പണമുണ്ടാക്കണം" എന്ന് പറയുന്നതിന് പകരം, "കുറേ" എന്നാൽ എത്ര എന്നതിനെക്കുറിച്ച് നിങ്ങൾക്ക് ശരിയായ ധാരണ ഉണ്ടായിരിക്കണം. അസ്പഷ്ടവും അവ്യക്തവുമായ ഒന്ന് നേടിയെടുക്കാൻ വേണ്ടി നിങ്ങൾക്ക് പ്രചോദിതരും തീരുമാനിച്ചുറപ്പിച്ചവരും ആകാൻ കഴിയില്ല.

2. അളവ് മനസ്സിലാക്കാൻ പാകത്തിൽ നിങ്ങളുടെ ലക്ഷ്യം എഴുതി വെയ്ക്കുക. രേഖപ്പെടുത്തി വെയ്ക്കാത്ത ഒരു ലക്ഷ്യം വെറും ആഗ്രഹം മാത്രമാണ്.

   "ചൈതന്യമില്ലാത്ത ഒരു ഉദ്ദേശ്യം മാത്രം." അളക്കാൻ പാകത്തിൽ നിങ്ങളതിനെ ക്രമപ്പെടുത്തു മ്പോൾ, ഉന്നം വെയ്ക്കാൻ കൃത്യമായൊരു ലക്ഷ്യം നിങ്ങൾ സൃഷ്ടിച്ചെടുക്കുന്നു.

3. സമയപരിധി നിശ്ചയിക്കുക. എപ്പോഴാണ് നിങ്ങൾക്ക് ലക്ഷ്യത്തിൽ എത്തേണ്ടത് എന്നതിനെക്കുറിച്ച് കൃത്യമായ ധാരണ ഉണ്ടായിരിക്കുക.

   നിങ്ങളുടെ ഉപബോധമനസ്സ് സമയപരിധികളെ ഇഷ്ടപ്പെടുന്നു. അവ നിങ്ങളുടെ മനഃശക്തികളെ ഉണർത്തുകയും മുന്നോട്ട് തെളിക്കുകയും ചെയ്യുന്നു.

4. ലക്ഷ്യം നേടുന്നതിനായി മറികടക്കേണ്ട തടസ്സങ്ങളെ തിരിച്ചറിയുക. എന്തൊക്കെ തെറ്റുകൾ സംഭവിക്കാം? നിങ്ങൾക്കും ലക്ഷ്യത്തിനുമിടയിൽ എന്തൊക്കെയാണ് ഉള്ളത്? എന്ത് കൊണ്ട് നിങ്ങൾ ഇതുവരെ ലക്ഷ്യത്തിൽ എത്തിയിട്ടില്ല? എന്താണ് നിങ്ങളെ പിന്തിരിപ്പിക്കുന്നത് അല്ലെങ്കിൽ എന്തിനാണ് നിങ്ങളെ പിന്തിരിപ്പിയ്ക്കാൻ കഴിയുന്നത്?

   കടലാസിൽ ചിന്തിക്കുക! അനുഭവിക്കേണ്ടി വരുന്ന വിവിധ തരം പ്രശ്നങ്ങളെയും ബുദ്ധിമുട്ടുകളെയും എത്ര കൃത്യമായി തിരിച്ചറിയുന്നോ, അവ സംഭവിക്കുന്ന പക്ഷം, അത്രത്തോളം ഫലപ്രദമായി അതിനെ പരിഹരിക്കാനോ നീക്കം ചെയ്യാനോ നിങ്ങൾ പ്രാപ്തനാകുന്നതാണ്.

5. ലക്ഷ്യപ്രാപ്തിയ്ക്കു വേണ്ട അധിക വിവരവും വൈദഗ്ധ്യവും നിർണ്ണയിക്കുക. ഇതുവരെ സ്വന്തമാക്കിയിട്ടില്ലാത്ത ഒന്ന് നേടിയെടുക്കുന്നതിനായി ഇന്നേവരെ പരിചയമില്ലാത്തത് പലതും പഠിക്കുകയും പരിശീലിയ്ക്കുകയും ചെയ്യേണ്ടി വരുമെന്ന് ഓർമ്മിയ്ക്കുക.

   ഇപ്പോഴുള്ള ഇടത്തേയ്ക്ക് നിങ്ങളെ എത്തിച്ചതൊന്നും ഇനിയങ്ങോട്ടുള്ളതിന് തികഞ്ഞേക്കണമെന്നില്ല. ഓരോ പുതിയ ലക്ഷ്യവും അറിവിന്റെ പുതിയൊരു തുണ്ടോ, പുതിയൊരു കഴിവോ കൈവശപ്പെടുത്തുന്നതും പ്രയോജനപ്പെടുത്തുന്നതും ആവശ്യപ്പെടുന്നുണ്ട്. നിങ്ങളുടേത് അപ്പോൾ എന്താണ്? വ്യക്തത അനിവാര്യമാണ്.

6. നിങ്ങളുടെ ലക്ഷ്യം നേടാനായി സഹായ സഹകരണങ്ങൾ ആവശ്യപ്പെടേണ്ട ആളുകളെ തീരുമാനിക്കുക. വലിയ ലക്ഷ്യപ്രാപ്തികൾക്കായി ഒരുപാട് പേരുടെ സഹായം നിങ്ങൾക്ക് ആവശ്യമായി വരാം.

ആരൊക്കെ ആയിരിക്കണം അതെന്ന കാര്യത്തിൽ എത്രത്തോളം വ്യക്തതയുണ്ടോ, അത്രത്തോളം വേഗത്തിൽ അവരുടെ സഹകരണവും പിന്തുണയും സമ്പാദിയ്ക്കുവാനുള്ള നടപടികൾ നിങ്ങൾ എടുത്തിരിക്കും.

7. മുകളിൽ പ്രതിപാദിച്ച കാര്യങ്ങളിൽ ഉള്ള നിങ്ങളുടെ ഉത്തരങ്ങളുടെ ഒരു പട്ടിക ഉണ്ടാക്കിയതിനു ശേഷം ക്രമവും മുൻഗണനയും അനുസരിച്ച് സംയോജിപ്പിക്കുക. ആദ്യം ചെയ്യേണ്ടത് എന്താണ്? പരമപ്രധാനമായത് ഏതാണ്? ക്രമവും മുൻഗണനയും അനുസരിച്ച് സംയോജിപ്പിച്ചെടുത്ത പ്രവർത്തനങ്ങളുടെ പട്ടികയെന്നാൽ അതൊരു *പദ്ധതിയാണ്*. അനിവാര്യമായും നിങ്ങളെ ലക്ഷ്യത്തിലേയ്ക്കും ലക്ഷ്യസ്ഥാനത്തേക്കും എത്തിക്കുന്ന ചുമതലകളുടെ പടിപടി ആയിട്ടുള്ള ഒരു പരമ്പര.

ഈ ഏഴ് കാര്യങ്ങൾ അനുശീലിച്ചാൽ, സ്വയം സജ്ജീകരിച്ച, ഏകദേശം എല്ലാ ലക്ഷ്യങ്ങളും തന്നെ നിങ്ങൾക്ക് നേടിയെടുക്കാൻ സാധിയ്ക്കുന്നതാണ്. ഇനി പറയാൻ പോകുന്നത്, നിങ്ങളുടെ പരമപ്രധാനമായ ലക്ഷ്യസ്ഥാനമോ ഒന്നാമത്തെ നിങ്ങളുടെ ഉന്നമോ തീരുമാനിയ്ക്കുവാൻ ഉപയോഗിയ്ക്കാവുന്ന ലളിതമായൊരു സൂത്രവാക്യമാണ്.

വിജയത്തിനായി ഉറപ്പുള്ളൊരു സൂത്രവാക്യം

ഈ സൂത്രവാക്യമുപയോഗിച്ച് നിങ്ങൾക്ക് ജീവിതത്തെ പരിവർത്തിപ്പിയ്ക്കാനും ഏറ്റവും പ്രധാന്യമർഹിയ്ക്കുന്ന നിങ്ങളുടെ ലക്ഷ്യസ്ഥാനത്തേയ്ക്ക് സമയത്തിന് എത്തിച്ചേരാനും സാധിക്കും. നാല് ലളിതമായ ഘട്ടങ്ങളാണ് ഇതിൽ അടങ്ങിയിരിക്കുന്നത്. സാധ്യമാകുമെന്ന് സ്വപ്നം കണ്ടതിനേക്കാൾ വേഗതയിൽ നേട്ടങ്ങൾ ഉണ്ടാക്കാൻ ഈ ലളിതമായ ഘട്ടങ്ങളാണ് തങ്ങളെ പ്രാപ്തരാക്കിയതെന്ന് ലോകത്തുടനീളമുള്ള മനുഷ്യർ എന്നോട് പറഞ്ഞിട്ടുണ്ട്.

ഘട്ടം ഒന്ന് : പത്തു ലക്ഷ്യങ്ങൾ തയ്യാറാക്കുന്ന രീതി

വൃത്തിയുള്ള ഒരു പേപ്പറിൽ "ലക്ഷ്യങ്ങൾ" എന്ന വാക്ക് എഴുതുക. മുകളിൽ ഇന്നത്തെ തീയതി രേഖപ്പെടുത്തിയിരിക്കണം. ഭാവിയിൽ

എപ്പോഴെങ്കിലും നിറവേറ്റാൻ താല്പര്യപ്പെടുന്ന പത്ത് ലക്ഷ്യങ്ങൾ എഴുതി വെക്കുക. "മാന്ത്രിക വടി" വീശിയാൽ എന്ന പോലെ, നിങ്ങൾക്ക് പരിധികളൊന്നും ഇല്ലെന്ന് സങ്കൽപ്പിയ്ക്കുക. നിങ്ങൾ ആകാൻ ആഗ്രഹിയ്ക്കുന്നതോ, ഉണ്ടാകണമെന്ന് കൊതിയ്ക്കുന്നതോ ഭാവിയിൽ ചെയ്യാൻ ആഗ്രഹിക്കുന്നതോ ആയ പത്തു കാര്യങ്ങൾ, അവ സംഭവിയ്ക്കുമെന്ന് ഉറപ്പു നല്കപ്പെട്ടതാണെന്ന് കരുതി എഴുതി നോക്കുക.

ചെറിയ ചില മാർഗ്ഗനിർദ്ദേശങ്ങൾ :

1. *വർത്തമാനകാലത്തിൽ* എഴുതുക : നിങ്ങളുടെ ലക്ഷ്യം നേടിയെടുക്കപ്പെട്ടു എന്നതു മാതിരി. "ഞാൻ ഓരോ വർഷവും $xxx സമ്പാദിയ്ക്കും" എന്നതിന് പകരമായി "ഞാൻ ഒരോ വർഷവും $xxx സമ്പാദിയ്ക്കുന്നു" *എന്ന്* എഴുതുക. നിങ്ങളുടെ ഉപബോധമനസ്സ്, വർത്തമാന കാലത്തിൽ ആവിഷ്കരിയ്ക്കപ്പെട്ട കല്പനകളെയാണ് രേഖപ്പെടുത്തി വെക്കുന്നത്.
2. *ശുഭ പദ പ്രയോഗത്തോടെ* എഴുതുക : "ഞാൻ പുകവലി നിർത്തുമെന്ന്" എഴുതുന്നതിന് പകരം (നിഷേധ പദം) നിങ്ങൾ എഴുതേണ്ടത് "ഞാൻ പുകവലിയ്ക്കാത്ത ആളാണ്" എന്നാണ് (ശുഭപദം).
3. *വ്യക്തിഗതമായി* എഴുതുക : ഈ ഉദ്യമത്തിന്, ഇനിയങ്ങോട്ടുള്ള നിങ്ങളുടെ ജീവിതത്തിനും, ഓരോ ലക്ഷ്യങ്ങളും "ഞാൻ" എന്ന വാക്കിൽ ആരംഭിക്കുക. ഈ പ്രപഞ്ചത്തിൽ തന്നെ "ഞാൻ" എന്ന വാക്ക് നിങ്ങളെക്കുറിച്ച് എഴുതാൻ സാധിയ്ക്കുന്നത് നിങ്ങൾക്ക് മാത്രമാണ്. ഒരു ലക്ഷ്യത്തിനു വേണ്ടി ശുഭകരമായ സ്ഥിരീകരണം (പോസിറ്റീവ് അഫർമേഷൻ) "ഞാൻ" എന്ന വാക്ക് ഉപയോഗിച്ച് നിങ്ങൾ തുടങ്ങുമ്പോൾ "പ്രധാന കാര്യനിലയത്തിൽ" നിന്നുള്ള ഒരു ആജ്ഞയെന്ന പോലെ, ഉപബോധ, അതിബോധ മനസ്സുകളാൽ അതിവേഗത്തിൽ സ്വീകരിക്കപ്പെടുന്നു.

നിങ്ങളുടെ പത്ത് ലക്ഷ്യങ്ങളും "ഞാൻ" എന്ന വാക്കിൽ വേണം തുടങ്ങാൻ; വർത്തമാനകാലത്തിൽ, ശുഭപദങ്ങളോടെ, വ്യക്ത്യാധിഷ്ഠിതമായി എഴുതുക. ഒരു അന്തിമ സമയപരിധി പ്രസ്താവിച്ചു കൊണ്ടുമായിരിക്കണം ഓരോ ലക്ഷ്യവും അവസാനിയ്ക്കേണ്ടത്.

ഘട്ടം രണ്ട് : പരമപ്രധാനമായ ലക്ഷ്യം തിരഞ്ഞെടുക്കുക

ലക്ഷ്യങ്ങൾ എഴുതിവെച്ച് കഴിഞ്ഞാൽ, നിങ്ങൾ അവ എല്ലാ കാലത്തേക്കും തീവ്രമായി നിങ്ങൾ ആഗ്രഹിയ്ക്കുന്നുണ്ടെങ്കിൽ, അതെല്ലാം നിങ്ങൾ ഇന്നല്ലെങ്കിൽ നാളെ സ്വന്തമാക്കുമെന്ന് വിഭാവനം ചെയ്യുക.

അവയിൽ ഏതെങ്കിലും ഒരു ലക്ഷ്യം നിങ്ങൾ തിരഞ്ഞെടുക്കുന്നു എന്നും ഇരുപത്തിനാല് മണിക്കൂറിനുള്ളിൽ അത് സത്യമായി വരുന്നു എന്നും കരുതുക.

ഇനി സ്വയം ഇങ്ങനെ ചോദിക്കുക : **എഴുതിവെച്ച ഈ ലക്ഷ്യങ്ങളിൽ ഏതാണ്, ഈ നിമിഷം നടപ്പിലായാൽ, എന്റെ ജീവിതത്തിൽ ഏറ്റവും അധികം ഗുണപരമായി ഭവിയ്ക്കുന്നത്?**

നിങ്ങളുടെ ഉത്തരം ഏതായാലും ആ ലക്ഷ്യം അടയാളപ്പെടുത്തി വെയ്ക്കുക. ജീവിതയാത്രയുടെ അടുത്ത ഘട്ടത്തിൽ നിങ്ങളുടെ *നിശ്ചിത ഉദ്ദേശ്യവും പ്രാഥമിക ലക്ഷ്യവും പരമപ്രധാനമായ ലക്ഷ്യസ്ഥാനവും* അതായി മാറുന്നു.

ഘട്ടം മൂന്ന് : പദ്ധതി രൂപീകരിയ്ക്കുക

ഈ ലക്ഷ്യത്തെ വൃത്തിയുള്ള മറ്റൊരു പേപ്പറിലേയ്ക്ക് പകർത്തി എഴുതുക. വർത്തമാന കാലത്തിൽ, ശുഭപദ പ്രയോഗത്തോടെ, വ്യക്തിഗതമായി എഴുതുന്നു എന്ന് ഉറപ്പ് വരുത്തുക – നിങ്ങൾ വളരെ നേരത്തെ തന്നെ അത് നേടിയെടുത്തത് പോലെ പ്രതിപാദിച്ച് – അതോടൊപ്പം ലക്ഷ്യപ്രാപ്തിയ്ക്ക് ഒരു സമയപരിധി നിശ്ചയിക്കുക.

തരണം ചെയ്യേണ്ട ബുദ്ധിമുട്ടുകളുടെയും, ആവശ്യമുള്ള അധിക അറിവുകളുടെയും വൈദഗ്ധ്യങ്ങളുടെയും, സഹായത്തിനായി ആശ്രയിക്കേണ്ട ആളുകളുടെയും ഒരു പട്ടിക ഉണ്ടാക്കുക. ഈ വിവരങ്ങൾ സംയോജിപ്പിച്ച് ഒരു പദ്ധതിയുണ്ടാക്കി ലക്ഷ്യസ്ഥാനത്തേയ്ക്ക് ചലിച്ചു തുടങ്ങാൻ വേഗത്തിൽ നടപടികൾ എടുക്കുകയും ചെയ്യുക.

ഘട്ടം നാല് : ലക്ഷ്യത്തിനുമേൽ മാനസികോദ്ദീപനം പരിശീലിയ്ക്കുക

മാനസികോദ്ദീപനം, ലക്ഷ്യം എങ്ങനെ നേടാം എന്നതിനെക്കുറിച്ച് തീവ്രമായി ചിന്തിക്കാൻ നിങ്ങളെ നിർബന്ധിതരാക്കുന്നു. ഒരു

പുതിയ പേപ്പറിൽ, ഏറ്റവും മുകളിൽ നിങ്ങളുടെ ഏറ്റവും വലിയ ലക്ഷ്യം ചോദ്യ രൂപേണ എഴുതി വെയ്ക്കുക. ഉദാഹരണത്തിന്, സാമ്പത്തികമാണ് നിങ്ങളുടെ ഏറ്റവും വലിയ ഉന്നമെങ്കിൽ "എങ്ങനെ എനിയ്ക്ക് ഡിസംബർ 31, 2---ഓടെ $xxxxx നേടാൻ കഴിയും" എന്ന് എഴുതി വെയ്ക്കാം.

ശേഷം ഈ ചോദ്യത്തിന് *ഇരുപത്* ഉത്തരങ്ങൾ എഴുതാൻ, സ്വയം പരിശീലിക്കുക. ഇരുപതിൽ കൂടുതൽ ഉത്തരങ്ങളും എഴുതാം. പക്ഷേ ഏറ്റവും കുറഞ്ഞത് ഇരുപത് പ്രതികരണങ്ങൾ നിങ്ങളുടെ ചോദ്യത്തിന് എഴുതുക.

നിങ്ങളുടെ ആദ്യത്തെ മൂന്ന് മുതൽ അഞ്ചു വരെയുള്ള ഉത്തരങ്ങൾ വളരെ ലളിതമായിരിക്കും. നിങ്ങൾക്ക് അതിൽ കൂടുതലും ഇതിൽ കുറവും ചെയ്യാൻ കഴിയുമെന്നൊക്കെ നിങ്ങൾ എഴുതിവെക്കും. അടുത്ത അഞ്ച് ഉത്തരങ്ങൾ ബുദ്ധിമുട്ട് നിറഞ്ഞതും കൂടുതൽ ക്രിയാത്മകത അനിവാര്യമായതായിരിക്കും. അവസാനത്തെ പത്ത് ഉത്തരങ്ങൾ അവിശ്വസനീയമായ ഏകാഗ്രതയും അച്ചടക്കവും ആവശ്യപ്പെടുന്നതായിരിക്കും. ആ ഇരുപത് ഉത്തരങ്ങളിലുമുള്ള ലക്ഷ്യങ്ങൾ എത്തിപ്പിടിയ്ക്കുവാനായി നിങ്ങളുടെ സൃഷ്ടിപരമായ മനസ്സിന്റെ വിഭവങ്ങളിലേക്ക് ആഴത്തിൽ കുഴിയ്ക്കേണ്ടതുണ്ട്.

പ്രവർത്തിക്കാൻ തുടങ്ങുക

ഇരുപത് ഉത്തരങ്ങൾ തയ്യാറാക്കിയതിനു ശേഷം അതിൽ ഒന്ന് തിരഞ്ഞെടുക്കുകയും, അതിവേഗം പ്രവർത്തിക്കുകയും ചെയ്യുക. വളരെ പ്രധാനമാണിത്. ഈ ആശയങ്ങളിൽ ഏതെങ്കിലും ഒന്നിന്മേൽ നടപടി എടുക്കുമ്പോൾ, നിങ്ങൾ ജന്മനായുള്ള ക്രിയാത്മകതയുടെ സംഭരണി തുറന്നു വിടുകയാണ് ചെയ്യുന്നത്. ദിവസം മുഴുവനും പ്രശ്നപരിഹാരത്തിനും ലക്ഷ്യപ്രാപ്തിയ്ക്കും നിങ്ങൾക്ക് പുതിയ ആശയങ്ങൾ ഉണ്ടായിരിക്കും. അസാധാരണമായ നിലയിൽ നിങ്ങൾ പ്രവർത്തിച്ചു തുടങ്ങും.

ഈ ആശയങ്ങളിൽ ഏതെങ്കിലും ഒന്നിന്റെ കാര്യത്തിൽ എങ്കിലും നിങ്ങൾ അതിവേഗത്തിൽ ഒന്നും ചെയ്യുന്നില്ലായെങ്കിൽ ക്രിയാത്മകതയുടെ ഒഴുക്ക് പതുക്കെയാവുകയും പിന്നീട് നിലയ്ക്കുകയും ചെയ്യും. നിങ്ങൾക്ക് ഒരു ഗുണവും ലഭിയ്ക്കുകയില്ല. ഒന്നും സംഭവിയ്ക്കാനും പോകുന്നില്ല.

ഒരു പുതിയ ആശയത്തിന് മേൽ നിങ്ങൾ എത്ര വേഗത്തിൽ

നടപടികൾ എടുക്കുന്നു എന്നുള്ളത് ഭാവിയിൽ നിങ്ങൾ ഏതെങ്കിലും പുതിയ ആശയത്തിനു മേൽ നടപടികൾ എടുക്കാനുള്ള സാധ്യതയുമായി നേരിട്ട് ബന്ധപ്പെട്ടിരിക്കുന്നു.

നിങ്ങൾ തീവ്രമായ പ്രവർത്തനക്രമീകരണം വികസിപ്പിക്കുന്നതോടെ, നിങ്ങളുടെ സാധ്യതകളുടെ രാസത്വരകത്തിലേക്ക് ചുവടെടുത്തുവെയ്ക്കും. ഏറ്റവും പ്രധാനപ്പെട്ട നിങ്ങളുടെ ലക്ഷ്യങ്ങൾ നേടിയെടുക്കാനായി വേഗത്തിൽ പ്രവർത്തിച്ചു തുടങ്ങുകയും ചെയ്യും.

ഈ രീതി ജീവിതത്തിൽ ഉടനീളം പരിശീലിയ്ക്കുക. എപ്പോഴെങ്കിലും ഒരു പരിവർത്തന കാലത്തിലൂടെ കടന്നു പോവുകയാണെങ്കിലോ, ഒരു പുതിയ ലക്ഷ്യസ്ഥാനം പദ്ധതി ഇടുകയാണെങ്കിലോ, പത്തു ലക്ഷ്യങ്ങളുടെ പട്ടിക തയ്യാറാക്കുക. അവയിൽ പരമപ്രധാനമായത് തിരഞ്ഞെടുക്കുകയും ലക്ഷ്യത്തിലേയ്ക്ക് എത്താൻ ആവശ്യമായ ഇരുപത് മാർഗ്ഗങ്ങൾ ആവിഷ്കരിയ്ക്കാൻ നിങ്ങളെ പരിശീലിപ്പിക്കുകയും ചെയ്യുക. ശേഷം ഒരു മാർഗ്ഗം തിരഞ്ഞെടുത്ത് അതിന്മേൽ അതിവേഗം പ്രവർത്തിക്കുക.

ഭാവിയിൽ നിന്ന് വീണ്ടും തിരികെ മടങ്ങുക

ലക്ഷ്യം നേടാൻ നിശ്ചയിച്ച സമയപരിധിയിലേക്ക് മനസ്സിനെ പായിക്കുകയാണ് ഇനി വേണ്ടത്. എല്ലാ പദ്ധതികളും ശരിയായി നടന്നു എന്നും, കണക്കു കൂട്ടിയ രീതിയിൽ, നിർണ്ണയിച്ച സമയപരിധിയ്ക്കുള്ളിൽ നിങ്ങളുടെ ലക്ഷ്യസ്ഥാനത്ത് എത്തിച്ചേർന്നു എന്നും വിഭാവനം ചെയ്യുക.

വിജയത്തിന്റെ വീക്ഷണത്തിൽ നിന്ന് പിന്തിരിഞ്ഞു നോക്കിക്കൊണ്ട്, അതായത് ഭാവിയിൽ നിന്ന് നിങ്ങൾ ഇപ്പോൾ ഉള്ള ഇടത്തേയ്ക്ക് തിരിഞ്ഞു കൊണ്ട്, ചുരുങ്ങിയത് ഇരുപത് ഉത്തരങ്ങളാൽ ഈ വാചകം പൂർത്തിയാക്കുക.

"എനിയ്ക്ക് ഈ ലക്ഷ്യം നേടാൻ കഴിഞ്ഞു. കാരണം ...."
വിജയിക്കുവാൻ വേണ്ടി നിങ്ങൾക്ക് ചെയ്യാൻ കഴിയുമെന്ന് ചിന്തിച്ചിട്ടുള്ള എല്ലാ കാരണങ്ങളും എഴുതി വെയ്ക്കുക.

അടുത്തതായി മറ്റൊരു പേപ്പർ എടുത്ത് ഈ വാചകം മുഴമിപ്പിക്കുക.

"ലക്ഷ്യം നേടുന്നതിൽ ഞാൻ പരാജയപ്പെട്ടു. കാരണം ...."

നിങ്ങൾക്ക് കഴിയുമായിരുന്നിട്ടും, ചെയ്യാതിരുന്നത് കൊണ്ട്

ലക്ഷ്യത്തിൽ എത്താൻ ഇടയാകാതെ വന്ന എല്ലാ കാര്യങ്ങളുടെയും ഒരു പട്ടിക ഉണ്ടാക്കുക.

ഈ പരിശീലനരീതിയുടെ സംയോജനം, കൂടുതൽ ആളുകൾക്കും ഈ ജീവിതത്തിൽ ഉണ്ടായിട്ടുള്ളതിനേക്കാൾ വ്യക്തതയോടെ ചിന്തിക്കാൻ നിങ്ങളെ പ്രേരിപ്പിയ്ക്കുന്നു. പത്തോ ഇരുപതോ ഉത്തരങ്ങൾ കൊണ്ട് ഈ വാചകങ്ങൾ പൂർത്തിയാക്കുന്നത് വഴി, വിജയമുറപ്പിയ്ക്കാൻ നിങ്ങൾ ചെയ്യേണ്ടുന്നതും അരുതാത്തതുമായ കാര്യങ്ങൾ വളരെ പെട്ടെന്ന് വ്യക്തമാകുന്നു.

നിങ്ങളുടെ ഒന്നാമത്തെ ലക്ഷ്യത്തിനായി ശുഭകരമായ ഒരു ദൃഢപ്രതിജ്ഞ എടുക്കുക : "എന്റെ ഏറ്റവും പ്രധാനപ്പെട്ടതും വ്യക്തവുമായ ഉദ്ദേശ്യം ഡിസംബർ 31, 2...... ഓടു കൂടി $xxxxx സമ്പാദിയ്ക്കുക എന്നതാണ്." ലക്ഷ്യം നേടിക്കഴിഞ്ഞാൽ നിങ്ങളുടെ ജീവിതം എങ്ങനെയായിരിക്കും എന്നുള്ളതിന്റെ കൃത്യമായൊരു സങ്കൽപം സൃഷ്ടിച്ചുനോക്കുക. ലക്ഷ്യപ്രാപ്തിയ്ക്കു ശേഷം നിങ്ങൾക്ക് എന്തായിരിക്കും തോന്നുകയെന്ന് വിഭാവനം ചെയ്തു നോക്കുക. ഈ ലക്ഷ്യം തന്നെ ഒന്നാമതായി നേടുവാനുള്ള നിങ്ങളുടെ ആഗ്രഹത്തിനു പിന്നിലെ എല്ലാ കാരണങ്ങളും ചിന്തിച്ചു നോക്കുക.

അവസാനമായി, ലക്ഷ്യം നേടിയെടുക്കുന്നത് വരെ, ഒന്നൊഴിയാതെ എന്തെങ്കിലുമൊക്കെ എല്ലാ ദിവസവും പരിഹരിച്ചു കൊണ്ടേ ഇരിയ്ക്കുക. നിങ്ങൾ മുന്നോട്ടു പോകുക. പൊയ്ക്കൊണ്ടേ ഇരിക്കുക.

നിങ്ങളുടെ പരമപ്രധാനമായ ലക്ഷ്യത്തെ സംബന്ധിച്ച്, പരാജയം ഒരു സാധ്യതയേ അല്ലെന്ന് സ്വയം ഓർമ്മിപ്പിച്ചു കൊണ്ടിരിക്കുക.

പരിശീലനം

നിങ്ങളുടെ വൈമാനിക പദ്ധതി എഴുതി വെയ്ക്കാം

അടുത്ത വർഷം നിങ്ങൾ നേടാൻ ആഗ്രഹിക്കുന്ന *പത്തു ലക്ഷ്യങ്ങളുടെ* പട്ടിക തയ്യാറാക്കുക

1. __________

2. __________

3. __________

4. __________

5. __________

6. __________

7. __________

8. __________

9. __________

10. __________

ഇരുപത്തി നാല് മണിക്കൂറിനുള്ളിൽ നേടിയെടുക്കാൻ സാധിച്ചാൽ, ജീവിതത്തിൽ ഏറ്റവും ഗുണപരമായി ഭവിക്കും എന്ന തോന്നുന്ന, ആ *ഒരു ലക്ഷ്യം* ഏതാണ്?

____

____

____

ഈ ലക്ഷ്യം പൂർത്തീകരിക്കാനുള്ള നിങ്ങളുടെ *സമയപരിധി* എത്രയാണ്?

____

____

പ്രസ്തുത ലക്ഷ്യം നേടുന്നതിന് വിഘാതമായി നിൽക്കുന്ന മൂന്ന് *പ്രശ്നങ്ങളോ, തടസ്സങ്ങളോ* വിവരിക്കുക.

1. ______________________________

____

2. ______________________________

____

3. ______________________________

____

ഈ ലക്ഷ്യം നേടുന്നതിനായി ആവശ്യം വരുന്ന മൂന്ന് *അധിക വൈദഗ്ധ്യങ്ങളോ അറിവുകളോ* വിവരിക്കുക.

1. ______________________________

2. ______________________________

3. ______________________________

ലക്ഷ്യം നിറവേറാനായുള്ള സഹായങ്ങളും സഹകരണങ്ങളും നിങ്ങൾക്ക് ആവശ്യമായി വരുന്ന മൂന്ന് അതിപ്രധാനികളായ *ആളുകളുടെയും സംഘങ്ങളുടെയും സംഘടനകളുടെയും* പട്ടിക ഉണ്ടാക്കുക.

1. ______________________________

2. ______________________________

3. ______________________________

മുകളിൽ ഉള്ളവയുള്ള നിങ്ങളുടെ മറുപടിയ്ക്കനുസരിച്ച്, ലക്ഷ്യം നേടാനായി, വളരെ പെട്ടെന്ന് തന്നെ നിങ്ങൾക്ക് എടുക്കാൻ സാധിക്കുന്ന *ഏഴ് നടപടികൾ* നിങ്ങൾക്ക് പട്ടികയിൽ ആക്കുക.

1. ______________________________

____

2. ______________________________

____

3. ______________________________

____

4. ______________________________

____

5. ______________________________

____

6. ______________________________

____

7. ______________________________

____

ലക്ഷ്യത്തിലേക്ക് നടന്നു തുടങ്ങാൻ, വളരെ പെട്ടെന്ന് തന്നെ നിങ്ങൾ തുടങ്ങി വെയ്ക്കാൻ പോകുന്ന ആ *ഒരു പ്രവർത്തനം* ഏതാണ്?

____

____

അവസാനത്തെ ചോദ്യത്തിന് നിങ്ങളുടെ ഉത്തരം എന്തായാലും, അത് വളരെ പെട്ടെന്ന് തന്നെ നടപ്പിലാക്കുക. കാത്തിരിപ്പ് അരുത്. പെട്ടെന്ന് മുന്നോട്ടു പോകുക. യാത്രയിലേക്ക് കുതിയ്ക്കുക, തിരിഞ്ഞു നോക്കാതിരിയ്ക്കുക.

അധ്യായം 4

നിങ്ങളുടെ യാത്രയ്ക്ക് തയ്യാറെടുക്കുക

നിങ്ങൾക്ക് ആത്മാർത്ഥതയുണ്ടോ? എങ്കിൽ ഈ നിമിഷം
പിടിച്ചെടുക്കുക. നിർഭയത്വത്തിനുള്ളിൽ ഒരു ശക്തിയുണ്ട്,
മാന്ത്രികതയും ഉണ്ട്. ജോലിയിൽ മുഴുകുക മാത്രം ചെയ്യുക.
മനസ്സ് ചൂടു പിടിച്ചു തുടങ്ങും. അപ്പോൾ ആരംഭിയ്ക്കുക.
നിങ്ങളുടെ ജോലികൾ പൂർത്തിയാക്കപ്പെടും.

– ജോഹൻ വോൾഫ്ഗാങ് വോൻ ഗോത്

മുന്നൊരുക്കമാണ് ഒരു ഉദ്യോഗാർത്ഥിയുടെ മുഖമുദ്ര. മുന്നൊരുക്കം തന്നെയാണ് ഏതൊരു മേഖലയിലും വിജയിച്ച ഒരു വ്യക്തിയുടെ അടയാളം. ഏതൊരു തൊഴിലിലും, മുകളിലോട്ട് പോകുന്തോറും, ഉന്നതരായ ആളുകൾ ശരാശരി ആളുകളെ അപേക്ഷിച്ച് തയ്യാറെടുപ്പുകൾക്ക് വേണ്ടിയാണ് കൂടുതൽ സമയം ചിലവിടുന്നതെന്ന് കാണാൻ കഴിയും. ഏതൊരു മേഖലയിലെയും ഏറ്റവും ഉയർന്ന പത്തു ശതമാനക്കാർ, അതേ ജോലിയിൽ ഉപജീവനത്തിന് വേണ്ടി ബുദ്ധിമുട്ടുന്നവരെക്കാൾ വളരെ അധികം, വിശദാംശങ്ങളിൽ പോലും പൂർണ്ണമായ തയ്യാറെടുപ്പുകൾ നടത്തിയവരാണെന്ന് കാണാം.

യാത്രകൾക്കായി സാധനങ്ങൾ നിറയ്ക്കുമ്പോൾ, യാത്ര ജോലിയായി തിരഞ്ഞെടുത്ത ആളുകൾ, നിരവധി ചുവടുകൾ, അതൊരു ശീലമായി മാറും വരെ നിരന്തരമായി പരീക്ഷിച്ചു നോക്കുന്നതാണ്. ആദ്യം അവർ വരാനിരിക്കുന്ന യാത്രയ്ക്ക്

ആവശ്യമായയവയുടെ പട്ടിക തയ്യാറാക്കുന്നു. ഓർത്തുവെയ്ക്കുന്നതിൽ അവർ വിശ്വസിക്കുന്നില്ല. എല്ലാം അവർ എഴുതി വെയ്ക്കുന്നു.

രണ്ടാമതായി, കൊണ്ടു പോകേണ്ട സാധനങ്ങൾ അടുക്കി വെയ്ക്കുന്നതിന് മുൻപ്, എല്ലാം അവർ നിരത്തി വെയ്ക്കുന്നു. മൂന്നാമതായി അവർ സാധങ്ങൾ എല്ലാം മുഴുവനായി തന്നെ അടുക്കിവെയ്ക്കുന്നു. വിമാനത്താവളത്തിലേക്ക് നിശ്ചയിച്ച സമയത്തിനുള്ളിൽ പോകുവാനായി തയ്യാറാവനും അതു കൊണ്ട് കഴിയുന്നു. സമയക്കുറവ് ചിന്തിച്ച് പരിഭ്രാന്തിയോടെ പെട്ടി അടുക്കിയാൽ, പലതും മറന്നു പോയേക്കാവുന്നതിനാൽ, പിന്നീട് യാത്രയിൽ അനാവശ്യമായ അസൗകര്യങ്ങൾ ഉണ്ടാകുമെന്ന്, യാത്ര ഒരു തൊഴിൽ ആയി കൊണ്ടുനടക്കുന്നവർക്ക് അറിയാം.

സ്വസ്ഥതയോടെ യാത്ര ചെയ്യാനും, ലക്ഷ്യസ്ഥാനത്ത് എത്തിച്ചേരാനുള്ള സാധ്യത വർദ്ധിപ്പിയ്ക്കാനുമുള്ള ഒരു വഴി 'സംഭവിയ്ക്കാവുന്ന അങ്ങേയറ്റം മോശമായതിനെ' കുറിച്ച് ചിന്തിക്കുന്ന രീതി പരിശീലിയ്ക്കലാണ്. ഇതിനായി, നിങ്ങൾ സ്വയം ചോദിക്കണം 'ഈ യാത്രയിൽ ഉണ്ടാകാവുന്ന ഏറ്റവും പ്രശ്നംപിടിച്ച കാര്യം എന്തായിരിക്കും?'

ഏറ്റവും മോശമായതിനെ കരുതിയിരിക്കുക

ഒരു പ്രാസംഗികനും സെമിനാറുകൾക്ക് നേതൃത്വം നൽകുന്ന ആളുമായിരിക്കെ എനിയ്ക്ക് സംഭവിയ്ക്കാവുന്ന ഏറ്റവും വലിയ ദുരന്തം, എന്റെ ബാഗുകൾ നഷ്ടപ്പെടുകയും വസ്ത്രങ്ങളോ, സെമിനാറിനിടയിൽ, പ്രഭാഷണത്തിന് ആവശ്യമായ സാമഗ്രികളോ ഇല്ലാതെ എത്തിച്ചേരേണ്ടി വരികയും ചെയ്യുക എന്നതാണ്. ഇത്തരം ഒരു സാഹചര്യം ഒഴിവാക്കാൻ ഞാൻ എപ്പോഴും അത്യാവശ്യ സാധനങ്ങൾ കാഴ്ചയിൽ നിന്നു മറയാതെ എന്റെ കൂടെ തന്നെ വിമാനത്തിൽ കരുതും. മുൻകൂർ ആയുള്ള ഈ ആസൂത്രണരീതി കാരണം, ബാഗുകൾ വൈകുന്നതോ നഷ്ടപ്പെടുന്നതോ പോലെയുള്ള മറികടക്കാനാവാത്ത പ്രശ്നങ്ങൾ ഒരിക്കലും എനിക്ക് ഉണ്ടായിട്ടില്ല.

ഒരുപാട് ദിവസങ്ങളുടെ യാത്രയും പരിപാടികളും ഉണ്ടാകുമ്പോൾ വളരെ വലിയ യാത്രാപ്പെട്ടികൾ ആവശ്യമായി വന്നാലും, ഞാൻ എപ്പോഴും അത്യാവശ്യ സാധനങ്ങൾ അടങ്ങിയ ചെറിയൊരു പെട്ടി എന്റെ കൂടെ തന്നെ കരുതും. അതിനാൽ വലിയ പെട്ടികൾ പരിശോധനകൾക്കിടയിൽ നഷ്ടപ്പെട്ടാലും ഉണ്ടാകുന്ന

നഷ്ടം അസൗകര്യത്തിന് അപ്പുറം ഒരു വലിയ ദുരന്തമായി മാറുകയില്ല.

പരമപ്രധാനമായ നിങ്ങളുടെ ലക്ഷ്യപ്രാപ്തിയിൽ, ലക്ഷ്യസ്ഥാനത്തേക്കുള്ള വഴിയിൽ, സംഭവിയ്ക്കാൻ സാധ്യതയുള്ള ഏറ്റവും മോശപ്പെട്ട കാര്യങ്ങൾ എന്താണെന്ന് നിരന്തരമായി സ്വയം ചോദിച്ചു കൊണ്ടേയിരിക്കുക. അവയെ സൂക്ഷിയ്ക്കുക.

ഒരു സംഭവവികാസത്തിനായി ആസൂത്രണം ചെയ്യുക

ഉയർന്ന നിലയിൽ ചിന്തിക്കുന്ന ഒരാളുടെ ലക്ഷണം, അവൻ അല്ലെങ്കിൽ അവൾ, ഏറ്റവും മോശമായത് സംഭവിക്കാം എന്ന് കണക്കു കൂട്ടുകയും, അതിനെതിരിൽ കാര്യങ്ങൾ സജ്ജമാക്കുകയും ചെയ്യുന്നു എന്നതാണ്. ഭാഗ്യത്തിൽ വിശ്വസിക്കുന്നുണ്ടോ എന്ന് നെപ്പോളിയൻ ബോണപ്പാർട്ടിനോട് ഒരിക്കൽ ചോദിയ്ക്കുകയുണ്ടായി. അദ്ദേഹം പറഞ്ഞു “ഉണ്ട്, ഞാൻ നിർഭാഗ്യത്തിൽ വിശ്വസിയ്ക്കുന്നുണ്ട്. എപ്പോഴും ദുർവ്വിധി ഉണ്ടാകാം എന്ന് ഞാൻ കരുതുകയും അതിന് അനുസരിച്ച് പദ്ധതികൾ തയ്യാറാക്കുകയും ചെയ്യുന്നു.”

ഉദാഹരണത്തിന്, കാലാവസ്ഥാ വ്യതിയാനങ്ങളോ, സാങ്കേതികത്തകരാറുകളോ കാരണം വിമാനങ്ങൾ വൈകുകയോ റദ്ദാകുകയോ ചെയ്യുന്നത് ഒട്ടും അസാധാരണമല്ല. എനിക്ക് അത്തരം ഒരുപാട് അനുഭവങ്ങൾ ഉണ്ടായിട്ടുണ്ട്. ഒരു മുൻകരുതൽ എന്നോണം, നിശ്ചയിക്കപ്പെട്ട എന്റെ വിമാന സമയത്തിന് മുൻപും ശേഷവുമുള്ള വിമാനങ്ങളുടെ ഒരു ലിസ്റ്റ് ട്രാവൽ ഏജന്റിൽ നിന്നും ഞാൻ ആവശ്യപ്പെടാറുണ്ട്. നിശ്ചയിക്കപ്പെട്ട എന്റെ വിമാനത്തിന് ഏതെങ്കിലും വിധത്തിൽ തടസ്സം നേരിട്ടാൽ ഞാൻ ഉടനടി മറ്റൊന്നിലേയ്ക്ക് മാറും. അപ്രതീക്ഷിതമായ അടിയന്തരാവസ്ഥകൾ ഉണ്ടാകുമ്പോൾ, പെട്ടെന്ന് തന്നെ ഞാൻ ട്രാവൽ ഏജന്റിനെ വിളിക്കുകയും സാധ്യമായ ഇതര വിമാനങ്ങളുടെ ലിസ്റ്റ് എടുത്ത് മിനിറ്റുകൾക്കകം എന്റെ യാത്രാ വഴി മാറ്റി വിടുകയും ആണ് ചെയ്യാറുള്ളത്.

ആവശ്യമെങ്കിൽ അതിവേഗം സഞ്ചരിക്കുക

അധിക കാലമായിട്ടില്ല, ഫോർച്യൂൺ - 500 എന്നൊരു കമ്പനിയ്ക്ക് വേണ്ടി സെമിനാർ നടത്തുന്നതിനായി ഞാൻ അഞ്ചു മണിക്കൂർ യാത്രയുള്ള, മറ്റൊരു രാജ്യത്തുകൂടി കുറുകെ വഴിയിൽ പറക്കുന്ന ഒരു വിമാനത്തിൽ യാത്ര ചെയ്യുകയുണ്ടായി. എല്ലാവരും ഇരിപ്പിടങ്ങളിൽ

ഇരുന്നു കഴിഞ്ഞപ്പോഴാണ്, എന്തോ സാങ്കേതിക തകരാർ സംഭവിച്ചിട്ടുണ്ടെന്നും, വൈമാനിക സംഘം അത് പരിഹരിച്ചു കൊണ്ടിരിക്കുകയാണെന്നും പൈലറ്റ് പ്രഖ്യാപിച്ചത്. മുപ്പതു മിനിറ്റുകൾക്കകം വിവരങ്ങൾ കൃത്യമായി അറിയാമെന്നും അതുവരെ വായിക്കുകയോ ഫോൺ സംഭാഷണങ്ങളിൽ ഏർപ്പെടുകയോ ചെയ്യാമെന്ന് അദ്ദേഹം അറിയിച്ചു.

അനിശ്ചിതമായ ഇത്തരം കാലതാമസങ്ങൾ നേരത്തെ അനുഭവിച്ചിട്ടുള്ളതിനാൽ ഞാൻ വിമാനത്തിലിരുന്നു കൊണ്ട് പെട്ടെന്ന് തന്നെ ട്രാവൽ ഏജന്റിനെ വിളിക്കുകയും, ഇരുപത് മിനിറ്റുകൾക്ക് ശേഷം, മറ്റൊരു വിമാനം അവിടെ നിന്നു തന്നെ പുറപ്പെടുന്നുണ്ടെന്നറിഞ്ഞ് സീറ്റിൽ നിന്ന് എഴുന്നേൽക്കുകയും, പുറത്തു കടന്ന്, അടുത്ത വിമാനത്തിൽ കയറി, ലക്ഷ്യസ്ഥാനത്ത്, നിശ്ചയിച്ച സമയത്തിന് മുപ്പതു മിനിറ്റുകൾക്കുള്ളിൽ എത്തിച്ചേരുകയും ചെയ്തു.

ആദ്യ വിമാനം നേരിട്ട സാങ്കേതിക തടസ്സം പ്രതീക്ഷിച്ചതിലും ഗുരുതരമായിരുന്നു എന്ന് പിന്നീട് എനിയ്ക്ക് അറിയാൻ കഴിഞ്ഞു.

യാത്രക്കാർക്ക് മൂന്ന് മണിക്കൂറോളം വിമാനത്തിൽ കാത്തിരിക്കേണ്ടി വരികയും അവസാനം ആ യാത്ര റദ്ദാവുകയുമായിരുന്നു. ആ ദിവസം കിഴക്കൻ പ്രവിശ്യയിലേക്കുള്ള എല്ലാ വിമാനങ്ങളും നേരത്തെ പുറപ്പെട്ടിരുന്നതിനാൽ, അടുത്ത വിമാനത്തിൽ കയറി ലക്ഷ്യസ്ഥാനത്ത് എത്താനുള്ളവർക്ക് വീട്ടിലേയ്ക്ക് തന്നെ പോകേണ്ടി വരികയും അടുത്ത ദിവസം തിരിച്ചു വരേണ്ടിയും വന്നിരുന്നു.

ചെറിയ തിരിച്ചടികൾ താളം തെറ്റിച്ചേക്കാം

നിങ്ങൾക്ക് വിമാനത്താവളത്തിലെത്താൻ ഒരു ടാക്സി മതിയായിരിക്കാം. പക്ഷേ ടാക്സി ഏർപ്പാടാക്കാൻ വൈകുന്തോറും, അത് കിട്ടാൻ വൈകുകയോ ലഭ്യമല്ലാതെ വരുകയോ ചെയ്യാം. പഴയ 6P ഫോർമുല ഓർമ്മിയ്ക്കുക. "Proper prior plannings prevents poor performance" (നേരത്തേയും ശരിയായതുമായ പദ്ധതികൾ മോശം പ്രകടനങ്ങളെ തടയുന്നു).

രണ്ട് വർഷങ്ങൾക്കു മുൻപ്, ഡല്ലാസ്സിൽ ഒരു ഐസ് കൊടുങ്കാറ്റിനിടയിൽ, പാതിരാത്രിയിൽ എത്തിച്ചേർന്ന ഒരു സമയത്ത്, വിമാനത്താവളത്തിൽ നിന്നും ഇരുപത്തഞ്ച് മൈലുകൾ അകലെയുള്ള ഒരു സത്രത്തിൽ താമസിക്കാൻ ഞാൻ നിർബന്ധി

തനായി. പക്ഷേ ഒരു സെമിനാറിനായി ബെർമിങ്ഹാമിലേയ്ക്ക് വിമാന യാത്ര ചെയ്യാൻ എനിക്ക് രാവിലെ 7.00 മണിയ്ക്ക് എയർ പോർട്ടിൽ തിരിച്ചെത്തേണ്ടിയിരുന്നു.

സത്രത്തിലെ രാത്രി ജോലിക്കാരൻ വിവശനും മുഷിപ്പനുമായിരുന്നു. എയർപോർട്ടിലെത്താൻ രാവിലെ 5.30-ന് ഒരു ടാക്സി ഏർപ്പാടാക്കണമെന്ന് ഞാൻ അയാളെ നിർബന്ധിച്ചു കൊണ്ടിരുന്നു. അങ്ങനെ ചെയ്യാമെന്നും രാവിലെ ടാക്സി എന്നെ കാത്ത് തയ്യാറായിട്ടുണ്ടാകുമെന്നും അയാൾ വാഗ്ദാനം ചെയ്തു. നാലു മണിക്കൂർ നേരത്തെ ഉറക്കത്തിനു ശേഷം എഴുന്നേറ്റ്, വസ്ത്രം മാറി എയർപോർട്ടിലേയ്ക്കുള്ള ടാക്സിയ്ക്കായി ഞാൻ ധൃതിയിൽ കോണിപ്പടികളിറങ്ങി ചെന്നു. പക്ഷേ ടാക്സി വന്നിരുന്നില്ല.

അതേ രാത്രി, ജോലിക്കാരൻ അപ്പോഴും ജോലിയിൽ ഉണ്ടായിരുന്നു. അയാളോട് ഞാൻ ടാക്സിയെ കുറിച്ച് അന്വേഷിച്ചപ്പോൾ, നിർഭാഗ്യവശാൽ തോളുകൾ വെട്ടിച്ചു കൊണ്ട്, അതേക്കുറിച്ച് മറന്നു പോയി എന്നയാൾ ഉത്തരം പറഞ്ഞു. ഞാൻ നിശ്ചലനാക്കപ്പെട്ടു.

ഭാഗ്യവശാൽ, ആ സമയത്ത് ഒരു വിമാനക്കമ്പനിയുടെ ബസ്, അതിരാവിലത്തെ അവരുടെ വിമാന ജോലിക്കാരെ വഹിച്ചു കൊണ്ടു പോകാൻ അവിടെ എത്തി. അവരെ പറഞ്ഞു വശത്താക്കി, ആ ബസ് യാത്ര സാധ്യമാക്കിയതിനു ശേഷം, ഡ്രൈവർക്ക് ചെറിയൊരു തുക കൊടുത്ത് എനിക്ക് എന്റെ ടെർമിനലിൽ നിന്ന് യഥാസമയത്ത് വിമാനത്തിൽ കയറി ബർമിങ്ഹാമിൽ എത്താൻ സാധിച്ചു.

നിഷ്ക്രിയമായിരിക്കാൻ വിസമ്മതിയ്ക്കുക

ഈ അനുഭവം എന്നെ രണ്ടു കാര്യങ്ങൾ പഠിപ്പിച്ചു. ഒന്നാമത്തേത്, ഏറ്റവും വലിയ *ദുരന്തങ്ങൾക്ക്* തയ്യാറെടുക്കുക. ആരൊക്കെ എന്തൊക്കെ ഉറപ്പു പറഞ്ഞാലും, അവർ അത് പാലിക്കാതിരിക്കാനുള്ള സാഹചര്യത്തെ നേരിടാൻ പ്രാപ്തരാകുക.

രണ്ടാമതായി നിഷ്ക്രിയത്വമില്ലാതെ *സജീവമായി* ഇരിക്കുക. കുപിതരാവുകയോ നിരാശപ്പെടുകയോ ചെയ്യുന്നതിന് പകരം പ്രവർത്തിക്കുകയും മുന്നോട്ട് പോവുകയും ചെയ്യുക. മറ്റൊരു മാർഗ്ഗം കണ്ടു പിടിക്കുക. സംതൃപ്തരല്ലെങ്കിൽ നിലവിലെ സ്ഥിതി അംഗീകരിക്കാതിരിക്കുക. എന്തെങ്കിലും സംഭവിക്കാൻ കാത്തു നിൽക്കാതെ, എന്തെങ്കിലുമൊക്കെ ചെയ്തു നോക്കുക.

ഒരു ചെക്ക് ലിസ്റ്റ് തയ്യാറാക്കുക

എല്ലാ വിമാനങ്ങളും പുറപ്പെടും മുൻപ് പൈലറ്റ് ചെക്ക് ലിസ്റ്റ് പരിശോധിക്കും. ആയിരക്കണക്കിന് മൈലുകൾ വിമാനം പറപ്പിച്ച വരാണെങ്കിലും, ഇരുപത് വർഷത്തോളം മിടുക്കരായി ജോലി ചെയ്തിട്ടുണ്ടെങ്കിലും ഓരോ തവണയും അവർ ആ ചെക്ക് ലിസ്റ്റ് പുനഃപരിശോധിക്കും.

നിങ്ങളും ഓരോ ചെക്ക് ലിസ്റ്റുകൾ തയ്യാറാക്കേണ്ടതുണ്ട്. ഒരേതരം യാത്ര എത്ര തവണ നടത്തിയിട്ടുണ്ടെങ്കിലും ഒന്നുകൂടി നിങ്ങൾ ആ ചെക്ക് ലിസ്റ്റ് പരിശോധിക്കുക. ഓർമ്മയിൽ വെയ്ക്കുന്ന തിനെ ഒരിക്കലും വിശ്വസിയ്ക്കാതിരിക്കുക. വളരെ പ്രധാനപ്പെട്ട ഏതെങ്കിലും ഒരു വിശദാംശം പരിശോധിക്കുന്നതിൽ പരാജയപ്പെ ടുന്നത് ചിലപ്പോൾ നിങ്ങളെ നിശ്ചലരാക്കുകയും ലക്ഷ്യസ്ഥാനത്തെ കണ്ണിൽ നിന്നു തന്നെ മറയ്ക്കുകയും ചെയ്തേക്കാം.

കുറച്ചു വർഷങ്ങൾക്ക് മുൻപ് ഐ.ബി.എം.-ന് വേണ്ടി ഞാൻ കുറച്ചു സെമിനാറുകളുടെ പരമ്പര ചെയ്തിരുന്നു. ഐ.ബി.എം-ൽ ഉണ്ടായിരുന്ന, മിടുക്കനായ മാനേജർ; വളരെ നല്ല മനുഷ്യനായിരുന്ന, എന്റെ ഒരു ഉപഭോക്താവ് പെട്ടെന്ന് ഒരു ദിവസം മുതൽ എന്റെ വിളികൾക്ക് മറുപടി തരാതെയായി. കമ്പനിയിലെ മറ്റുള്ളവരുമായി ബന്ധപ്പെട്ടപ്പോൾ, ഒരു ബിസിനസ്സ് യാത്രയ്ക്കിടയിൽ ഉണ്ടായ വിമാനാപകടത്തിൽ അദ്ദേഹം മരിച്ചുവെന്ന് മനസ്സിലായി. സംഭവി ച്ചത് വളരെ ദാരുണമായിരുന്നു.

ഡല്ലാസിൽ ഇറങ്ങുമ്പോൾ ആണ് വിമാനം അപകട ത്തിൽപ്പെട്ടത്. വിമാനത്തിൽ ഉണ്ടായിരുന്ന എല്ലാവരും തന്നെ കൊല്ലപ്പെട്ടിരുന്നു. പിന്നീടുണ്ടായ അന്വേഷണത്തിൽ അപകട കാരണം കണ്ടെത്തപ്പെട്ടു. അത് ആ ദിവസത്തെ അവസാനത്തെ വിമാനമായിരുന്നു. വിമാനത്തിലെ ജോലിക്കാർ ഡല്ലാസിൽ ഒരു വൈകുന്നേരം ചിലവഴിക്കാൻ ആഗ്രഹിച്ചിരുന്നു. ബ്ലാക്ക് ബോക്സിൽ നിന്ന് കിട്ടിയ വിവരം അനുസരിച്ച്, വിമാനം റൺവേയിൽ താഴെയി റങ്ങാൻ നേരത്ത്, ജോലിക്കാരെല്ലാവരും സൗഹൃദ സംഭാഷണ ത്തിലായിരുന്നു.

രണ്ട് പതിറ്റാണ്ടുകളുടെ അനുഭവപരിചയമുള്ള ഫ്ലൈറ്റ് എഞ്ചിനീയർ കോക്ക്പിറ്റിലെ പൈലറ്റുമാരുമായി സംസാരിച്ചു കൊണ്ടിരുന്നതിനാൽ, ചെക്ക് ലിസ്റ്റ് പരിശോധിയ്ക്കുന്നതിൽ പരാജയപ്പെടുകയായിരുന്നു. അതിനെ തുടർന്ന്, വിമാനം

താഴെയിറങ്ങുമ്പോൾ വിമാനച്ചിറകുകൾ താഴ്ത്താൻ മറക്കുകയായിരുന്നു. ഈ ഒരു പിഴവാണ് വിമാനം തകരുവാനും പൊട്ടിത്തെറിയ്ക്കുവാനും അകത്തുള്ള എല്ലാവരുടെയും ജീവൻ നഷ്ടപ്പെടാനും കാരണമായത്.

വ്യക്തിപരമായ ലക്ഷ്യ സ്ഥാനത്തേയ്ക്ക് നീങ്ങുമ്പോഴും ലക്ഷ്യത്തിലെത്താൻ ബുദ്ധിമുട്ടുമ്പോഴും ചെക്ക് ലിസ്റ്റ് പരിശോധിയ്ക്കാതെ വരുമ്പോൾ ഉണ്ടാകുന്ന പ്രശ്നങ്ങൾ അത്ര തീവ്രമല്ലായിരിയ്ക്കാം. പക്ഷേ ആരോ പ്രധാനപ്പെട്ട എന്തോ ചില കാര്യങ്ങൾ ശ്രദ്ധിക്കുന്നതിൽ പരാജയപ്പെട്ടതിനാൽ ബിസിനസ്സ് പരാജയപ്പെടുകയോ ഒരു വ്യക്തിയ്ക്ക് അയാളുടെ മുഴുവൻ പണവും നഷ്ടമാവുകയും ചെയ്യുന്നത് അസാധാരണമായ ഒരു കാര്യമല്ല.

തയ്യാറെടുപ്പിന്റെ താക്കോൽ

"നന്നായി തുടങ്ങിയാൽ തന്നെ പകുതി കഴിഞ്ഞു" എന്ന് കേട്ടിട്ടുണ്ടായിരിക്കും. തയ്യാറെടുപ്പാണ് എല്ലാ ഉദ്യോഗാർത്ഥികളുടെയും ഏതെങ്കിലും മേഖലയിൽ വിജയിച്ചവരുടെയും മുഖമുദ്ര. ഫലപ്രദമായി തയ്യാറെടുപ്പുകൾ നടത്തുവാനുള്ള വഴി നിങ്ങളുടെ തന്നെ വ്യക്തിപരമായ ചെക്ക് ലിസ്റ്റുകൾ പിന്തുടരുക എന്നതാണ്. കുറച്ച് ചെക്ക് ലിസ്റ്റുകൾ താഴെ നിർദ്ദേശിയ്ക്കുന്നു :

1. നിങ്ങൾ എങ്ങോട്ടാണ് പോകുന്നത്? നിങ്ങളുടെ ലക്ഷ്യങ്ങളെയും സ്വപ്നങ്ങളെയും കുറിച്ച് കൃത്യമായ വ്യക്തത ഉണ്ടാക്കുന്നതിനായി സമയമെടുക്കുക. നിങ്ങൾ എവിടെ ചെന്നു നിൽക്കാൻ ആഗ്രഹിക്കുന്നു?

   എല്ലാം വളരെ കുറ്റമറ്റരീതിയിൽ ആയിരുന്നെങ്കിൽ നിങ്ങളുടെ അവസ്ഥ എങ്ങനെ ആയിരുന്നിരിക്കും? അന്തിമ ഫലത്തെക്കുറിച്ച് എത്രത്തോളം വ്യക്തത നിങ്ങൾക്കുണ്ടോ, ഇടക്കാലത്തേയ്ക്കുള്ള പദ്ധതികൾ ഉണ്ടാക്കുന്നത് അത്രത്തോളം എളുപ്പമുള്ള കാര്യമായിരിക്കും.

2. ലക്ഷ്യം നേടുവാനും ലക്ഷ്യസ്ഥാനത്ത് എത്തുവാനും ആവശ്യമാണെന്ന് നിങ്ങൾ കരുതുന്ന എല്ലാ കാര്യങ്ങളുടെയും ഒരു ലിസ്റ്റ് ഉണ്ടാക്കുക. ഒന്നും വിട്ടുപോകരുത്. പുതിയ എന്തെങ്കിലും പദ്ധതികൾ, ചേർക്കുവാൻ തോന്നുന്ന പക്ഷം അതും തുടരുക.

3. ലക്ഷ്യത്തിലേക്കുള്ള വഴിയിൽ തെറ്റുകൾ സംഭവിയ്ക്കാനോ, കാലതാമസം വരുവാനോ, പരാജയപ്പെട്ടുവാനോ സാധ്യതയുള്ള ഓരോ കാര്യങ്ങളും വിഭാവനം ചെയ്യുക. മുന്നോട്ട് ചിന്തിക്കുകയും അപ്രതീക്ഷിതമായതിനെ നേരിടാനുള്ള വഴികൾ സജ്ജീകരിക്കുകയും ചെയ്യുക. ഭാഗ്യത്തിൽ വിശ്വസിയ്ക്കുവാനോ, എല്ലാ കാര്യങ്ങളും നിങ്ങളുടെ പദ്ധതിപ്രകാരം തന്നെ നടക്കുമെന്ന് പ്രതീക്ഷിയ്ക്കാനോ തുനിയാതിരിയ്ക്കുക.
4. നിങ്ങളുടേതിനു സമമായ യാത്രകൾ നടത്തിയവരുമായി സംസാരിക്കുക. ചക്രം പുനഃനിർമ്മിയ്ക്കാൻ ശ്രമിയ്ക്കാതിരിക്കുക. നിങ്ങൾ എത്താൻ ആഗ്രഹിച്ചിടത്ത് എത്തിച്ചേരാൻ ഒരുപാട് ചിലവഴിച്ചവരോട് ഉപദേശം ആരായുക.
5. നിങ്ങൾ ഉന്നം വെച്ച പാതയെക്കുറിച്ചും ലക്ഷ്യസ്ഥാനത്തെക്കുറിച്ചും മറ്റുള്ളവർ എഴുതിവെച്ചതായ എല്ലാം വായിക്കുക. ചിലപ്പോഴൊക്കെ ഒരു വ്യക്തിയിൽ നിന്നുള്ള ഏതെങ്കിലും ഒരു ഉൾക്കാഴ്ച ആയിരിക്കും വിജയത്തിനും പരാജയത്തിനുമിടയിലെ വ്യത്യാസങ്ങൾ തീരുമാനിക്കുന്നത്.

നിങ്ങൾക്ക് നിങ്ങളുടെ ലക്ഷ്യപ്രാപ്തിയും, ലക്ഷ്യസ്ഥാനവും, കുടുംബവും, ഭാവിജീവിതവും എത്രത്തോളം പ്രധാനമാണോ, മാറ്റാനാവാത്ത എന്തെങ്കിലും പ്രതിബദ്ധതകൾ ഉണ്ടാകുന്നതിനു മുൻപ് നിങ്ങൾ കൂടുതൽ സമയത്തെ തയ്യാറെടുപ്പുകൾ നടത്തേണ്ടതുണ്ട്. 'അമിതമായി തയ്യാറെടുക്കുക' എന്നൊരു പ്രയോഗം ഇല്ല.

ഒരു പ്ലാൻ-ബി തയ്യാറാക്കുക

നിങ്ങൾ ലക്ഷ്യം തയ്യാറാക്കി കഴിഞ്ഞാൽ വഴിയിൽ സംഭവിക്കാൻ സാധ്യതയുള്ള എല്ലാ കാലതാമസങ്ങളും വ്യതിചലനങ്ങളും ഗതിമാറ്റങ്ങളും തിരിച്ചറിയാനുള്ള സമയമെടുക്കുക. ആദ്യ പദ്ധതി നടപ്പിലാവാത്ത പക്ഷം ഉപയോഗപ്പെടുത്തുവാനായി ഒരു രണ്ടാം പദ്ധതി തയ്യാറാക്കിവെയ്ക്കുക. എല്ലാ കാര്യങ്ങളും നിങ്ങൾ പ്രതീക്ഷിക്കുന്നതുപോലെ വന്നുഭവിയ്ക്കുമെന്ന് ഒരിയ്ക്കലും കണക്കുകൂട്ടാതിരിയ്ക്കുക.

നിങ്ങളുടെ വ്യാപാരം തുടങ്ങുന്നതിനും വിജയകരമായി മുന്നോട്ടു പോകുന്നതിനും ആവശ്യമായ ആളുകളെയും ഉപഭോക്താക്കളെയും

സാമ്പത്തിക സ്രോതസ്സുകളെയും മറ്റ് ഘടകങ്ങളെയും തിരിച്ചറിയുക എന്നത് ബിസിനസ്സിൽ വളരെ അത്യാവശ്യമാണ്. വ്യക്തി ജീവിതത്തിലും നിങ്ങളെ നിരാശപ്പെടുത്തുന്നതും പദ്ധതികളുടെ താളം തെറ്റിയ്ക്കുന്നതുമായ മോശം കാര്യങ്ങൾ സംഭവിച്ചേക്കാമെന്ന ചിന്ത ഉണ്ടായിരിക്കേണ്ടതാണ്. അതുകൊണ്ട് തന്നെ ആവശ്യമെങ്കിൽ ഉപയോഗിക്കാൻ ഒരു പ്ലാൻ-ബി വികസിപ്പിയ്ക്കുക.

മൂർഫിയുടെ നിയമം ഒരിയ്ക്കലും മറക്കാതിരിക്കുക :

1. തെറ്റായി പോകാവുന്നതെന്തും തെറ്റായി തന്നെ പോകും.
2. തെറ്റായി സംഭവിയ്ക്കാവുന്ന ഏറ്റവും മോശം കാര്യം അതിന്റെ ഏറ്റവും മോശം സമയത്ത് തെറ്റി പോകും.
3. ഏറ്റവും കൂടുതൽ പണം അപഹരിയ്ക്കുന്ന ഏറ്റവും മോശമായ കാര്യം, ഏറ്റവും ഹീനമായ സമയത്ത് തെറ്റായി ഭവിച്ചു പോകും.

ഇനിയാണ് കോഹെന്റെ നിയമം വരുന്നത്: "മൂർഫി ഒരു ശുഭാപ്തി വിശ്വാസക്കാരനായിരുന്നു".

പദ്ധതിയും ഒരുക്കവും മുൻകൂറായി ചെയ്യുക

ലക്ഷ്യസ്ഥാനത്തെയും ലക്ഷ്യത്തെയും കുറിച്ച് തികഞ്ഞ ധാരണ ഉണ്ടായിരിക്കാനും, യാത്ര തുടങ്ങുന്നതിനു മുൻപ് ചിന്തിച്ച് ഓരോ വിശദാംശങ്ങളും പദ്ധതിപ്പെടുത്താനുമുള്ള നിങ്ങളുടെ കഴിവിന് ഉൾച്ചേർന്നിരിയ്ക്കുന്ന അനിശ്ചിതത്വത്തെ നാടകീയമായി കുറയ്ക്കാനും, നിങ്ങൾ നിങ്ങൾക്കു വേണ്ടി മുൻകൂട്ടി ഉറപ്പിച്ച ലക്ഷ്യം നേടാനുള്ള സാധ്യതയെ വർദ്ധിപ്പിക്കാനും കഴിയും. "നന്നായി തുടങ്ങിയത് പകുതി പൂർത്തിയായി കഴിഞ്ഞു" എന്ന പഴമൊഴി ഓർമ്മിയ്ക്കുക.

വിജയികളായ ആളുകൾ എപ്പോഴും വിശദാംശങ്ങളെക്കുറിച്ചു പോലും ധാരണയുള്ളവരായിരിക്കും, പ്രത്യേകിച്ച് ഒരു പുതിയ സംരംഭത്തിന്റെയോ യാത്രയുടെയോ തുടക്കത്തിൽ. അവർ ഒന്നും തന്നെ വിധിയ്ക്ക് വിട്ടുകൊടുക്കുന്നില്ല. എല്ലാം വളരെ നല്ല രീതിയിൽ തന്നെ നടന്നു പോകുമെന്നോ, അവരുടെ യാത്രയെ ആരെങ്കിലും അത്രത്തോളം പരിഗണിയ്ക്കുമെന്നോ അവർ കരുതുന്നില്ല. അതുകൊണ്ടു തന്നെ അവരുടെ ലക്ഷ്യലബ്ധിയുടെ സാധ്യത കൂടുന്നു. അതിന് ഭാഗ്യവുമായി യാതൊരുവിധ ബന്ധവുമില്ല.

അധ്യായം 5

മുഴുവൻ വേഗതയിൽ പുറപ്പെടുക

ആത്മ വിശ്വാസമോ സുനിശ്ചിതത്വമോ ഇല്ലാത്തിടത്ത് ധീരത ഉണ്ടാവാൻ യാതൊരു സാധ്യതയുമില്ല. യുദ്ധത്തിന്റെ പകുതി വിജയവുമിരിക്കുന്നത്, ഏറ്റെടുക്കാൻ കഴിയുന്നത് ചെയ്യാൻ കഴിയുമെന്ന ബോധ്യത്തിലാണ്.

– ഒറൈസൺ സ്വെറ്റ് മാർഡൻ

നിങ്ങൾ ലക്ഷ്യസ്ഥാനം തീരുമാനിച്ച്, അതിനായി എയർപോർട്ടിൽ എത്തുകയും വിമാനം കയറി, ഇരിപ്പിടം സ്വന്തമാക്കുകയും ചെയ്തിരിക്കുന്നു. ഏറ്റവും പ്രധാനപ്പെട്ട കാര്യത്തിനായി; വിജയിക്കുമെന്ന് യാതൊരു ഉറപ്പുമില്ല എന്ന വിശ്വാസത്തിൽ തുടങ്ങുന്ന പറക്കലിനായി, വിക്ഷേപണത്തിനായി, നിങ്ങളിപ്പോൾ തയ്യാറെടുത്തു കഴിഞ്ഞിരിക്കുന്നു. നിങ്ങളുടെ ജീവിതത്തിലെ; വിജയികളായ ഏതൊരു മനുഷ്യന്റെ ജീവിതത്തിലെയും വഴിത്തിരിവ് ആണിത്.

വിമാനം പതുക്കെ റൺവേയിലൂടേ നീങ്ങുകയും, പറക്കാനുള്ള അനുമതി ടവറിൽ നിന്നും ലഭിച്ച ശേഷം റൺവേയിൽ നിന്ന് ഉയർന്നു പൊങ്ങുകയും ചെയ്യുന്നു. ഇതാണ് നിർണ്ണായകമായ നിമിഷം. ലക്ഷ്യസ്ഥാനത്തേയ്ക്കുള്ള നിങ്ങളുടെ യാത്രയുടെ ശരിയായ തുടക്കമാണ് ആ പറക്കൽ.

പറക്കാനുള്ള അനുമതി ലഭിയ്ക്കുന്ന പക്ഷം പൈലറ്റ് 100 ശതമാനവും പൂർണ്ണ ശക്തി വിമാനത്തിൽ പ്രയോഗിയ്ക്കുന്നു. ആദ്യം

അത് പതുക്കെ ചലിച്ചു തുടങ്ങി പിന്നീട് വേഗത കൂട്ടുകയും വായുവിലേക്ക് ഉയർന്നുപൊങ്ങുംവരെ വേഗത വളരെ വർദ്ധിപ്പിക്കുകയും ചെയ്യുന്നു. ഈ നിമിത്തത്തെ ആണ് പൈലറ്റുമാർ 'വീൽസ് അപ്' എന്ന് പറയുന്നത്. വിമാനയാത്രയുടെ ഔദ്യോഗികമായ തുടക്കമാണത്.

നിർണ്ണായകമായ ചോദ്യം ഇതാണ് : മുഴുവൻ ശക്തിയിൽ പോകാതെ പൈലറ്റ് 80 മുതൽ 90 ശതമാനം മാത്രം വരെ ശക്തി ഉപയോഗിച്ചാൽ എന്ത് സംഭവിയ്ക്കും? ഏത് പൈലറ്റിനും ഇതിന് ഉത്തരം നൽകാൻ സാധിയ്ക്കും. വിമാനം മുഴുവൻ ശക്തിയേക്കാൾ കുറഞ്ഞ തോതിൽ പോയാൽ അതൊരിക്കലും പറക്കാനുള്ള വേഗതയിൽ എത്തുകയില്ല. റൺവേ തീരുന്നിടം വരെ വിമാനം ചലിയ്ക്കുകയും ഒരിക്കലും വായുവിലേക്ക് പൊങ്ങാതിരിക്കുകയും ആണ് ചെയ്യുക.

വിജയവും സാധാരണത്വവും തമ്മിലുള്ള പ്രധാന വ്യത്യാസം ഇത് വരച്ചു കാട്ടുന്നു. പുതിയ ലക്ഷ്യസ്ഥാനത്തേയ്ക്കുള്ള പുതിയൊരു വിമാനം പുറപ്പെടുമ്പോൾ വിജയികളായ മനുഷ്യർ മുഴുവൻ ശക്തിയും സംഭരിച്ച് പറക്കുന്നു. അവരുടെ ജോലി അവർ പൂർണ്ണമായിതന്നെ ചെയ്യുന്നു. ചെയ്യുന്ന കാര്യങ്ങളിൽ അവർ പൂർണ്ണമായി ഹൃദയമർപ്പിക്കുന്നു. പ്രത്യേകിച്ച് ഏതെങ്കിലും പുതിയ ശ്രമങ്ങളുടെ ആരംഭത്തിൽ.

ഒരു പക്ഷേ, വലിയൊരു കാലയളവിലേക്ക് അത്യദ്ധ്വാനം ചെയ്ത് ലക്ഷ്യം നേടിയെടുക്കാനായി തയ്യാറെടുപ്പുകൾ നടത്തുന്നതിനേക്കാൾ പ്രാധാന്യമുള്ള കാര്യം വിജയത്തിലേക്കുള്ള വഴിയിൽ ഇല്ല.

അതേ സമയം സാധാരണക്കാർ ഒരിക്കലും മുഴുവൻ ശക്തിയുമെടുത്ത് പറക്കാൻ ശ്രമിയ്ക്കാറില്ല. അവരെപ്പോഴും എളുപ്പമുള്ള വഴികൾ തിരഞ്ഞു കൊണ്ടിരിക്കുകയും വളരെ കുറച്ചു മാത്രം ചെയ്യാൻ ആഗ്രഹിയ്ക്കുകയും ചെയ്യുന്നു. അതു കൊണ്ടു തന്നെ അവർ ഒരിക്കലും ലക്ഷ്യങ്ങൾ പൂർത്തീകരിയ്ക്കുകയില്ല. അവരൊരിക്കലും ഉയർത്തപ്പെടുന്നില്ല. സത്യത്തിൽ അവർ ഒന്നിലുംതന്നെ വിജയിക്കാൻ പോകുന്നില്ല.

ആദ്യ ചുവടു വെയ്ക്കുക

ജീവിതത്തിലെ മഹത്വവും സാധാരണത്വവും തമ്മിലുള്ള പ്രാഥമികമായ വ്യത്യാസം ഇതാണ്; മഹാന്മാരായ മനുഷ്യർ അവർക്കു വേണ്ടി വലിയതും ആവേശമുണർത്തുന്നതുമായ ലക്ഷ്യങ്ങൾ നിശ്ചയിക്കുകയും ലക്ഷ്യത്തിലേക്കുള്ള അവരുടെ ചുവടുകൾ വിശദമായി ആസൂത്രണം ചെയ്യുകയും പിന്നീട് *ആദ്യ ചുവടു വെയ്ക്കുകയും* ചെയ്യുന്നു.

വിജയികളായ ആളുകളെ പോലെതന്നെ ശരാശരി മനുഷ്യർക്ക് പ്രതീക്ഷകളും സ്വപ്നങ്ങളും ആഗ്രഹങ്ങളും അഭിലാഷങ്ങളുമുണ്ട്. എന്നാൽ സത്യത്തിന്റെ നിമിഷത്തിൽ ശരാശരി ആളുകൾ പിന്മാറിക്കളയുന്നു. ആദ്യ ചുവടുവെയ്പ്പ് നടത്തുന്നതിൽ നിന്ന് അകമേ ഉള്ള എന്തോ ഒന്ന് അവരെ തടഞ്ഞു നിർത്തുന്നു. തീരുമാനമെടുക്കേണ്ടതായ ഒരു നിമിഷത്തിൽ പരാജയത്തെയും നഷ്ടത്തെയും കുറിച്ചുള്ള ഭയം അവരെ കീഴടക്കുകയും അവർ പിന്മാറുകയും ചെയ്യുന്നു.

വർഷങ്ങൾക്കു മുൻപ് ഞാൻ ഒരു ഉദ്ധരണി വായിക്കുകയുണ്ടായി :

"നിരാശയുടെ കടൽത്തീരങ്ങളിൽ, വിജയത്തിന്റെ നിമിഷത്തിൽ മടിച്ചു നിന്നവരുടെ, എല്ലാം നഷ്ടപ്പെട്ടവരുടെ വെളുത്തു പോയ അസ്ഥികൾ കിടക്കുന്നു." ഒരിക്കലും മറക്കാത്ത വരികൾ.

ധൈര്യമാണ് താക്കോൽ

വലിയ വിജയങ്ങൾ സ്വന്തമാക്കാൻ അത്യാവശ്യമായ ഘടകം *ധൈര്യമാണ്*. വിൻസ്റ്റൺ ചർച്ചിൽ എഴുതിയത് പോലെ "നന്മകളിൽ ഏറ്റവും ആദ്യത്തേത് ധീരതയാണ്. മറ്റുള്ളവയെല്ലാം അതിനെ ആശ്രയിച്ച് ഇരിക്കുന്നവയാണ്."

ബ്രിട്ടന്റെ ഉരുക്കുവനിതയായ മാർഗരറ്റ് താച്ചർ ഒരിക്കൽ പറയുകയുണ്ടായി, "ചർച്ചകളിൽ, എല്ലാം ധൈര്യത്തിലാണ് ചെന്നു ചേരുന്നത്."

"പവർ" എന്ന പുസ്തകത്തിന്റെ രചയിതാവ് റോബർട്ട് ഗ്രീൻ പറയുന്നു. "എപ്പോഴും ധൈര്യത്തോടെ ഇരിയ്ക്കുക. ധൈര്യം പലപ്പോഴും നിങ്ങളെ കുഴപ്പത്തിലാക്കുന്നു. എന്നാൽ കുറച്ചധികം ധൈര്യം അത് നിങ്ങളെ അതിൽ നിന്ന് രക്ഷപ്പെടുത്തുന്നു."

നിങ്ങൾക്ക് കാണാൻ കഴിയുന്നിടത്തോളം പോകുക

നിങ്ങൾ ലക്ഷ്യത്തെക്കുറിച്ച് ധാരണയുള്ളവർ ആയിരിക്കണം. എന്നാൽ അത് നേടിയെടുക്കുന്ന പ്രവൃത്തിയിൽ *അയവുള്ള* സമീപനമാണ് ഉണ്ടാകേണ്ടത്. മുൻകൂട്ടി എത്രമാത്രം പദ്ധതികൾ ഒരുക്കി ചിട്ടപ്പെടുത്തിയാലും പ്രവചനാതീതമായ സാഹചര്യങ്ങൾ നിങ്ങളുടെ പദ്ധതികളെ ആവർത്തിച്ചുള്ള പുനഃപരിശോധനകൾക്ക്

നിർബന്ധിതമാക്കും. പക്ഷേ ആദ്യത്തെ ചുവടുവെപ്പിന് നിങ്ങൾ തയ്യാറെടുക്കുക തന്നെ വേണം.

ഭാഗ്യവശാൽ ആദ്യ ചുവടുകൾ വെയ്ക്കുമ്പോൾ നിങ്ങൾക്ക് ബഹുദൂരം മുന്നോട്ട് കാണുവാൻ സാധിയ്ക്കും. ഈ അർത്ഥത്തിൽ പ്രകൃതി ഒരു കോമാളിയാണ്. വഴിയിൽ എപ്പോഴും ഒരു പുതപ്പ് പിടിച്ചു നില്ക്കും. നിങ്ങൾ ഒരു ലക്ഷ്യമോ സ്ഥാനമോ നിശ്ചയിച്ചു കഴിഞ്ഞാൽ, പതിയെ പിറകോട്ടു മാറി ആദ്യത്തെ പടികൾ നിങ്ങൾക്ക് കാണിച്ചു തരും. ഇതൊരു പരീക്ഷണമാണ്. ആദ്യചുവട് കാണിച്ചു തന്നുകൊണ്ട് നിങ്ങൾക്ക് ലക്ഷ്യത്തെ സംബന്ധിച്ച് കാര്യഗൗരവമുണ്ടോ എന്ന കാര്യം തീരുമാനിയ്ക്കും.

നിങ്ങൾക്ക് ഒരു ചുവടപ്പുറം മാത്രമാണ് കാണാൻ കഴിയുന്നുള്ളു എങ്കിലും ഉറച്ചവിശ്വാസത്തോടെ ആ ചുവടെടുത്താൽ പ്രകൃതി നിങ്ങളുടെ കാര്യഗൗരവം കണക്കിലെടുക്കും. പതിയെ പിറകോട്ടു മാറി അടുത്ത ഘട്ടം നിങ്ങളെ കാണിയ്ക്കും. നിങ്ങൾ ആ ചുവടെടുത്തു കഴിഞ്ഞാൽ, വീണ്ടും പിറകോട്ടു മാറി അടുത്തത് കാണിച്ചു കൊണ്ടിരിക്കും. നിങ്ങൾക്ക് എപ്പോഴും ഒരു ചുവട് കൂടുതൽ കാണാൻ കഴിയുകയും അത് കടന്നു കഴിഞ്ഞാൽ ഇനിയും മുന്നോട്ട് പോകാൻ ഒരുപാടുണ്ടെന്ന് മനസ്സിലാകുകയും ചെയ്യും.

മികവിനെ പിന്തുടരൽ

ജീവിതത്തിലും ജോലിയിലും മുഴുവൻ ശക്തിസംഭരിച്ചു പറക്കുകയെന്നാൽ, ആദ്യമായി, ആഗ്രഹിക്കുന്ന വിജയം അടുത്തെത്തുന്നത് വരെ കഠിനാധ്വാനം ചെയ്യുക എന്നതാണ്. രണ്ടാമതായി, ചെയ്യുന്ന കാര്യങ്ങളിൽ എല്ലാം മികവു പുലർത്തലും. നിങ്ങളുടെ സാദ്ധ്യതകൾ എല്ലാം തന്നെ ഉപയോഗപ്പെടുത്താൻ തുടക്കത്തിൽ തന്നെ, വെല്ലുവിളികൾ പരിഹരിച്ച് ഏറ്റവും മികച്ചത് കൊടുക്കാനും നിങ്ങളുടെ മേഖലയിൽ ഏറ്റവും മെച്ചപ്പെട്ട പത്തു ശതമാനക്കാരിൽ എത്താനും കഴിയണം. സന്തോഷങ്ങളും പ്രതിഫലങ്ങളും സംതൃപ്തിയും അംഗീകാരങ്ങളുമെല്ലാം എപ്പോഴും മുകൾ തട്ടിലുള്ള ആളുകൾക്കാണ് ലഭ്യമാകുന്നത്. ബാക്കിയുള്ളവർക്ക് അവശേഷിയ്ക്കുന്നത് പങ്കിട്ടെടുക്കാൻ മാത്രമാണ് കഴിയുന്നത്.

1992-ലെ നോബൽ സമ്മാന ജേതാവായ സാമ്പത്തിക ശാസ്ത്രജ്ഞൻ ഗാരി ബെക്കർ അമേരിക്കയിൽ അടുത്തിടെ "അസമത്വത്തിലെ വിടവ്" എന്നൊരു ലേഖനം എഴുതുകയുണ്ടായി. 'അസമത്വത്തിന്റെ ഈ വിടവ്' എന്ന് പറയപ്പെടുന്നത്'കഴിവുകളിൽ

ഉള്ള വിടവ്' കൂടിയാണെന്ന് അദ്ദേഹം വിശദീകരിക്കുകയുണ്ടായി. നാം ജീവിയ്ക്കുന്നത് ഉന്നത സാങ്കേതിക നിലവാരത്തെയും, അറിവിനെയും അടിസ്ഥാനപ്പെടുത്തി മുന്നോട്ടു പോകുന്ന ഒരു സമൂഹമാണെന്നിരിക്കെ, സ്വന്തം പാണ്ഡിത്യവും പാടവങ്ങളും നവീകരിച്ചു കൊണ്ടിരിക്കുന്നവർ തന്നെയാണ് കൂടുതൽ പ്രതിഫലാർഹർ ആകുന്നത്. കൂടുതൽ മൂല്യസമ്പാദനത്തിനായി തുടർച്ചയായി പുതിയരീതികൾ പഠിച്ചു കൊണ്ടിരിക്കുന്നവർക്ക് തന്നെയാണ് ഏറ്റവും കൂടുതൽ വരുമാനം ലഭിയ്ക്കുന്നത്.

എത്രത്തോളം നിങ്ങൾ അകത്തേയ്ക്ക് നിക്ഷേപിയ്ക്കുന്നുവോ അത്രത്തോളം പുറത്തേക്കു വരുന്നു

ഉയർന്നവരുമാനമുള്ള വീട്ടിൽ, താഴ്ന്ന വരുമാനമുള്ള വീട്ടിലേതിനേക്കാൾ, കൂടുതൽ മണിക്കൂറുകൾ ജോലിയെടുക്കുന്ന കൂടുതൽ ആളുകൾ ഉണ്ടായിരിക്കും. ഉയർന്ന വരുമാനക്കാരായ ഒരു ശരാശരി സംരംഭകനോ ബിസിനസ്സ് ഉടമയോ, കാര്യ നിർവ്വഹണ സമിതിയിലെ മുതിർന്ന അംഗമോ ആഴ്ചയിൽ അൻപത്തി ഒൻപത് മണിക്കൂറുകളോളം ജോലിയെടുക്കുന്നവരായിരിക്കും. താഴ്ന്ന വരുമാനക്കാറുള്ള ഇരുപത് ശതമാനം വീടുകളിലെ ആളുകൾ അവരുടെ വരുമാനമനുസരിച്ച് ഇരുപത് മണിക്കൂറുകളിൽ കുറവ് മാത്രം ജോലിയെടുക്കുന്നവരാണ്. നിങ്ങൾ വിതച്ചിട്ടില്ലാത്തത് കൊയ്യുവാനും കഴിയുകയില്ലെന്ന് ഓർമ്മിക്കേണ്ടതാണ്.

'മില്ല്യണയർ നെക്സ്റ്റ് ഡോർ' എന്ന പുസ്തകത്തിൽ ഗ്രന്ഥകാരൻമാരായ സ്റ്റാൻലിയും ഡാങ്കോയും പറയുന്നത്, ഇരുപത്തഞ്ച് വർഷക്കാലത്തെ അവരുടെ കൂടിക്കാഴ്ചകളിൽ കണ്ട എൺപത്തഞ്ചു ശതമാനം കോടീശ്വരന്മാരും തങ്ങളുടെ വിജയത്തെ കഠിനാധ്വാനത്തിന് സമർപ്പിയ്ക്കുന്നവരാണെന്നാണ്. അവർ ആവർത്തിച്ചു പറയാറുള്ള കാര്യങ്ങൾ ഇങ്ങനെയാണ് : "ഞാൻ വലിയ വിദ്യാഭ്യാസം നേടിയിട്ടില്ല. സമർത്ഥനോ മറ്റുള്ളവരെക്കാൾ മികച്ചവനോ ആയിരുന്നില്ല. പക്ഷേ അവരെക്കാൾ കൂടുതൽ അദ്ധ്വാനിയ്ക്കാൻ തയ്യാറുണ്ടായിരുന്നു."

അതാതു മേഖലകളിലെ ഉയർന്ന പത്തു ശതമാനം ആളുകൾ, അതേ മേഖലയിൽ താഴേക്കിടയിലുള്ള എൺപത് ശതമാനം നേടുന്നതിന്റെ ശരാശരിയേക്കാൾ രണ്ടോ അഞ്ചോ പത്തോ, ഇരുപത് ശതമാനം പോലുമോ സമ്പാദിയ്ക്കുന്നവരാണ്. നിങ്ങൾ ഇനിയും അവിടെ എത്തിയിട്ടില്ല എങ്കിൽ, ആ മികച്ച പത്തു

ശതമാനക്കാരിലാണ് നിങ്ങൾ ചിലപ്പോൾ ഭാവിയിൽ എത്താൻ ആഗ്രഹിച്ചേക്കുന്ന ഇടം.

ജോലി ചെയ്യുന്ന സമയത്ത് മുഴുവനായി അത് ചെയ്യുക

ഇനി പറയാൻ പോകുന്ന ഒരു നിയമം, നിങ്ങളെ, ലക്ഷ്യങ്ങൾ നേടി ഉദ്ദിഷ്ടസ്ഥാനത്ത് എത്തിയ്ക്കുമെന്ന് ഉറപ്പ് നൽകുന്നതാണ്. ജോലി ചെയ്യുന്ന സമയത്ത് മുഴുവനായും നിങ്ങൾ അതിൽ *ഏർപ്പെടുക.* വിഡ്ഢിത്തങ്ങളിൽ മുഴുകിയോ ആഘോഷിച്ചോ സമയം കളയാതിരിക്കുക. ദിവസം മുഴുവൻ ജോലി ചെയ്യുക. ഒരല്പം നേരത്തേയും കുറച്ചു പണിപ്പെട്ടും കുറച്ചൊക്കെ വൈകിയും ജോലികൾ ചെയ്യുമെന്ന് ദൃഢനിശ്ചയം ചെയ്യുക. ജോലി ചെയ്യുമ്പോൾ മുഴുവൻ സമയവും ജോലിയെടുക്കുമെന്ന് തീർച്ചപ്പെടുത്തുക.

സമയം കൊല്ലികളായ ആളുകളിൽനിന്ന് അകലം പാലിയ്ക്കുക. നിങ്ങൾക്ക് ചുറ്റിലുമുള്ള ആളുകൾ പകുതിയോ അതിൽ കുറവോ വേഗത്തിൽ മാത്രം പണിയെടുക്കുന്നവരാണ്. അവർ കുടുംബ കാര്യങ്ങളെയും കായിക വിനോദങ്ങളെയും രാഷ്ട്രീയത്തെയും ബിസിനസ്സ് സംബന്ധിയല്ലാത്ത വിഷയങ്ങളെയുംകുറിച്ച് സംസാരിയ്ക്കാൻ താത്പര്യപ്പെടുന്നു. അവരിൽനിന്ന് അകന്നുമാറുകയും അകലം സൂക്ഷിയ്ക്കുകയും ചെയ്യുക. ഇപ്പോൾ ജോലി ചെയ്യേണ്ടതുണ്ടെന്നും, തൊഴിൽ സമയത്തിനു ശേഷം, അവരുമായി സംസാരിയ്ക്കുന്നതിൽ നിങ്ങൾ തല്പരരാണെന്നും അറിയിക്കുക.

മുൻഗണനാ ക്രമത്തിൽ ഓരോ ദിവസവും ചെയ്യേണ്ടുന്ന കാര്യങ്ങളുടെ ഒരു ലിസ്റ്റ് തയ്യാറാക്കുക. ഏറ്റവും പ്രധാനപ്പെട്ട നിങ്ങളുടെ ജോലി രാവിലെ തന്നെ തുടങ്ങുകയും നൂറു ശതമാനം പൂർത്തിയാകുന്നത് വരെ, അതിൽ തന്നെ ശ്രദ്ധ കേന്ദ്രീകരിയ്ക്കുകയും ചെയ്യുക. നിങ്ങളുടെ സ്ഥാപനത്തിലെ ഏറ്റവും കഠിനാദ്ധ്വാനിയായ മനുഷ്യനെന്ന പേര് സ്വന്തമാക്കുമെന്ന് ഉറപ്പിയ്ക്കുക. *ജോലി സമയങ്ങളിൽ എല്ലാം ജോലി ചെയ്തു കൊണ്ടേ ഇരിയ്ക്കുക.*

വിജയം ആകസ്മികമായി ഉണ്ടാവുന്നതല്ല. വിജയം പൂർണ്ണമായും പ്രവചിയ്ക്കാവുന്നത് തന്നെയാണ്. വിജയികളായ മറ്റു മനുഷ്യർ ചെയ്തകാര്യങ്ങൾ നിങ്ങളും നിരന്തരമായി തുടർന്നു കൊണ്ടിരുന്നാൽ അവർക്ക് ലഭിച്ച പ്രതിഫലങ്ങൾക്ക് നിങ്ങളും അർഹരാകുന്നതാണ്. നിങ്ങൾക്ക് മാത്രമേ അതിൽ നിന്നും നിങ്ങളെ പിറകോട്ട് വലിയ്ക്കുവാൻ സാധിക്കുകയുള്ളൂ.

അധ്യായം 6

പ്രക്ഷുബ്ധതയ്ക്കായി ആസൂത്രണം ചെയ്യുക

മനുഷ്യകുലത്തിനു തന്നെ ഏറ്റവും ഗുണപ്രദമായതെന്ന് ഞാൻ കരുതുന്ന ഒരു ഉപദേശം എന്താണെന്ന് ചോദിച്ചാൽ ഇങ്ങനെ മറുപടി പറയും : പ്രശ്നങ്ങളെ ജീവിതത്തിന്റെ അനിവാര്യമായ ഘടകമായി പ്രതീക്ഷിയ്ക്കുകയും അവയെ നേരിടുമ്പോൾ, തലയുയർത്തിപ്പിടിച്ച്, കണ്ണുകളിലേയ്ക്ക് നോക്കിപറയുകയും ചെയ്യണം "പ്രശ്നങ്ങളേ... നിങ്ങളെക്കാൾ വലിപ്പം എനിയ്ക്കുണ്ട്. നിങ്ങൾക്കെന്നെ തോൽപ്പിക്കാൻ കഴിയില്ല".

– ആൻ ലാന്റെഴ്സ്

ഒരു യാത്രയിൽ വിമാനം പറന്നുതുടങ്ങുമ്പോൾ, യാത്രക്കാരോട് ഇരിപ്പിടങ്ങളിൽ ഇരിയ്ക്കാനും സീറ്റ് ബെൽറ്റുകൾ മുറുക്കാനും പൈലറ്റ് ആവശ്യപ്പെടുന്നു. മിക്കവാറും സമയങ്ങളിൽ പൈലറ്റ് പറയും "യാത്രയുടെ ആദ്യഭാഗത്ത് നമ്മൾ ചില പ്രക്ഷുബ്ധതകൾ പ്രതീക്ഷിയ്ക്കുന്നുണ്ട്. അതു കൊണ്ട് സീറ്റ്ബെൽറ്റുകൾ മുറുക്കിയിട്ടുണ്ടെന്ന് നിങ്ങൾ ഉറപ്പു വരുത്തുക."

നിങ്ങൾ എന്തെങ്കിലും ബിസിനസ്സോ ജോലിയോ ആരംഭിയ്ക്കുമ്പോഴും പ്രക്ഷുബ്ധതകൾ നേരിടാം. ഏതൊരു തൊഴിലിന്റെയും വ്യാപാരത്തിന്റെയും പുതിയ സംരംഭങ്ങളുടെയും ആദ്യഘട്ടം, അപ്രതീക്ഷിതമായ പ്രശ്നങ്ങളുടെ പരമ്പരയിലേക്കും, നേരിടുമെന്ന് നിങ്ങൾ സങ്കല്പിയ്ക്കുക കൂടി ചെയ്യാത്ത ബുദ്ധിമുട്ടുകളിലേക്കും നിങ്ങളെ മുക്കിത്താഴ്ത്തും. ഒരു വിമാനം ശക്തമായി താഴേക്ക് പതിച്ച് തല കീഴാക്കപ്പെടുന്നത് പോലെയാണത്.

നിങ്ങൾ പുതിയ ലക്ഷ്യം ഏറ്റെടുത്ത്, ഇറങ്ങുന്നതോടെ അവതാളത്തിലാകേണ്ടതെല്ലാം അവതാളത്തിൽ ആയി പോകുന്നു. പദ്ധതികൾക്കും ചിട്ടപ്പെടുത്തലുകൾക്കുമായി ചിലവഴിച്ച ഒരു വർഷക്കാലം ചിന്തിച്ചതിനേക്കാളും പഠിച്ചതിനേക്കാളും അധികം പാഠങ്ങൾ, പുതിയൊരു സംരംഭം തുടങ്ങി, ആദ്യ ദിവസങ്ങൾക്കുള്ളിൽ തന്നെ നിങ്ങൾ സ്വായത്തമാക്കുന്നതാണ്.

ഒരു പുതിയ ലക്ഷ്യത്തിന് തുടക്കമിടുമ്പോൾ, സമയത്തെയും പണത്തെയും മാനസിക തുലനത്തെയും ഒക്കെ കവർന്നെടുക്കുന്ന നിരന്തരമായ അബദ്ധങ്ങളുടെ ഒരു പരമ്പരതന്നെ സംഭവിക്കാം. തെറ്റുകൾ വരുത്തുകയും അനുഭവങ്ങളിൽ നിന്ന് പഠിയ്ക്കുകയുമല്ലാതെ, അറിവും കഴിവും വ്യക്തിത്വവും വികസിപ്പിയ്ക്കുവാൻ മറ്റൊരു വഴികളും തന്നെയില്ല.

ലക്ഷ്യത്തിലേക്കുള്ള നിങ്ങളുടെ യാത്ര, പ്രശ്നങ്ങളുടെ ശ്രേണികളും തിരിച്ചടികളും താൽക്കാലിക തോൽവികളും അടങ്ങിയതായിരിക്കും. ജീവിതത്തിൽ ഒഴിവാക്കാനാകാത്ത ഭാഗങ്ങളാണവ. നിങ്ങളുടെയും, സ്വന്തമാക്കാൻ ആഗ്രഹിക്കുന്നവയുടെയും ഇടയിലുള്ള അനിവാര്യമായ വെല്ലുവിളികളും തടസ്സങ്ങളും നേരിടുവാനുള്ള കഴിവ് വികസിപ്പിക്കപ്പെടാതെ ഒരു വിജയവും സാധ്യമല്ലെന്നതാണ് സത്യം.

പ്രതികരണങ്ങളെ നിയന്ത്രിയ്ക്കുക

ശക്തരായ മനുഷ്യർ, ലക്ഷ്യത്തിലേക്കുള്ള യാത്രയിൽ പ്രശ്നങ്ങളുടെ സാന്നിധ്യം പ്രതീക്ഷിക്കുന്നു. ദുർബലരായ ആളുകളാവട്ടെ, കാര്യങ്ങൾ പ്രതീക്ഷിച്ചത് പോലെ നടക്കാതെ വരുമ്പോൾ അത്ഭുതപരതന്ത്രരും നിരാശരുമാകുന്നു. അവർ കുപിതരും രോഷാകുലരുമാകുന്നു. അവർ സ്വന്തം പ്രശ്നങ്ങൾക്ക് മറ്റുള്ളവരെ പഴിക്കുന്നവരായി കാണപ്പെടുന്നു. പലപ്പോഴും യുക്തിഹീനരും വിഷണ്ണരുമായി മാറുന്നു.

പ്രശ്ന സമവാക്യത്തിൽ, ഒരിടത്ത് മാത്രമാണ് നിങ്ങൾക്ക് സ്വാധീനം ചെലുത്താൻ കഴിയുന്നത് : പ്രശ്നങ്ങൾ മുന്നിലേക്ക് എത്തിപ്പെടുമ്പോൾ അവയോട് പ്രതികരിക്കുന്ന രീതിയിൽ. അതിനെയാണ് നിങ്ങളുടെ 'ചുമതലാ ബോധ'മെന്ന് വിളിക്കുന്നത്.

നേരിടേണ്ടി വരുന്ന പ്രശ്നങ്ങളോട് ഫലപ്രദമായി പ്രതികരിയ്ക്കാനുള്ള നിങ്ങളുടെ കഴിവാണ്, വലിയ ഒരളവുവരെ വിജയങ്ങളെ നിർണ്ണയിയ്ക്കുന്നത്. ഭാഗ്യവശാൽ, പ്രശ്നങ്ങളെ നേരിടാൻ, വിജയികളായ

ആളുകൾ പരീക്ഷിച്ച നിരവധി ഫലപ്രദമായ ഉപായങ്ങളെക്കുറിച്ച് നിങ്ങൾക്ക് പഠിയ്ക്കുവാൻ സാധിക്കും.

പ്രശ്നങ്ങൾ പ്രദേശത്തിനൊപ്പം പോകുന്നു

ആദ്യം തന്നെ പ്രശ്നങ്ങളെയും, ആശാ ഭംഗങ്ങളെയും താൽക്കാലിക പരാജയങ്ങളെയും *കരുതിയിരിക്കുക.* അവ സംഭവിയ്ക്കുമ്പോൾ നടുങ്ങുകയോ ആശ്ചര്യപ്പെടുകയോ ക്രൂദ്ധരാവുകയോ ചെയ്യാതിരിക്കുക. അതിനു ശേഷം ആഴത്തിൽ ശ്വാസമെടുത്ത് പിരിമുറുക്കം കുറച്ചതിനു ശേഷം പറയുക "എന്റെ ജോലി പ്രശ്നങ്ങൾ പരിഹരിയ്ക്കലാണ്. ഞാൻ ചെയ്യുന്നതിലാണ് പ്രശ്നങ്ങൾ ഉള്ളത്."

ഓരോ തവണയും പ്രശ്നങ്ങൾ പരിഹരിയ്ക്കുമ്പോൾ, അതിനേക്കാൾ വലിയ ബുദ്ധിമുട്ടുകളെ തരണം ചെയ്യാനുള്ള പ്രാപ്തി നിങ്ങൾ നേടുകയാണ് ചെയ്യുന്നത്. പ്രശ്നങ്ങൾ പരിഹരിയ്ക്കുന്നതിന് നിങ്ങൾക്ക് ലഭിക്കുന്ന മുഖ്യ ബഹുമതി കുറച്ചുകൂടി വലിയ പ്രശ്നങ്ങളെ പരിഹരിക്കുവാനുള്ള അവസരമാണ്. പക്ഷേ വലിയ പ്രശ്നങ്ങളുടെ കൂടെ വലിയ പ്രതിഫലങ്ങളും ഉത്തരവാദിത്തങ്ങളും വരുന്നതാണ്.

ജോലിയിലെയും വ്യക്തിജീവിതത്തിലെയും പ്രശ്നങ്ങളെ നേരിടുമ്പോൾ നിങ്ങൾ നിങ്ങളുടെ കഴിവുകളുടെ കൊടുമുടിയിൽ എത്തപ്പെടുന്നു. വലിയ ആളുകൾ വലിപ്പമുള്ള പ്രശ്നങ്ങളെ പരിഹരിയ്ക്കുന്നു. ചെറിയവരാണ് ചെറിയ പ്രശ്നങ്ങളെ മാത്രം പരിഹരിയ്ക്കുകയും അല്ലെങ്കിൽ ഒന്നും പരിഹരിക്കാതിരിയ്ക്കുകയും ചെയ്യുന്നത്. അവരവരുടെ മേഖലയിൽ ചെറുതും വലുതുമായ ഏറ്റവുമധികം പ്രശ്നങ്ങളെ ഫലപ്രദമായി നേരിട്ടവരാണ് അതാത് ഇടങ്ങളിലെ ഏറ്റവും അധികം വിജയിച്ചവരും ആത്മവിശ്വാസമുള്ളവരുമായി കാണപ്പെടുന്നത്.

പരിഹാരത്തിന്റെ അടിസ്ഥാനത്തിൽ ചിന്തിക്കുക

ഉത്കൃഷ്ടരായ മനുഷ്യർ എപ്പോഴും പരിഹാരത്തിൽ അധിഷ്ഠിതമായി ചിന്തിയ്ക്കുന്നവരായിരിക്കും. അവർ പ്രശ്നങ്ങളെക്കുറിച്ചും അതിൽ കുറ്റപ്പെടുത്തേണ്ട ആളുകളെക്കുറിച്ചും ചിന്തിയ്ക്കുന്നതിനു പകരം, പരിഹാരങ്ങളെയും അതെങ്ങനെയൊക്കെ നടപ്പിലാക്കാം എന്നതിനെക്കുറിച്ചും ചിന്തിച്ചു കൊണ്ടിരിക്കും. ഭാവിയെക്കുറിച്ച് കണക്കു കൂട്ടുന്നവരും, ഉടനടി കേടുപാടുകൾ നിയന്ത്രിയ്ക്കുവാനും പ്രശ്നങ്ങൾ ലഘൂകരിച്ചു മുന്നോട്ട് പോകാനും വേണ്ട നടപടികളെ കുറിച്ച് നിരന്തരമായി കണക്കു കൂട്ടുന്നവരുമായിരിയ്ക്കും.

പ്രശ്നങ്ങളെ സംബന്ധിച്ച് നിങ്ങൾക്ക് പരിശീലിക്കാൻ കഴിയുന്ന ഏറ്റവും മികച്ച ഉപാധി, മാനസികമായി തയ്യാറെടുക്കുക എന്നതു തന്നെയാണ്.

എന്ത് തന്നെ സംഭവിച്ചാലും മുൻകൂട്ടി പരിഹരിയ്ക്കുന്ന രീതി നിങ്ങളെ ശാന്തരും പ്രസന്നരുമാക്കി നിലനിർത്തും. അസ്വസ്ഥരും കുപിതരുമാകാതിരിക്കാൻ മുൻകൂട്ടി പരിഹാരം കണ്ടെത്തുന്ന വരാകുക.

പ്രശാന്തവും പ്രയോജനമുള്ളതുമായ രീതിയിൽ പ്രശ്നങ്ങളെ നേരിടുന്നവരാകുവാൻ മാനസികമായി സ്വയം സജ്ജരാക്കുക.

ഈ രീതിയിൽ സ്വയം സജ്ജമാക്കി വെച്ചാൽ, തീർച്ചയുള്ള പ്രശ്നങ്ങൾ വരുമ്പോൾ നിങ്ങൾക്ക് സ്വയമേവ താഴാനും ശാന്തരായി ഇരിക്കുവാനും കഴിയുന്നു. സ്വസ്ഥരും നിഷ്പക്ഷരുമായി കാണപ്പെടുന്നു. സാഹചര്യങ്ങളുടെ നിയന്ത്രണം നിങ്ങളുടെ കയ്യിൽ തന്നെ നിൽക്കുകയും ചെയ്യുന്നു.

ചോദ്യങ്ങൾ ചോദിക്കുക

ബിസിനസ്സിലോ സ്വകാര്യ ജീവിതത്തിലോ അപ്രതീക്ഷിതമായ കുഴപ്പങ്ങളെ കൈകാര്യം ചെയ്യേണ്ടിവരുമ്പോൾ, പെട്ടെന്നും അമിതമായും പ്രതികരിയ്ക്കുന്നതിനേക്കാൾ കാര്യങ്ങൾ ചോദിച്ചു മനസ്സിലാക്കിക്കൊണ്ട് നിങ്ങൾക്ക് ശാന്തരും ധാരണയുള്ളവരും ശ്രദ്ധയുള്ളവരുമായി തുടരാം.

ആദ്യംതന്നെ നിങ്ങൾ വസ്തുതകൾ സമാഹരിയ്ക്കണം. എന്താണ് യഥാർത്ഥ പ്രശ്നം? എങ്ങനെയാണത് സംഭവിച്ചത്? പ്രശ്നത്തിന്റെ അളവും അതുകൊണ്ടുണ്ടാകുന്ന നഷ്ടവും എത്രയാണ്? വസ്തുതകളെ വീണ്ടും സൂക്ഷ്മപരിശോധന നടത്തുന്നുണ്ടെന്ന് ഉറപ്പുവരുത്തുക. പലപ്പോഴും അതിശയോക്തി കലർത്തുന്നതു കൊണ്ടും, തെറ്റായ അറിവുകൾ ലഭിയ്ക്കുന്നതു കൊണ്ടുമാണ് 'പ്രശ്നങ്ങൾ' പ്രശ്നങ്ങളായി അനുഭവപ്പെടുന്നത്.

ചിലപ്പോഴൊക്കെ പ്രശ്നങ്ങൾക്കുള്ള പരിഹാരം ആ പ്രശ്നങ്ങളിൽ തന്നെ അടങ്ങിയിട്ടുണ്ടായിരിക്കും. ഒരു പ്രശ്നം ഉണ്ടായിക്കഴിയുമ്പോൾ അതൊരു പ്രശ്നമേ അല്ലാതായി മാറുന്നതാകാം. പലപ്പോഴും അത് ഉർവ്വശീ ശാപം ഉപകാരമായി മാറുന്നതു പോലെയാകാം. ചോദ്യങ്ങൾ ചോദിയ്ക്കുന്ന രീതി നിങ്ങളെ ശാന്തരും ആത്മനിയന്ത്രണമുള്ളവരുമാക്കി നിലനിർത്തുന്നു. *പരിഹാരങ്ങളിൽ* ശ്രദ്ധ കേന്ദ്രീകരിയ്ക്കുക. ഈ

പ്രശ്നത്തെ നേരിടാനായി എനിയ്ക്ക് അല്ലെങ്കിൽ ഞങ്ങൾക്ക് എന്താണ് ചെയ്യാൻ കഴിയുകയെന്ന് ചോദിക്കുക.

ഏതെങ്കിലും തരത്തിലുള്ള പ്രശ്നങ്ങളെ അഭിമുഖീകരിയ്ക്കുമ്പോൾ, കൂടുതൽ ആളുകളും അതിനെ ദുരന്തവൽക്കരിയ്ക്കുകയോ അല്ലെങ്കിൽ സംഭവിച്ചേക്കാവുന്ന ഏറ്റവും വലിയ വിനാശത്തെ സങ്കല്പിച്ചെടുക്കുകയും സംഭവിച്ച കാര്യങ്ങളിൽ പഴിചാരുവാൻ ആരെയെങ്കിലുമൊക്കെ കണ്ടെത്തുകയോ ആണ് ചെയ്യാറുള്ളത്. ഈ രണ്ടു പ്രവണതകളെയും നിങ്ങൾ ചെറുത്തു തോല്പിക്കുകയും ചുറ്റിലുമുള്ള ആളുകളെ അത്തരം ചിന്താ രീതികളിൽ നിന്ന് പിന്തിരിപ്പിയ്ക്കുകയും ചെയ്യണം.

ഉത്തരവാദിത്തങ്ങൾ അംഗീകരിയ്ക്കുകയും ചുമതലകൾ ഏൽക്കുകയും ചെയ്യുക

നിങ്ങൾ പ്രശ്നത്തെ കൃത്യമായി നിർവ്വചിയ്ക്കുകയും (യഥാർത്ഥത്തിൽ ഇതൊരു പ്രശ്നമാണോ എന്ന് ഉറപ്പാക്കുകയും) പ്രശ്നപരിഹാരത്തിനോ ലഘൂകരണത്തിനോ വേണ്ട വിവിധങ്ങളായ നടപടികളെക്കുറിച്ച് ചിന്തിയ്ക്കുകയും ചെയ്തതിനു ശേഷം അടുത്തതായി ചെയ്യേണ്ട നടപടികൾ എടുക്കുന്നതിനുള്ള ഉത്തരവാദിത്തം നിങ്ങൾ ഏറ്റെടുക്കുകയോ അല്ലെങ്കിൽ അതിനുള്ള കൃത്യമായ ചുമതല ആരെയെങ്കിലും ഏല്പിയ്ക്കുകയോ ആണ് നിങ്ങൾക്ക് ചെയ്യാൻ കഴിയുക. പ്രവർത്തനങ്ങളുടെ അടിസ്ഥാനത്തിൽ എപ്പോഴും ചിന്തിയ്ക്കുക. അപ്രതീക്ഷിതമായ പ്രക്ഷുബ്ധതകളെ നേരിടുന്ന പൈലറ്റ് തന്റെ രണ്ടു കൈകളും ചക്രത്തിലും കണ്ണുകൾ ഗേജുകളിലും കേന്ദ്രീകരിയ്ക്കുന്നത് പോലെ, നിങ്ങൾക്ക് പ്രശ്നങ്ങളെ നേരിടേണ്ടി വരുമ്പോൾ സാഹചര്യങ്ങളുടെ നിയന്ത്രണം നിങ്ങൾ ഏറ്റെടുത്ത് ശരിയായ ദിശയിലാണ് പറക്കുന്നതെന്ന് ഉറപ്പു വരുത്തുക.

ജീവിതത്തിലെ എല്ലാ ബുദ്ധിമുട്ടുകളും ഏതെങ്കിലുമൊക്കെ തരത്തിലുള്ള പരീക്ഷണങ്ങളായിരിക്കും. പരീക്ഷണത്തിൽ നിങ്ങൾ വിജയിക്കുമോ പരാജയപ്പെടുമോ എന്നതു മാത്രമാണ് ചോദ്യം. ഓരോ തവണയും ഒരു പ്രശ്നത്തോടോ ബുദ്ധിമുട്ടിനോടോ, ഫലപ്രദമായി പ്രതികരിയ്ക്കുമ്പോൾ, നിങ്ങൾ കൂടുതൽ ജ്ഞാനവും ബുദ്ധിശക്തിയും മനഃശ്ശക്തിയും ആർജ്ജിയ്ക്കുകയാണ്. നിങ്ങൾ മിടുക്കരും അർഹതയുള്ളവരും നേരിട്ടതിനേക്കാൾ വലിയ പ്രശ്നങ്ങളെ പരിഹരിക്കാൻ പ്രാപ്തിയുള്ളവരുമാകുന്നു.

നിങ്ങളുടെ ഭാഷയ്ക്ക് മാറ്റം വരുത്തുക

ഒരു വിമാനം പറക്കുന്നതിൽ 'ആറ്റിറ്റ്യൂഡ്'' എന്ന വാക്ക് പരാമർശിയ്ക്കുന്നത് വിമാനം പറക്കുന്ന കോണിനെയോ ചക്രവാളവുമായി ബന്ധപ്പെട്ട നിങ്ങളുടെ സമീപനത്തെയോ ആണ്. ഒരു പ്രശ്നത്തെക്കുറിച്ച് നിങ്ങൾ ചിന്തിയ്ക്കുന്ന രീതിയും നിങ്ങളുടെ 'ആറ്റിറ്റ്യൂഡ്'' അല്ലെങ്കിൽ സമീപനത്തെ നിർണ്ണയിക്കുന്നു.

നേരിടുന്ന ഏത് പ്രശ്നത്തോടുമുള്ള നിങ്ങളുടെ മനോഭാവത്തിലും സമീപനത്തിലും മാറ്റംവരുത്താൻ മൂന്ന് വാക്കുകൾ ഉപയോഗിയ്ക്കാവുന്നതാണ്. ആദ്യത്തേത് ''പ്രശ്നം' എന്ന വാക്കിനു പകരം 'സ്ഥിതിവിശേഷം' എന്ന പദം പ്രയോഗിയ്ക്കുക എന്നതാണ്. പ്രശ്നമെന്നത് ഭയവും ഉത്കണ്ഠയും ഉണർത്തുന്ന ഒരു നിഷേധപദമാണ്. സ്ഥിതിവിശേഷമെന്നത് നിഷ്പക്ഷമാണ്. 'നമുക്കൊരു പ്രശ്നമുണ്ട്'' എന്നതിനു പകരമായി 'നമ്മൾക്കൊരു സ്ഥിതിവിശേഷമുണ്ട്'' എന്ന് നിങ്ങൾക്ക് പറയാവുന്നതാണ്.

'പ്രശ്നമെന്ന' വാക്കിനു പകരം 'വെല്ലുവിളി' എന്ന് പ്രയോഗിയ്ക്കാൻ ആണ് വ്യക്തിപരമായി എനിയ്ക്ക് താല്പര്യം. എന്തെങ്കിലും പ്രശ്നങ്ങൾ സംഭവിയ്ക്കുമ്പോൾ ഉടനെ പറയുക. ഇന്ന് നമ്മൾ രസകരമായ ഒരു വെല്ലുവിളിനേരിടുന്നുണ്ട്.

'വെല്ലുവിളി' എന്നത് ഒരു സത്പ്രയോഗമാണ്. ഒരു വെല്ലുവിളിയെക്കുറിച്ച് ചിന്തിയ്ക്കുമ്പോൾ, ഉയർന്നു പോകേണ്ട ഒരു കാര്യത്തെക്കുറിച്ചും നിങ്ങളിലെ ഏറ്റവും മികച്ചത് പുറത്തെടുക്കുന്ന ഒന്നിനെകുറിച്ചുമാണ് ചിന്തിച്ചുപോകുക. വെല്ലുവിളികളാണ് ജീവിതത്തെ ജീവിയ്ക്കാൻ യോഗ്യമായതും ആവേശകരമായതും ആക്കുന്നത്. ദൈനംദിന ജീവിതത്തിന്റെ വെല്ലുവിളികളിലേയ്ക്ക് ഉയരുന്നതിലൂടെ നിങ്ങളുടെ സാധ്യതകൾ നിങ്ങൾ കൂടുതലായി സാക്ഷാത്കരിക്കുന്നു.

ഒരുപക്ഷേ എല്ലാത്തിനേക്കാളും മികച്ച വാക്ക് "അവസരം" എന്നതാണ്. "നമുക്കൊരു പ്രശ്നമുണ്ട്" എന്നതിനു പകരം "നമുക്ക് അപ്രതീക്ഷിതമായ ഒരു അവസരം കൈവന്നിട്ടുണ്ട്" എന്നു പറയുവാൻ നിങ്ങൾക്ക് സാധിയ്ക്കും.

"നിങ്ങൾ നേരിടുന്ന ഏതൊരു പ്രശ്നത്തിലോ ബുദ്ധിമുട്ടിലോ അതിനു തുല്യമോ അതിലും വലുതോ ആയ പ്രയോജനത്തിന്റെയോ നേട്ടത്തിന്റെയോ വിത്തുകൾ അടങ്ങിയിട്ടുണ്ടാകും." നെപ്പോളിയൻ ഹിൽസിന്റെ ഈ പ്രസ്താവന പ്രസിദ്ധമാണ്. നിങ്ങളുടെ വഴി ഈ പ്രയോജനം കണ്ടെത്തലാണ്. ഒരു പ്രശ്നത്തെ സമീപിയ്ക്കുന്ന

തിനുള്ള ഈ രീതി നിങ്ങളുടെ മനോഭാവത്താൽ നിർണ്ണയിക്കപ്പെടുന്നു. ഏതൊരു സാഹചര്യത്തിലും നല്ലതു തേടുന്ന, ഏതൊരു പ്രശ്നത്തിലോ പ്രതിസന്ധിയിലോ പ്രയോജനമോ ഗുണമോ തേടുന്ന, സമീപനമാണ് വിജയിച്ച മിക്ക മനുഷ്യരും കൂടുതൽ സമയവും തിരഞ്ഞെടുക്കുന്നത്.

നിങ്ങളുടെ മനക്കരുത്തിന്റെ പൂട്ട് തുറക്കുക

നിങ്ങളുടെ മസ്തിഷ്കം ശ്രദ്ധേയമായ ഒരു അവയവമാണ്. നിങ്ങൾ ശാന്തരും സ്വസ്ഥരുമായിരിക്കുമ്പോൾ *നിയോ കോർട്ടക്സ്*, നിങ്ങളുടെ മസ്തിഷ്കത്തിന്റെ ചിന്തിയ്ക്കുന്ന ഭാഗം പൂർണ്ണമായും സജീവവും ലഭ്യവുമായിരിക്കും. പക്ഷേ നിങ്ങൾ ചിന്താകുലരോ കോപിഷ്ഠരോ ആയിരിക്കുമ്പോൾ, ഒരു കെട്ടിടത്തിലെ എല്ലാ വെളിച്ചങ്ങളും അണയുന്നതു പോലെ നിയോ കോർട്ടക്സ് അടഞ്ഞു പോകുന്നു. ഒരു പ്രശ്നത്തെക്കുറിച്ച് നിങ്ങൾ വികാരാധീനരാകുമ്പോൾ, ലിംബിക് അല്ലെങ്കിൽ വൈകാരിക മസ്തിഷ്കമായ പാലിയോ കോർട്ടക്സ് ഉപയോഗിച്ചുള്ള ചിന്തയിലേക്ക് വഴുതി വീഴുന്നു.

വൈകാരിക മസ്തിഷ്കത്തിന് രണ്ട് അവസ്ഥകളുണ്ട് : പൊരുതുക അല്ലെങ്കിൽ പറക്കുക. ഇതിൽ ഏതെങ്കിലും ഒരു അവസ്ഥയെ സംബന്ധിച്ച് നിങ്ങൾ ഭയചകിതരും ആകുലരും ആണെങ്കിൽ, നിഷേധത്തിന്റെയോ കോപത്തിന്റെയോ കുറ്റപ്പെടുത്തലിന്റെയോ അവസ്ഥയിലേയ്ക്ക് നിങ്ങൾക്ക് വളരെ എളുപ്പത്തിൽ വഴുതിവീഴാനാകും. നിങ്ങൾക്ക് പ്രശ്നത്തെ അടിച്ചു നിലം പരിശാക്കുവാനോ ആക്രമിയ്ക്കാനോ തോന്നിയേക്കാം. അല്ലെങ്കിൽ നിങ്ങൾ ആ പ്രശ്നത്തെ അവഗണിയ്ക്കാൻ ആഗ്രഹിയ്ക്കുകയും അത് തനിയെ തീർന്നുകിട്ടുമെന്ന് പ്രതീക്ഷിയ്ക്കുകയും ചെയ്യുന്നു. എന്നാൽ ഈ രണ്ടുതരം പ്രതികരണങ്ങളും നിങ്ങളെ സഹായിക്കാൻ പോകുന്നില്ല.

ഉന്നതരും ഏതു മേഖലയിലെയും നേതാക്കളും ലക്ഷ്യസ്ഥാനത്തേയ്ക്കുള്ള വഴിയിൽ, ഒഴിവാക്കാൻ കഴിയാത്ത, അനുദിനമെന്നോണമുള്ള ഉയർച്ച താഴ്ചകളെ നേരിടുന്നത് അവരുടെ ചിന്തകളെയും വികാരങ്ങളെയും മുഴുവൻ നിയന്ത്രണത്തിലാക്കിക്കൊണ്ടാണ്. ഒരു സാഹചര്യത്തെ വിവരിയ്ക്കുവാനുള്ള പദവും ശബ്ദത്തിന്റെ ശൈലിയും പ്രശ്നങ്ങൾ കൈകാര്യം ചെയ്യുമ്പോൾ ഉള്ള സ്വഭാവ രീതിയും ശ്രദ്ധയോടെ തിരഞ്ഞെടുത്തുകൊണ്ടാണ് അവർ അത് സാധ്യമാക്കുന്നത്.

പ്രതികൂല വാതങ്ങളിലേയ്ക്ക് പറക്കുക

വിമാനത്തിൽ പറക്കാൻ തുടങ്ങുന്നതുപോലെ, ഒരു പുതിയ ലക്ഷ്യത്തിലേയ്ക്കോ ലക്ഷ്യസ്ഥാനത്തേയ്ക്കോ നിങ്ങൾ തയ്യാറെടുക്കുമ്പോൾ, പുറപ്പെടുന്ന സമയത്തെക്കുറിച്ചും എത്തിച്ചേരുന്ന സമയത്തെക്കുറിച്ചും നിങ്ങൾക്കൊരു ധാരണ ഉണ്ടായിരിക്കും. നിങ്ങൾ ഒരു സമയപ്പട്ടിക ഉണ്ടാക്കുകയും അതനുസരിച്ച് എത്തിച്ചേരുമെന്ന് പ്രതീക്ഷിക്കുകയും ചെയ്യുന്നു. പക്ഷേ നിങ്ങൾ പുറപ്പെട്ടു കഴിയുന്നതോടെ പൈലറ്റ് പറയുന്ന "അപ്രതീക്ഷിതമായ പ്രതികൂല വാതങ്ങൾ" നിങ്ങൾക്ക് അനുഭവപ്പെടുന്നു.

വർഷങ്ങളായി ദശലക്ഷക്കണക്കിന് മൈലുകൾ ഞാൻ സഞ്ചരിച്ചിട്ടുണ്ട്. വിമാനത്തകർച്ച ഒഴിച്ച് മിക്കവാറും എല്ലാ അനുഭവങ്ങളും എനിയ്ക്ക് ഉണ്ടായിട്ടുണ്ട്. രാജ്യാന്തര യാത്രകളിൽ പ്രത്യേകിച്ച് വസന്തകാലത്തോ ശരത്കാലത്തോ ഒക്കെ പ്രതികൂല വാതങ്ങളിൽ ഒരു വിമാനത്തിന് പറക്കേണ്ടി വരുന്നത് അസാധാരണമല്ല. ചിലപ്പോഴൊക്കെ ഈ പ്രതികൂല വാതങ്ങൾ മണിക്കൂറിൽ 150 മുതൽ 200 മൈൽ വരെ ഉണ്ടാവുകയും വിമാനം രണ്ട് മണിക്കൂറുകളോളം അന്തരീക്ഷത്തിൽ വൈകുകയും ചെയ്യാം. ഒരിക്കൽ ന്യൂയോർക്കിൽ നിന്നും ഡല്ലാസിലേക്കുള്ള എന്റെ വിമാന യാത്രയിൽ പ്രതികൂല വാതം അതിശക്തമാകുകയും ഒരുപാട് നേരം നില നിൽക്കുകയും, വീണ്ടും ഇന്ധനം നിറയ്ക്കുന്നതിനായി പൈലറ്റിന് സെന്റ് ലൂയിസിൽ വിമാനം ഇറക്കേണ്ടി വരികയും ചെയ്തു.

ജീവിതത്തിലെ നിങ്ങളുടെ സാഹചര്യവും സമാനമാണ്. ഒരു പുതിയ യാത്ര ആരംഭിയ്ക്കുമ്പോൾ തന്നെ ചില പ്രതികൂല വാതങ്ങൾ നിങ്ങൾക്ക് അനുഭവപ്പെടും. എല്ലാത്തിനും ഇരട്ടിചിലവ് വരികയും കണക്കു കൂട്ടിയതിനേക്കാൾ മൂന്നു മടങ്ങ് സമയമെടുക്കുകയും ചെയ്യും. ഒരു പുതിയ സംരംഭത്തിൽ നിങ്ങളുടെ ഏറ്റവും മികച്ച സാമ്പത്തിക പ്രവചനങ്ങൾ നടത്തുകയും ഒരു യഥാർത്ഥ സംഖ്യയിലെത്താൻ അവ ഇരട്ടിയാക്കുകയും വേണം. ചില നാഴികക്കല്ലുകൾ താണ്ടാൻ എത്ര കാലമെടുക്കുമെന്ന് നിങ്ങൾ കണക്കുകൂട്ടുകയും ആവശ്യമാകുന്ന യഥാർത്ഥ കാലയളവ് മനസ്സിലാവാൻ ആ സമയത്തിന്റെ മൂന്നു മടങ്ങ് ഗണിയ്ക്കുകയും ചെയ്യുക.

പ്രതികൂല വാതങ്ങളുടെ തരങ്ങൾ

ബിസിനസിലും വ്യക്തിജീവിതത്തിലും അനുഭവപ്പെടുന്ന പ്രതികൂല

വാതങ്ങൾ പല സ്രോതസ്സുകളിൽ നിന്നും വരുന്നതായിരിക്കും. അതിൽ പ്രാഥമികമായത് *മറ്റാളുകൾ* തന്നെയായിരിക്കും. അവർ നിങ്ങളെ നിരാശരാക്കുകയോ വഞ്ചിക്കുകയോ ഒറ്റിക്കൊടുക്കുകയോ നിങ്ങളുടെ പ്രതീക്ഷകൾക്ക് അനുസൃതമായി ജീവിക്കുന്നതിൽ പരാജയപ്പെടുകയോ കഴിവില്ലാത്തവരോ നിസ്സംഗരോ ആയി മാറുകയോ ചെയ്യാം. നിങ്ങൾ ഇടപെടുന്ന എല്ലാ ആളുകളും ബുദ്ധിയും കഴിവുമുള്ളവരും സത്യസന്ധരുമായിരിക്കുമെന്ന് പ്രതീക്ഷിച്ചിരുന്നാൽ, ജ്ഞാനത്തിലേക്കും അനുഭവത്തിലേയ്ക്കുമുള്ള വഴിയിൽ ഗണ്യമായ വണ്ണം വെല്ലുവിളികൾ നിങ്ങൾ നേരിടുന്നതാണ്.

നിങ്ങളുടെ ഉപഭോക്താക്കൾതന്നെ തലവേദനകളുടെ ഒരു വലിയ ഉറവിടമായിരിക്കും. ഒരു പുതിയ സംരംഭം തുടങ്ങുമ്പോൾ, നിങ്ങളുടെ ഉത്പന്നമോ സേവനമോ വാങ്ങുവാൻ ഉപഭോക്താക്കളെ ലഭിയ്ക്കുന്നത് ആരംഭത്തിൽ എത്ര പ്രയാസകരമായിരിക്കുമെന്ന് നിങ്ങൾ ആശ്ചര്യപ്പെട്ടു പോകും. നിലവിലുള്ള വിതരണക്കാരിൽ നിന്നുമാറി നിങ്ങളിൽ നിന്നു വാങ്ങുന്ന ഉപഭോക്താക്കളെ കിട്ടുന്നത് എത്ര ബുദ്ധിമുട്ടു നിറഞ്ഞ കാര്യമാണെന്ന് നിങ്ങൾ അമ്പരന്നു പോകും. മിക്ക ഉപഭോക്താക്കളും അവർക്ക് പൊരുത്തപ്പെടാൻ കഴിയുന്ന ഇടങ്ങളോട് ചേർന്നു പോകുന്നവരായിരിക്കും. മുൻപ് ചെയ്തുപോന്ന കാര്യവുമായി പൊരുത്തപ്പെട്ടിരിക്കുന്നതിനാൽ ജഡത്വ നിയമം അനുസരിച്ച്, നിങ്ങളുടെ ഉത്പന്നമോ സേവനമോ മികച്ചതായിരുന്നാൽ കൂടി, നിലവിലുള്ള വിതരണക്കാരിൽ നിന്നു വാങ്ങുന്നത് അവർ തുടർന്നു പോകുന്നു.

നിങ്ങൾ പ്രതീക്ഷിച്ചതിനേക്കാൾ കുറച്ചു വാങ്ങിയും, കൂടുതൽ സമയമെടുത്തു വാങ്ങിയും, വിചാരിച്ചതിനേക്കാൾ കുറവ് പണം തന്നും നിങ്ങൾ പ്രതീക്ഷിച്ചതിനേക്കാൾ കൂടുതൽ പരാതിപ്പെട്ടും, നിങ്ങളുടെ ഉപഭോക്താക്കൾ നിങ്ങളെ നിരാശരാക്കിയേക്കും. ഉപഭോക്താക്കളുടെ ജീവിതത്തിന്റെ മൂല്യം വർദ്ധിപ്പിയ്ക്കാൻ നിങ്ങൾ അവർക്ക് വാഗ്ദാനം ചെയ്യുന്ന ഉത്പന്നമോ സേവനമോ വിലകൂടുതൽ ഉള്ളതും മറ്റുള്ളവരുമായി മത്സരയോഗ്യമല്ലാത്തതും നിങ്ങൾ ഉറപ്പു പറഞ്ഞ ഗുണമോ ഫലമോ നൽകുന്നതിൽ പോരായ്മകൾ ഉള്ളതുമാണെന്ന് പലപ്പോഴും മനസ്സിലാവും. ഈ പ്രയാസങ്ങളും വെല്ലുവിളികളും സാധാരണവും സ്വാഭാവികവുമാണ്. നിങ്ങളുടെ കർത്തവ്യം യാഥാർത്ഥ്യങ്ങൾ എന്ന നിലയ്ക്ക് അവയെ നേരിടലും പരിഹാരങ്ങൾക്കുള്ള വഴികൾ കണ്ടുപിടിയ്ക്കലുമാണ്.

ഉപഭോക്താവ് എപ്പോഴും ശരിയായിരിക്കുമെന്ന് ഓർമ്മിയ്ക്കുക.

നിങ്ങൾ എന്ത് ഉത്പാദിപ്പിയ്ക്കുന്നു എന്നതല്ല, ആളുകൾ എന്ത് വാങ്ങുന്നു എന്നതാണ് പ്രധാനം. നിങ്ങൾ എന്ത് വാഗ്ദാനം നല്കാൻ ആഗ്രഹിക്കുന്നു എന്നതല്ല, ആളുകൾ എന്ത് ആസ്വദിയ്ക്കാൻ ആഗ്രഹിക്കുന്നു എന്നതാണ് നിങ്ങളുടെ ഭാവി തീരുമാനിയ്ക്കുന്നത്. ജീവിതത്തിൽ മറ്റുള്ളവരെ ഏതെങ്കിലും വിധത്തിൽ സേവിച്ചുകൊണ്ടാണ് നമ്മൾ ഉപജീവനം കണ്ടെത്തുന്നത്. ആ മറ്റുള്ളവരാണ്, വിജയത്തിനായി നമ്മൾ എന്തു ചെയ്യണമെന്ന് തീരുമാനിയ്ക്കുന്നത്. വസ്തുതകളെ നേരിടുകയും യാഥാർത്ഥ്യങ്ങളുമായി ഇടപെടുകയും ഉപഭോക്താക്കൾ വീണ്ടും വീണ്ടും അവ വാങ്ങുന്നതിനും അവരുടെ സുഹൃത്തുക്കളോട് പറയുന്നതിനുമായി നിങ്ങളുടെ ഉത്പന്നങ്ങളോ സേവനങ്ങളോ പരിഷ്കരിച്ചുകൊണ്ടിരിക്കുകയും ചെയ്യുക.

സാമ്പത്തിക പ്രതികൂലവാതം

നിങ്ങൾ നേരിട്ടേക്കാവുന്ന മറ്റൊരുതരം പ്രതികൂലവാതം *പണസംബന്ധിയായതാണ്.* ശുഭചിന്തയിലൂടെയും സമ്പന്നരായി സ്വയം സങ്കല്പിയ്ക്കുന്നതിലൂടെയും മാത്രം നിങ്ങൾക്കുവേണ്ട മുഴുവൻ പണവും ഉണ്ടാക്കുന്നത് എളുപ്പമാണെന്ന് ചില ആളുകൾ പറയും. ഇത് സത്യമാണെന്ന് വിശ്വസിയ്ക്കാൻ എല്ലാവരും ആഗ്രഹിക്കുകയും കൂടുതൽ ആളുകളും അനായാസേനയുള്ള സമ്പത്തെന്ന ആശയത്തെ മുഴുവൻ ഹൃദയം കൊണ്ടും പുണരുകയും ചെയ്യുന്നു.

പക്ഷേ യഥാർത്ഥത്തിൽ സാമ്പത്തിക വിജയം നേടിയ ആളുകൾ ഇതിൽ ഉൾപ്പെടുന്നില്ല. പണത്തെ സംബന്ധിച്ച് ഏറ്റവും എളുപ്പമായത് അത് നഷ്ടപ്പെടുക എന്നതാണെന്ന് ഒരുപാട് പണം സമ്പാദിച്ച ആളുകൾ കയ്പ്പു നിറഞ്ഞ അനുഭവങ്ങളിൽ നിന്ന് പഠിച്ചെടുത്തിട്ടുണ്ട്. ജാപ്പനീസ് പഴമൊഴി പോലെ "പണമുണ്ടാക്കുന്നത് സൂചികൊണ്ട് കുഴിയ്ക്കുന്നത് പോലെയും, അതു നഷ്ടപ്പെടുന്നത് മണലിൽ വെള്ളം ഒഴിയ്ക്കുന്നത് പോലെയുമാണ്."

പണം വളരെ വൈകാരികമായ ഒരു വിഷയമാണ്. പണവുമായി പിരിയാൻ ഏതുവിധേനയും മനുഷ്യർ വിമുഖത കാണിയ്ക്കുന്നു. നിങ്ങൾ സുഹൃത്തുക്കളെയോ ബാങ്കുകളെയോ കടം കൊടുക്കുന്നവരെയോ വിതരണക്കാരെയോ വായ്പകൾക്കോ നിക്ഷേപങ്ങൾക്കോ ആയി സമീപിയ്ക്കുമ്പോൾ അവർ സംശയാലുക്കളും സന്ദേഹികളും പതിയെ പ്രവർത്തിയ്ക്കുന്നവരും അവരുടെ പണത്തിനുമേൽ അതിയായ ശ്രദ്ധ കാണിയ്ക്കുന്നവരുമാണെന്ന് നിങ്ങൾക്ക് മനസ്സിലാകും. പണമുള്ളവർക്ക് കള്ളങ്ങൾ കേട്ടും ചതിയ്ക്കപ്പെട്ടും കഴിഞ്ഞ കാലങ്ങളിൽ അനവധി

തവണ വഞ്ചിക്കപ്പെട്ടും അനുഭവങ്ങൾ ഉള്ളതിനാൽ എന്തു കാരണ ത്താലായാലും നിങ്ങൾക്കോ മറ്റാർക്കു തന്നെയോ പണം നല്കാൻ അവർ അങ്ങേയറ്റം മടിയുള്ളവരും ശ്രദ്ധാലുക്കളുമായിരിക്കും.

വ്യക്തിഗത പ്രതികൂല വാതങ്ങൾ

വ്യക്തിഗത പ്രതികൂലവാതങ്ങൾ അനുഭവപ്പെട്ടുമ്പോൾ വിജയിക്കാൻ ആവശ്യമായ നിയതമായ കഴിവുകളും പാടവങ്ങളും അറിവുകളും നിങ്ങൾക്ക് കുറവാണെന്ന് അത്ഭുതകരമെന്നോണം നിങ്ങൾ കണ്ടെത്തിയേക്കും. നിങ്ങളൊരു കഴിവില്ലാത്ത സമയനിയന്ത്രകൻ ആണെന്നും ആത്മശിക്ഷണം കുറവാണെന്നും നിങ്ങൾക്ക് തോന്നി യേക്കാം. ഏകാഗ്രമായി ഇരിയ്ക്കുവാനോ ശ്രദ്ധ കേന്ദ്രീകരിയ്ക്കുവാനോ ഏക മനസ്സോടെ പരമപ്രധാനമായ ലക്ഷ്യങ്ങളിൽ സ്വയം സമർപ്പി യ്ക്കുവാനോ നിങ്ങൾക്ക് കഴിഞ്ഞെന്നു വരില്ല. നിങ്ങൾ സമയം കളയുകയും ഒരുപാട് കാര്യങ്ങൾ ചെയ്യാനുള്ളതുകൊണ്ടും കുറഞ്ഞ സമയത്തിനുള്ളിൽ ചെയ്യണമെന്നുള്ളതുകൊണ്ടും ക്ഷീണിതനാ വുകയും ചെയ്യുന്നു.

നിങ്ങൾക്ക് സാമ്പത്തികവും അപഗ്രഥനാത്മകവും ക്രയവിക്ര യപരവും വില്പന സംബന്ധിച്ചുമുള്ള പാടവങ്ങൾ ഉണ്ടായിരിക്കണമെ ന്നില്ല. ബിസിനസ്സ് കാര്യങ്ങൾ പദ്ധതിയിടാനും നടത്തിക്കൊണ്ടു പോകാനും ഫലപ്രദമായി പരസ്യം ചെയ്ത് ഉപഭോക്താക്കളെ ആകർഷിക്കുവാനും അല്ലെങ്കിൽ നിങ്ങളുടെ സാധ്യതകൾ ബോധ്യ പ്പെടുത്തി നിങ്ങളിൽനിന്നുതന്നെ വാങ്ങിപ്പിച്ചെടുക്കാനും ഒന്നും നിങ്ങൾക്ക് അറിയണമെന്നില്ല. നല്ല മനുഷ്യരെ ആകർഷിയ്ക്കുവാനും കൂടെ കൂട്ടുവാനും അല്ലെങ്കിൽ ബിസിനസ്സിൽ നല്ല തീരുമാനങ്ങൾ എടുക്കുവാനും നിങ്ങൾക്ക് അറിയണമെന്നുമില്ല.

ഒരു ബിസിനസ്സ് ആരംഭിച്ച് അത് കെട്ടിപ്പടുക്കുമ്പോൾ ശരിയായ ആളുകളെ ശരിയായ സ്ഥാനങ്ങളിലേക്ക് തിരഞ്ഞെടുക്കു വാനുള്ള കഴിവ് നിങ്ങൾക്കില്ലാതെ പോകാം. നിങ്ങളുടെ ജീവനക്കാർ അവരുടെ ജോലികൾ കൃത്യസമയത്ത്, പറയുന്ന ബഡ്ജറ്റിലും, നിർവാഹണത്തിന്റെ പ്രത്യേക അളവുകോലിലും ചെയ്തു തീർക്കുന്നു ണ്ടെന്ന് ഉറപ്പു വരുത്താൻ അവരെ ചുമതലപ്പെടുത്തുവാനും മേൽനോട്ടം വഹിയ്ക്കുവാനുമുള്ള കഴിവ് ഒരുപക്ഷേ നിങ്ങൾക്കില്ലായിരിക്കാം.

ഭാഗ്യവശാൽ ഇതെല്ലാം *പഠിച്ചെടുക്കാവുന്ന* കഴിവുകൾ മാത്രമാണ്. പക്ഷേ നിങ്ങളെ സംബന്ധിച്ച്, ഈ അവശ്യപാട

വങ്ങളിൽ വൈദഗ്ധ്യം നേടുന്നതിനുള്ള ആരംഭബിന്ദു നിങ്ങൾക്കവ ആവശ്യമുണ്ടെന്നും ചില മേഖലകളിൽ നിങ്ങൾ മികച്ച നിൽക്കുന്നില്ലെന്നും അംഗീകരിക്കുക എന്നതാണ്. അതിനു ശേഷം നിങ്ങൾക്ക് പരിശീലനം ആരംഭിയ്ക്കാം.

നിങ്ങളുടെ അവിശ്വസനീയമായ മനസ്സുകാരണം, സ്വയം ക്രമപ്പെടുത്തുന്ന ഏതു ലക്ഷ്യവും നേടിയെടുക്കുവാനുമായി ഏത് തരത്തിലുള്ള വൈദഗ്ധ്യങ്ങളും സ്വായത്തമാക്കുവാനും നിങ്ങൾക്കു കഴിയും.

നിങ്ങൾക്ക് ഒരു പ്രത്യേക വൈദഗ്ധ്യമോ കഴിവോ ഇല്ലെന്ന കാരണത്താൽ ഒരിക്കലും സ്വയം പിന്തിരിയാൻ അനുവദിയ്ക്കരുത്. മറിച്ച് ആ കഴിവിന്റെ വികാസം ഒരു ലക്ഷ്യമാക്കി കണക്കാക്കി, അത് നേടിയെടുക്കാൻ പദ്ധതിയിട്ടതിനു ശേഷം, ആ പ്രത്യേക പാടവം കൈവശപ്പെടുത്തുന്നതുവരെ അനുദിനം അതിൽ പരിശീലനം നേടിക്കൊണ്ടിരിക്കുക.

ആശ്ചര്യപ്പെടാതിരിക്കുക

വിജയത്തിലേയ്ക്കും സന്തോഷത്തിലേയ്ക്കും ജീവിതത്തിന്റെ സന്തുലിതാവസ്ഥയിലേക്കുമുള്ള പാതയിൽ വികസിച്ചു വരേണ്ട സുപ്രധാന ഗുണമായ പക്വതയുടെ അടയാളം, പ്രശ്നങ്ങളേയും ബുദ്ധിമുട്ടുകളെയും സാധാരണവും സ്വാഭാവികവും ജീവിതത്തിൽ ഒഴിച്ചു കൂടാനാവാത്തതുമായി പ്രതീക്ഷിയ്ക്കുക എന്നതാണ്. ഒരു ഉന്നതനായ വ്യക്തിയായി മാറുവാൻ, വലിയതും ആവേശകരവുമായ ഒരു ലക്ഷ്യത്തിലേയ്ക്കോ ലക്ഷ്യസ്ഥാനത്തേയ്ക്കോ പുറപ്പെടുമ്പോൾ അപ്രതീക്ഷിതമായ പ്രക്ഷുബ്ധതകളും പ്രതികൂല വാതങ്ങളും നിരന്തരമായി അനുഭവപ്പെടുമെന്ന് അംഗീകരിയ്ക്കേണ്ടതുണ്ട്. ഇത്തരം ബുദ്ധിമുട്ടുകളിലൂടെ ശാന്തമായും വ്യക്തതയോടെയും തികഞ്ഞ ആത്മവിശ്വാസത്തോടെയും പ്രയാണം ചെയ്യാൻ പഠിക്കുക എന്നതാണ് നിങ്ങളുടെ കർത്തവ്യം.

ഏത് പ്രതികൂല സാഹചര്യങ്ങളിലും അക്ഷോഭ്യനായി തുടരുന്നതിലൂടെ നിങ്ങൾ ശാന്തനും യഥാർത്ഥത്തിലുള്ളതുമായ ഒരു ചിന്തകനായി മാറുന്നു. ആവശ്യമുള്ളപ്പോഴെല്ലാം സഹിഷ്ണുത പരിശീലിച്ചുകൊണ്ട് നിങ്ങൾ ക്ഷമാശീലനായി മാറുന്നു. ജോലിസ്ഥലത്തേയും ജീവിതത്തിലെയും അനിവാര്യമായ കൊടുങ്കാറ്റുകളെ ഫലപ്രദമായി നേരിട്ടുകൊണ്ട്, നിങ്ങളുടെ സ്വന്തം വിധിയുടെ ഒരു മികച്ച വൈമാനികനായി നിങ്ങൾ മാറുന്നു.

അധ്യായം 7

തുടർച്ചയായി നിങ്ങളുടെ വഴികൾ നവീകരിയ്ക്കുക

ഇന്നല്ലെങ്കിൽ നാളെ നമ്മുടെയൊക്കെ ഇടപാടുകളിൽ പ്രതിസന്ധികൾ ഉണ്ടാകും. ഭാവിയിലെ നിങ്ങളുടെ സന്തോഷവും വിജയവും തീരുമാനിയ്ക്കുന്നത് നമ്മളതിനെ എങ്ങനെ നേരിടുന്നു എന്നതാണ്. കാലത്തിന്റെ തുടക്കം മുതലേ, എല്ലാ ജീവികളും അഭിമുഖീകരിയ്ക്കുന്ന പ്രശ്നമാണിത്.

- റോബർട്ട് കോളിയർ

പ്രശ്നങ്ങളും ബുദ്ധിമുട്ടുകളും തിരിച്ചടികളും സ്വാഭാവികവും പ്രകൃതിപരവും, ജീവിതത്തിലെയും ബിസിനസ്സിലെയും ഒഴിവാക്കാൻ ആകാത്ത ഘടകവുമാണ്. നിങ്ങൾ ഒരു പുതിയ ലക്ഷ്യം നിശ്ചയിയ്ക്കുമ്പോഴും പുതിയ ലക്ഷ്യസ്ഥാനത്തേയ്ക്ക് ചുവടു വെയ്ക്കുമ്പോഴും പ്രതീക്ഷിയ്ക്കാത്തതും പ്രവചിയ്ക്കാൻ കഴിയാത്തതുമായ വെല്ലുവിളികളെയും ബുദ്ധിമുട്ടുകളെയും അഭിമുഖീകരിയ്ക്കേണ്ടതായി വരും. പക്ഷേ സ്വഭാവത്തിന്റെ യഥാർത്ഥ പരീക്ഷണം അനിവാര്യവും ഒഴിവാക്കാൻ കഴിയാത്തതുമായ പ്രതിസന്ധിയാണ്. പ്രശ്നപരിഹാരത്തിനുള്ള നിങ്ങളുടെ കഴിവ് പ്രധാനം തന്നെയാണ്. പക്ഷേ പ്രതിസന്ധികളെ നേരിടാനുള്ള പ്രാപ്തിയാണ് ജീവിതത്തിലെ ജയപരാജയങ്ങളെ കാര്യമായി നിർണ്ണയിക്കുന്നത്.

ഇന്നത്തെ കാലത്ത്, ഒരു ശരാശരി മനുഷ്യൻ രണ്ടോ മൂന്നോ

മാസം കൂടുമ്പോൾ ഒരു പ്രതിസന്ധി വീതം അനുഭവിയ്ക്കുന്നു എന്നാണ് അനുമാനിയ്ക്കപ്പെടുന്നത്. ഈ പ്രതിസന്ധികൾ ബിസിനസ്സ് സംബന്ധിച്ചതോ കുടുംബപരമോ സാമ്പത്തികമായതോ ശാരീരികമോ വ്യക്തിപരമോ ഏതുമാകാം. അതായത് നിങ്ങൾ അറിയുന്ന, നിങ്ങൾ ഉൾപ്പെടുന്ന ഓരോ മനുഷ്യനും ഇപ്പോൾ ഒരു പ്രതിസന്ധിയിൽ ആയിരിക്കുന്നവരോ അല്ലെങ്കിൽ ഒരു പ്രതിസന്ധിയെ ഇപ്പോൾ മറികടന്നവരോ അതുമല്ലെങ്കിൽ ഏതെങ്കിലുമൊരു പ്രതിസന്ധിയിൽ അകപ്പെടാൻ പോകുന്നവരോ ആയിരിക്കും.

പ്രതിസന്ധിയുടെ നിർവ്വചനത്തിൽ തന്നെ അത് ക്ഷണിക്കപ്പെടാതെ വരുന്നതാണെന്നുണ്ട്. അവ പൂർണ്ണമായും അപ്രതീക്ഷിതങ്ങളാണ്. പ്രതിസന്ധിയെ പ്രവചിയ്ക്കാനോ കണക്കുകൂട്ടാനോ കഴിയില്ലെന്നിരിക്കെ, ആകെ ചെയ്യാൻ കഴിയുന്നത് ഫലപ്രദമായി തന്നെ അതിനോട് പ്രതികരിയ്ക്കലാണ്.

നേതൃത്വ പാടവങ്ങൾ

സ്റ്റാൻഫോർഡ് സർവ്വകലാശാലയിൽ നടത്തിയ ഒരു ബഹുവർഷ പഠനത്തിൽ, ഗവേഷകർ ബിസിനസ്സിലെയും വ്യവസായമേഖലകളിലെയും ഏറ്റവും വിജയിച്ച ഭാരവാഹികളായ പ്രസിഡന്റുമാരുടെയും നിർവ്വാഹകസമിതി അംഗങ്ങളുടെയും വാർഷിക പ്രകടനങ്ങൾ പരിശോധിയ്ക്കുകയുണ്ടായി. ഉദ്യോഗസ്ഥരുടെ ഔദ്യോഗിക ജീവിതത്തിന്റെ ആരംഭ കാലം മുതൽക്കുള്ള കാര്യങ്ങൾ രേഖപ്പെടുത്തി വെച്ചതിൽ വിദഗ്ധർ തിരഞ്ഞത് ഉന്നതരായ ആളുകൾക്കുണ്ടാകുന്ന പൊതുസ്വഭാവങ്ങളാണ്.

ഉന്നതരായ ഈ കൈകാര്യ കർത്താക്കൾക്ക് പ്രബലമായ രണ്ട് പൊതു സ്വഭാവങ്ങൾ ഉണ്ടായിരുന്നതായി ഈ പഠനം വെളിപ്പെടുത്തി. ആദ്യത്തേത് സംഘത്തിൽ ഒരാളായി പ്രവർത്തിയ്ക്കാനുള്ള വൈദഗ്ധ്യമാണ്. തൊഴിൽ ജീവിതത്തിന്റെ തുടക്കത്തിൽ തന്നെ അവർ കൂട്ടത്തിൽ പ്രവർത്തിക്കാൻ മിടുക്കു കാണിച്ചവരും അവരുടേതായ സംഭാവനകൾ നൽകിയവരുമായിരുന്നു. കൂടുതൽ മികച്ച സ്ഥാനങ്ങളിലേക്ക് കയറ്റം കിട്ടിയപ്പോൾ, ബുദ്ധിശാലികളായ ആളുകൾ ഉൾപ്പെടുന്ന 'നേട്ടങ്ങളുടെ സംഘങ്ങളെ' ഒരുമിപ്പിക്കുന്നതിലും അവരെ സംയോജിപ്പിക്കുന്നതുവഴി പ്രധാനപ്പെട്ട ലക്ഷ്യങ്ങളും തങ്ങളുടെ സ്ഥാപനങ്ങൾക്ക് ആവശ്യമായ ലാഭങ്ങളും നേടിയെടുക്കുന്നതിലും ഇവർ മികവു കാണിച്ചിരുന്നു.

ഏറ്റവും പ്രധാനപ്പെട്ട നേതൃത്വഗുണം

ഉന്നതരായ നേതാക്കൾക്ക് പൊതുവായി ഉണ്ടായിരുന്ന രണ്ടാമത്തെയും പ്രധാനപ്പെട്ടതുമായ ഗുണം പ്രതിസന്ധികളിൽ പ്രവർത്തിയ്ക്കാനുള്ള വൈദഗ്ധ്യമാണ്. ഒഴിവാക്കാനാവാത്ത പ്രശ്നങ്ങൾ മുന്നിൽ വരുമ്പോൾ ഫലപ്രദമായി അതിനെ നേരിടാനുള്ള കഴിവ് ഏത് മേഖലയിലെയും മുൻ നിരയിലുള്ള ആളുകൾ അവരുടെ ഔദ്യോഗിക ജീവിതത്തിലുടനീളം കാഴ്ചവെച്ചിരുന്നു.

ഗവേഷകർ മനസ്സിലാക്കിയ മറ്റൊന്ന്, സംഘടിത പ്രവർത്തനം സെമിനാറുകളിലും പരിശീലനക്കളരികളിലും പഠിപ്പിക്കാമെങ്കിലും വിഷമഘട്ടങ്ങളിൽ നന്നായി പ്രവർത്തിയ്ക്കാനുള്ള സിദ്ധി പഠിപ്പിച്ചെടുക്കാൻ സാധിയ്ക്കില്ല എന്നതാണ്. ഒരു നേതാവും ആപത്ഘട്ടങ്ങളെ നേരിടാൻ പരിശീലനക്കളരികളിലോ സെമിനാറുകളിൽ സാങ്കല്പിക പ്രശ്നപരിഹാരങ്ങൾ നാടകീയമായി പരിശീലിച്ചോ സ്വായത്തമാക്കുന്നില്ല.

ഏതെങ്കിലും തരത്തിലുള്ള വലിയ കേടുപാടുകൾ ഉണ്ടാക്കാൻ പോന്ന, അപ്രതീക്ഷിതവും പ്രവചനാതീതവുമായ തിരിച്ചടികളോ തകിടം മറിച്ചിലുകളോ സമ്മാനിയ്ക്കുന്ന *യഥാർത്ഥ* വിഷമ സന്ധികൾക്കകത്തു നിന്നു മാത്രമാണ് പ്രതിസന്ധികളെ നേരിടുന്ന വിധം വിവരിയ്ക്കാനോ പഠിച്ചെടുക്കാനോ സാധ്യമാവുകയുള്ളൂ. അത്തരം ഒരു പ്രതിസന്ധിയിൽ നിന്ന്, ആ സാഹചര്യത്തെ രക്ഷിയ്ക്കാനും പ്രശ്നങ്ങൾ പരിഹരിക്കാനുമായി ഒരു യഥാർത്ഥ നേതാവ് ഉയർന്നു വരുന്നു.

ജീവിതം പരീക്ഷണങ്ങളുടെ ഒരു പരമ്പരയാണ്

ജീവിതത്തിൽ പ്രശ്നങ്ങൾ എന്നത് മുന്നോട്ടും മുകളിലോട്ടും ചലിയ്ക്കാൻ വേണ്ടി നിങ്ങൾ ജയിക്കേണ്ടുന്ന പരീക്ഷകളാണ്. നിത്യജീവിതത്തിൽ നിങ്ങൾ അനുഭവിയ്ക്കുന്ന, ഒഴിവാക്കാനാകാത്ത വിഷമ സന്ധികൾ നിങ്ങളുടെ കഴിവിനെയും പക്വതയെയും നിർണ്ണയിക്കുന്ന യഥാർത്ഥ പരീക്ഷണങ്ങളാണ്. അവ നിങ്ങളുടെ വ്യക്തിത്വത്തിന്റെ അളവുകോലാണ്. ഈ നിമിഷംവരെ നിങ്ങൾ സമാഹരിച്ച ധൈര്യത്തിന്റെയും ബുദ്ധിയുടെയും സ്ഥിരോത്സാഹത്തിന്റെയും ദീർഘവീക്ഷണത്തിന്റെയും ഏറ്റവും മികച്ച സൂചകങ്ങളാണ്.

എപിക്റ്റെറ്റസ് പറഞ്ഞതു പോലെ "സാഹചര്യങ്ങൾ മനുഷ്യനെ സൃഷ്ടിയ്ക്കുന്നതല്ല; താൻ ആരാണെന്ന് സ്വയം അത് ഒരാൾക്ക് വെളിപ്പെടുത്തികൊടുക്കുന്നു." അതു കൊണ്ടു തന്നെ മറ്റുള്ളവർക്കും.

നിങ്ങൾ പ്രതിസന്ധികളെ അഭിമുഖീകരിച്ച ഒരു നേതാവാണെങ്കിൽ, നിങ്ങൾ എങ്ങനെ പ്രതികരിയ്ക്കുന്നു എന്നായിരിക്കും എല്ലാവരും നിരീക്ഷിച്ചു കൊണ്ടിരിയ്ക്കുന്നത്. ആളുകൾ നിങ്ങളെ അളക്കുകയും വിലയിരുത്തുകയും ചെയ്യുന്നു. ആളുകൾ അവരുടെ വിലയിരുത്തൽ അനുസരിച്ച് നിങ്ങളെ ഉയർത്തിക്കാട്ടുകയും താഴ്ത്തിക്കെട്ടുകയും ചെയ്യുന്നു. ഈ പ്രതിസന്ധിയാണ് ജീവിതത്തിലെ ഏറ്റവും വലിയ ചർച്ചാവിഷയം.

നേതൃത്വഗുണമുള്ളവർ പ്രതിസന്ധികളിൽ എങ്ങനെ പെരുമാറുന്നു

വർഷങ്ങളോളം, വലിയ സ്ഥാപനങ്ങളുടെ പ്രസിഡന്റുമാരുടെയും ചീഫ് എക്സിക്യൂട്ടീവുമാരുടെയുംകൂടെ ഞാൻ ജോലി ചെയ്തിട്ടുണ്ട്. കോടീശ്വരന്മാർക്കും മഹാകോടീശ്വരന്മാർക്കും പരിശീലനം കൊടുക്കുകയും ഉപദേശം നൽകുകയും അവരുമായി കൂടിയാലോചനകൾ നടത്തുകയും ചെയ്തിട്ടുണ്ട്. ഞാൻ അവരെ 'അടുത്തും വ്യക്തിപരമായും' നിരീക്ഷിച്ചിട്ടുണ്ട്.

അവരെല്ലാം ഒരേപോലെ പ്രകടിപ്പിച്ചു കണ്ട ഒരു ഗുണം, വലിയൊരു തിരിച്ചടിയോ തോൽവിയോ നേരിടുമ്പോൾ ശാന്തമായും പ്രകോപിതരാകാതെയും തുടരുന്നു എന്നതാണ്. ഒരു പ്രശ്നവുമായോ പ്രതിസന്ധിയുമായോ ഏറ്റുമുട്ടിയാൽ, അവർ മനസ്സിൽ ഒരു ബട്ടൺ പ്രവർത്തിപ്പിയ്ക്കുകയും അത് അവരെ ശാന്തരും പൂർണ്ണനിയന്ത്രണത്തിൽ ഉള്ളവരുമാക്കുന്നു. അത്തരക്കാർ വികാരങ്ങളെയും സാഹചര്യങ്ങളെയും കൈപ്പിടിയിലാക്കുന്നു.

ഞാൻ ഇടപെട്ടിട്ടുള്ള മുകൾത്തട്ടിലെ ആളുകൾ ഒരിയ്ക്കലും ദേഷ്യപ്പെടുകയോ പരിഭ്രാന്തരാവുകയോ ചെയ്തിരുന്നില്ല. അവർ ഒരിക്കലും ആവേശഭരിതരോ അസ്വസ്ഥരോ ആയിരുന്നില്ല. സത്യത്തിൽ അവർ നേരെ എതിർദിശകളിലേക്ക് പോകുന്നതായി തോന്നി. വേഗത കുറച്ച് കൂടുതൽ വിനയാന്വിതരും മര്യാദക്കാരുമായി കാണപ്പെട്ടിരുന്നു. അവർ അഭ്യർത്ഥിയ്ക്കുകയും നന്ദി പറയുകയും ചെയ്തിരുന്നു. ഉത്തരങ്ങൾ പറയുന്നതിനും പ്രതികരിയ്ക്കുന്നതിനും മുൻപ് അവർ ചോദ്യങ്ങൾ ചോദിയ്ക്കുകയും കാര്യങ്ങൾ അറിഞ്ഞുവെയ്ക്കുകയും ചെയ്യുമായിരുന്നു.

വസ്തുതകൾ സമാഹരിയ്ക്കുക

150 സ്ഥാപനങ്ങളുടെ കൂട്ടമായ IT & T-യുടെ പഴയ പ്രസിഡന്റായ ഹാരോൾഡ് ജനീൻ ഒരിയ്ക്കൽ പറഞ്ഞത്, ഏതെങ്കിലും ബിസിനസ്സ് പ്രശ്നങ്ങളെ നേരിടുന്നതിനുള്ള പ്രധാനമാർഗ്ഗം വസ്തുതകൾ സമാഹരിക്കലാണെന്നാണ്. അദ്ദേഹം പറഞ്ഞു "വസ്തുതകൾ ലഭ്യമാക്കുക, അനുമാനിയ്ക്കപ്പെടുന്ന വസ്തുതകളല്ല, സ്പഷ്ടമായ വസ്തുതകൾ, തീർച്ചയുള്ള വസ്തുതകൾ, അതുമല്ലെങ്കിൽ പ്രതീക്ഷിയ്ക്കുന്ന വസ്തുതകൾ. യഥാർത്ഥത്തിൽ ഉള്ള വസ്തുതകൾ ലഭിയ്ക്കുന്നത് വരെയും നിങ്ങൾ ആഴത്തിൽ അന്വേഷിച്ചുകൊണ്ടിരിയ്ക്കണം. വസ്തുതകൾ ഒരിക്കലും കള്ളം പറയുകയില്ല."

ജനറൽ ഇലക്ട്രിക്കിന്റെ മുൻ സി.ഇ.ഒ ആയിരുന്ന ജാക്ക് വെൽച്ചിനു മുൻപിൽ എന്നെങ്കിലും ഒരു പ്രശ്നം അവതരിപ്പിക്കപ്പെട്ടാൽ അദ്ദേഹം ചോദിയ്ക്കും "എന്താണിതിലെ സത്യം?" അദ്ദേഹം എപ്പോളും ഒരു സന്ദർഭത്തിലെ സത്യം, അത് എന്തുതന്നെ ആയാലും, അറിയാൻ നിർബന്ധം പിടിക്കും.

ഏതൊരു പ്രശ്നത്തെയോ പ്രതിസന്ധിയെയോ സംബന്ധിച്ച് എത്രത്തോളം വസ്തുതകൾ (ഏറ്റവും കൂടുതൽ വസ്തുതകൾ) അവർ ശേഖരിയ്ക്കുന്നുവോ പരിഹാര മാർഗ്ഗങ്ങളോ തിരുത്തലുകളോ അത്രത്തോളം വ്യക്തത ഉള്ളതായിരിക്കും എന്നതാണ് ഇത്തരം ആളുകൾ കണ്ടെത്തിയത്. പ്രശ്നത്തിന്റെ ഉള്ളറയിലേയ്ക്ക് ആഴത്തിലുള്ള പരിശോധന നടത്തുന്നതുവഴി ഈ പരിഹാരം ഉദിച്ചു തുടങ്ങുന്നു.

പരമപ്രധാനമായ ജോലി

നിങ്ങൾ ചെയ്യുന്ന ഏറ്റവും പ്രധാനപ്പെട്ട ജോലി എന്താണ്? ഉത്തരം 'ചിന്തിയ്ക്കുക' എന്നതാണ്. വ്യക്തമായി ചിന്തിയ്ക്കാനും നല്ല തീരുമാനങ്ങൾ എടുക്കുവാനുമുള്ള നിങ്ങളുടെ കഴിവ്, വലിയ ഒരളവിൽ ജീവിതത്തിന്റെ ഗതിയും ഗുണനിലവാരവും തീരുമാനിയ്ക്കുന്നു. നന്നായി ചിന്തിയ്ക്കുന്ന ആളുകളാണ് നല്ല നിഗമനങ്ങളിൽ എത്തുന്നത്. അവർ മെച്ചപ്പെട്ട പ്രവർത്തനങ്ങളിൽ ഏർപ്പെടുകയും മെച്ചപ്പെട്ട ഫലങ്ങൾ ലഭിയ്ക്കുകയും ചെയ്യുന്നു. സാഹചര്യങ്ങളിലൂടെ ശരിയായി ചിന്തിയ്ക്കാൻ സമയമെടുക്കാത്ത മനുഷ്യർ പലപ്പോഴും തെറ്റായ അനുമാനങ്ങളിൽ എത്തുകയും ശരിയല്ലാത്ത തീരുമാനങ്ങൾ എടുക്കുകയും തെറ്റായ പ്രവർത്തനങ്ങൾ കൈക്കൊള്ളുകയും ചെയ്യുന്നു. അവ നേട്ടമില്ലായ്മയിലേക്കും പരാജയങ്ങളിലേക്കും തുടരെ തുടരെ നയിക്കുന്നു.

ശാന്തമായും വ്യക്തമായും ചിന്തിക്കുവാനുള്ള നിങ്ങളുടെ കഴിവാണ് ജീവിതത്തിലേക്കും ജീവന മാർഗ്ഗത്തിലേക്കും നിങ്ങൾക്ക് കൊണ്ടുവരാൻ കഴിയുന്ന ഏറ്റവും മികച്ച പാടവം. ഇതിന് നിങ്ങൾ അപ്രതീക്ഷിതമായ തിരിച്ചടി നേരിടുമ്പോൾ ഒരുതരം നിസ്സംഗത മനഃപൂർവ്വമായി പരിശീലിക്കുന്നത് ആവശ്യമാണ്. നിഷ്പക്ഷമായി നില കൊള്ളുക. പ്രസ്തുത പ്രശ്നത്തെയോ പ്രതിസന്ധിയെയോ അപഗ്രഥിയ്ക്കാനും നിർദ്ദേശങ്ങൾ നൽകുവാനും പുറമേനിന്നുവന്ന ഒരു ഉപദേശകൻ ആണ് നിങ്ങളെന്ന് സങ്കല്പിയ്ക്കുക. നിങ്ങൾ സാഹചര്യങ്ങൾ നിരീക്ഷിയ്ക്കുന്നിടംവരെ അതിൽനിന്ന് ഒരു അകലം പാലിയ്ക്കുക. വസ്തുതകൾ ശേഖരിയ്ക്കുന്നതുവരെ നിസ്സംഗമായി തുടരുക. പ്രശ്നത്തെക്കുറിച്ചുള്ള സകല കാര്യങ്ങളും പഠിച്ചു എന്ന് തോന്നുമ്പോൾ മാത്രം നിങ്ങൾ തീരുമാനങ്ങൾ എടുക്കുക.

മുന്നോട്ട് ചിന്തിയ്ക്കുക

നിങ്ങൾക്ക് വികസിപ്പിച്ചെടുക്കാവുന്ന ഏറ്റവും പ്രധാനപ്പെട്ട ഒരു കഴിവ് പ്രതിസന്ധികളെക്കുറിച്ചുള്ള പ്രവചനമാണ്. ഈ കഴിവ് പരിശീലിയ്ക്കുന്നതിന് പതിവായി ജീവിതത്തിന്റെ പാതകളിലേക്കും ഭാവിയിലേയ്ക്കും നോക്കി, സ്വയം ചോദിയ്ക്കണം, സംഭവിയ്ക്കാവുന്നതിൽ വെച്ച് ഏറ്റവുംമോശമായ സാഹചര്യം എന്തായിരിക്കും? എന്റെ പദ്ധതികളെ താളം തെറ്റിയ്ക്കുന്നതും, ലക്ഷ്യത്തിൽ എത്താനുള്ള കഴിവിന് തടയിടുന്നതും എന്തൊക്കെയാണ്?

സംഭവിയ്ക്കാൻ സാധ്യതയുള്ള ഓരോ പ്രശ്നങ്ങളുടെയും പ്രതി സന്ധികളുടെയും ലിസ്റ്റ് ഉണ്ടാക്കുക. '3 ശതമാന നിയമം' ആലോചി യ്ക്കുക. ഗൗരവപ്പെട്ട ഒരു പ്രശ്നം സംഭവിയ്ക്കാനുള്ള സാധ്യത 3 ശതമാനം മാത്രമാണെങ്കിലും, അത് നിങ്ങളുടെ ലിസ്റ്റിൽ ഉൾപ്പെടുത്തുക. അങ്ങനെ ഒന്ന് സംഭവിച്ചാൽ എന്തുണ്ടാകുമെന്നും നിങ്ങൾ എങ്ങനെ പ്രതികരിയ്ക്കുമെന്നും ആലോചിയ്ക്കുക.

ലോകത്തിലെ ഏറ്റവും വലിയ എണ്ണക്കമ്പനികളിൽ ഒന്നായ റോയൽ ഡച്ച് ഷെൽ, ഭാവിസംഭവങ്ങളുടെ സങ്കല്പപരമ്പരകൾ പദ്ധതിപ്പെടുത്തുന്നതിൽ (പ്രാഗ് രൂപങ്ങൾ) പ്രസിദ്ധരാണ്. ലോകത്തു ടനീളം എണ്ണയും വാതക മേഖലകളും വാതക സമ്മർദ്ദിനി സങ്കേ തങ്ങളും എണ്ണക്കുഴലുകളും കപ്പലുകളും എണ്ണസംസ്കരണശാലകളും പെട്രോൾ ബങ്കുകളും ഉള്ളതിനാൽത്തന്നെ ഈ കമ്പനി വ്യത്യസ്തമായ പ്രതിസന്ധികൾ സംഭവിക്കുന്നപക്ഷം അതിനെ നേരിടാൻ

ഏകദേശം അറുന്നൂറോളം സാങ്കല്പിക സാഹചര്യപരമ്പരകൾ തയ്യാറാക്കി വെച്ചിട്ടുണ്ട്.

തത്ഫലമായി കസാക്കിസ്ഥാനിൽ ഒരു എണ്ണക്കുഴലിന്റെ പ്രവർത്തനം നിലയ്ക്കുകയോ നൈജീരിയയിൽ ആഭ്യന്തരയുദ്ധം ഉണ്ടാവുകയോ അലാസ്കയിൽ എണ്ണച്ചോർച്ച സംഭവിയ്ക്കുകയോ ഒക്കെ ചെയ്യുന്നപക്ഷം ഈ സാഹചര്യങ്ങളോട് പ്രതികരിക്കാൻ പാകത്തിന് റോയൽ ഡച്ച് ഷെല്ലിന് എഴുതപ്പെട്ട ഒരു പ്രവർത്തന പദ്ധതി ഉണ്ടായിരിക്കും. പെട്ടെന്നും ഫലപ്രദമായും പ്രതികരിയ്ക്കാനും കേടുപാടുകളും സാമ്പത്തികനഷ്ടങ്ങളും കുറയ്ക്കാനും വിതരണസംവി ധാനങ്ങൾക്ക് തടസ്സം സംഭവിയ്ക്കാതിരിയ്ക്കാൻ എണ്ണയും വാതകങ്ങളും ഒരിടത്തുനിന്ന് മറ്റൊരു സ്ഥലത്തേയ്ക്ക് സ്ഥാനം മാറ്റാനും കമ്പനി സജ്ജമായിരിക്കും.

ഇതേ വിധത്തിൽ നിങ്ങൾ ഭാവിയെക്കുറിച്ച് ആസൂത്രണം ചെയ്യുക. നിങ്ങളുടെ ആലോചനകളെ തടസ്സപ്പെടുത്താനും ലക്ഷ്യം നേടുന്നതിന് വിഘാതമാകാനും എന്തൊക്കെ സംഭവിയ്ക്കാമെന്ന് ചിന്തിച്ചുനോക്കുക. ഉടനടി ചിന്തകളിൽനിന്നു തിരിച്ചുവന്ന് ചോദി യ്ക്കുക, "ഇത്തരം സാഹചര്യങ്ങൾ ഉണ്ടാവുകയാണെങ്കിൽ, അതിനെ നേരിടാൻ അത്യാവശ്യമായി ഞാൻ എന്തായിരിക്കും ചെയ്യേണ്ടത്?"

വിജയത്തിലേക്കുള്ള താക്കോൽ

യുദ്ധത്തിന്റെ വഴികളിൽ എന്ത് സംഭവിയ്ക്കുമെന്ന് പ്രവചിയ്ക്കാനുള്ള നെപ്പോളിയൻ ബോണപ്പാർട്ടിന്റെ വൈഭവം പ്രസിദ്ധമായിരുന്നു. കാലേക്കൂട്ടി തന്റെ ജനറൽമാരോടൊത്ത്, യുദ്ധ സാധ്യതയുള്ള ഇടങ്ങളിൽ അദ്ദേഹം പരിശോധന നടത്തുമായിരുന്നു. ഭൂമിയുടെ കിടപ്പുവശം സൂക്ഷ്മമായി പഠിച്ച് പീരങ്കികൾ എങ്ങനെ വിന്യസിയ്ക്കണ മെന്നും, കാലാൾപ്പടയെ എങ്ങനെകൂട്ടണമെന്നും അശ്വസേനയെ എങ്ങനെ ചലിപ്പിക്കണമെന്നും അദ്ദേഹം മനസ്സിലാക്കി വെയ്ക്കും. ശേഷം സാധ്യമെങ്കിൽ ശത്രു സൈന്യത്തെ താൻ തിരഞ്ഞെടുത്ത സ്ഥലത്തുതന്നെ ഇരയിട്ടു പിടിയ്ക്കും.

വാട്ടർലൂ യുദ്ധത്തിൽ പരാജിതനായ പടത്തലവനായിട്ടാണ് ഇന്ന് നമ്മൾ നെപ്പോളിയനെ ഓർമ്മിയ്ക്കുന്നത്. അദ്ദേഹം 1813-ൽ ജർമ്മനിയിലെ ലീസിഗ് യുദ്ധത്തിൽ തോൽക്കുകയും 1812-ൽ റഷ്യയിലേക്കുള്ള നുഴഞ്ഞു കയറ്റത്തിൽ പരാജയപ്പെടുകയുമുണ്ടായി. എന്നാൽ അദ്ദേഹം 1793 നും 1815 നുമിടയിൽ ഫ്രഞ്ച് സേനയെ,

യൂറോപ്പിൽ ആകമാനം നൂറോളം യുദ്ധങ്ങളിൽ നയിക്കുകയും, വലിയ ശക്തികൾക്കെതിരെ ഏറെക്കുറെ എല്ലാ തവണയും വിജയിക്കുകയും ചെയ്തിട്ടുണ്ട്.

പ്രതിസന്ധികളെ പ്രവചിയ്ക്കാനും ഏതു യുദ്ധത്തിലും സംഭവിയ്ക്കാവുന്ന ഏറ്റവും വലിയ ദുരന്തത്തെ മനസ്സിൽ കാണാനുമുള്ള അദ്ദേഹത്തിന്റെ കഴിവ്, ശത്രുക്കളായ സേനാധിപതികൾക്കിടയിൽ അദ്ദേഹത്തെ ഇരുതലമൂർച്ചയുള്ള വാളാക്കി. വെടിവെപ്പിന്റെ സമയത്ത് എന്തുതന്നെ സംഭവിച്ചാലും അദ്ദേഹം തയ്യാറെടുത്തു കഴിഞ്ഞിരിയ്ക്കും. യുദ്ധം തുടങ്ങിക്കഴിഞ്ഞാലുടനെ ശത്രുവിന്റെ അപ്രതീക്ഷിതമായ ഒരു നീക്കത്തിനെതിരെ പ്രവർത്തിയ്ക്കാനുള്ള ആജ്ഞ നല്കുവാനോ ശത്രുസൈന്യത്തിന്റെ പിൻവാങ്ങലിലോ മുന്നേറ്റത്തിലുള്ള അവസരം മുതലെടുക്കാനോ അദ്ദേഹത്തിനു കഴിഞ്ഞിരുന്നു. അദ്ദേഹം സംഭവിയ്ക്കാനിടയുള്ള എല്ലാ സാഹചര്യങ്ങളിലൂടെയും ചിന്തിച്ചു നോക്കിയിരുന്നു.

സംഭവിക്കാൻ പോകുന്ന പ്രശ്നങ്ങളെയും വെല്ലുവിളികളെയും നേരിടാൻ പോകുന്ന പ്രതിസന്ധികളെയും കുറിച്ച് എത്രത്തോളം ചിന്തിയ്ക്കുന്നുവോ, അവ യഥാർത്ഥത്തിൽ സംഭവിക്കുന്ന പക്ഷം നിങ്ങൾ കൂടുതൽ ശാന്തരും ആത്മവിശ്വാസമുള്ളവരുമായിതീരും. ഗ്രീഷ്മം വസന്തത്തെ അനുഗമിയ്ക്കുന്നതു പോലെ നിങ്ങളുടെ ജീവിതം ചെറുതും വലുതുമായ പ്രശ്നങ്ങളുടെയും പ്രതിസന്ധികളുടെയും അവസാനിയ്ക്കാത്ത ഒരു ശ്രേണിയായിരിക്കും.

സഞ്ചാര പാത തിരുത്തിക്കൊണ്ടിരിയ്ക്കൽ

യഥാർത്ഥ വിജയ രഹസ്യത്തിന്റെ പരമപ്രധാനമായ ഭാഗങ്ങളെ കുറിച്ചാണ് ഇനി പറയുന്നത്. ഒരു വിമാനം 99 ശതമാനം സമയവും യഥാർത്ഥ പാതയിലായിരിക്കില്ല എന്നത് മുൻപ് ഞാൻ പരാമർശിച്ചിട്ടുണ്ട്. ഒരിടത്തുനിന്ന് മറ്റൊരിടത്തേക്കുള്ള ഏതൊരു വിമാനത്തെയും അതിന്റെ ലക്ഷ്യസ്ഥാനത്തേയ്ക്ക് നയിക്കാൻ നിരന്തരമായി അതിന്റെ സഞ്ചാര പാതയിൽ തിരുത്തലുകൾ നടത്തേണ്ടതുണ്ട്.

ജീവിതത്തിലെ സഞ്ചാര പാതയിലും നിങ്ങൾ നിരന്തരമായ തിരുത്തലുകൾ നടത്തേണ്ടതായിട്ടുണ്ട്. അപ്രതീക്ഷിതമായ സംഭവങ്ങളെയും സാഹചര്യങ്ങളെയും നേരിടാൻ ഓരോ ദിവസത്തിലെ ഓരോ മണിക്കൂറിലും നിങ്ങൾ ചെറുതും വലുതുമായ നവീകരണങ്ങൾ

നടത്തേണ്ടതായിട്ടുണ്ട്. വേഗത്തിലും പ്രവർത്തനക്ഷമമായും ഈ തിരുത്തലുകൾ നടത്താനുള്ള നിങ്ങളുടെ കഴിവാണ് മറ്റേതൊരു ഘടകത്തെക്കാളും നിങ്ങളുടെ വിജയത്തെ നിർണ്ണയിക്കുന്നത്.

ആശ്വാസ മേഖലയിൽ ആകൃഷ്ടരാകാതിരിയ്ക്കുക

പരാജയഭീതി കാരണം മിക്കവാറും മനുഷ്യർ മാറ്റങ്ങളോട് ചെറുത്തു നിൽക്കുന്നു; മാറ്റങ്ങൾ അവരുടെ നന്മയ്ക്കുതകുന്നതാണെങ്കിൽപോലും. ജഡത്വ നിയമത്താൽ – "ചലിച്ചു കൊണ്ടിരിക്കുന്ന ഒരു വസ്തുവിന്, പുറമേ നിന്നൊരു ശക്തി അതിന്മേൽ പ്രവർത്തിയ്ക്കുന്നതുവരേയ്ക്കും, ചലനാവസ്ഥയിൽ തുടരാനുള്ള പ്രവണത ഉണ്ടായിരിക്കും." – ചെയ്തു കൊണ്ടിരിക്കുന്ന കാര്യങ്ങൾ ഒരു പ്രത്യേക രീതിയിൽ തുടരുന്നത് സുഖപ്രദമായി കരുതുന്നതുകൊണ്ടുമാത്രം ആളുകൾ ദിവസങ്ങളും വർഷങ്ങളും കടന്നു പോയാലും അതു തന്നെ ആവർത്തിച്ചു കൊണ്ടിരിക്കുന്നു.

ഹാരോൾഡ് ജനീൻ പറയുന്നു, "ഉയർന്ന തട്ടിലുള്ള ആളുകളുടെ ഏറ്റവും വലിയ പ്രശ്നം മദ്യപാനമോ ജോലിയോടുള്ള ആസക്തിയോ അല്ല, മറിച്ച് അഹംഭാവമാണ്."

തെറ്റുകാരാവാൻ മിക്കവാറും ആളുകൾ ഇഷ്ടപ്പെടുന്നില്ല. തെറ്റു പറ്റിയെന്നത് വ്യക്തമാണെങ്കിൽ പോലും അവർ അത് അംഗീകരിയ്ക്കുന്നതിനെ വെറുക്കുന്നു. അഹന്തകാരണം, തെറ്റു പറ്റിയെന്ന് അംഗീകരിയ്ക്കുന്നതിൽ നിന്ന് ഒഴിഞ്ഞു മാറാനായി, അവർ അവിശ്വസനീയമായ മാനസികവൈകാരിക പരിവർത്തനങ്ങൾക്ക് വിധേയരാകുന്നു. ഒരു തെറ്റ് കണ്ടുപിടിയ്ക്കപ്പെട്ടാലും കൂടുതൽ ആളുകളും അതവഗണിയ്ക്കുകയോ നിഷേധിക്കുകയോ അതുമല്ലെങ്കിൽ മറ്റാരുടെയെങ്കിലും പേരിൽ കുറ്റമാരോപിയ്ക്കുകയോ ചെയ്യുന്നു. തെറ്റുതിരുത്തലിനെ അവർ പാടെ നിരാകരിയ്ക്കുന്നു.

മാറ്റം മാത്രമാണ് മാറ്റമില്ലാത്തത്

അമേരിക്കൻ മാനേജ്മെന്റ് അസോസിയേഷന്റെ അഭിപ്രായത്തിൽ പെട്ടെന്നുള്ള മാറ്റങ്ങൾക്കിടയിൽ, എഴുപത് ശതമാനമെങ്കിലും സമയം നിങ്ങൾക്ക് തെറ്റുപറ്റിയേക്കും. അറിവുകൾ മാറിക്കൊണ്ടേ ഇരിക്കും. സാങ്കേതികവിദ്യ മുന്നേറിക്കൊണ്ടിരിക്കും. നിങ്ങളുടെ മത്സരം അപ്രതീക്ഷിതമായതിനു കാരണമാകും. നിങ്ങൾക്ക്

നിയന്ത്രണമില്ലാത്ത സംഭവങ്ങൾക്ക് ഏറ്റവും മികച്ച പദ്ധതികളെയും ഉദ്ദേശ്യങ്ങളെയും അപ്രധാനമാക്കാൻ കഴിയും.

ഒരുപാട് ദിവസങ്ങളുടെയോ ആഴ്ചകളുടെയോ തയ്യാറെടുപ്പ് ഉൾച്ചേർന്ന നടപടികളുടെ ഒരു മുഴുവൻ പദ്ധതി വെള്ളിയാഴ്ച നിങ്ങൾ ഒരുക്കി വെച്ചിരിക്കാം. എന്നാൽ തിങ്കളാഴ്ച പട്ടണത്തിൽ എന്തെങ്കിലു മൊക്കെ സംഭവിക്കും. 9/11 പോലെ വലിയ കാര്യങ്ങളോ നിങ്ങളുടെ എതിരാളികൾ നടപ്പിലാക്കുന്ന വിലയിടിവ് പോലെയുള്ള ചെറിയ കാര്യങ്ങളോ ആവാമത്. നിങ്ങളുടെ പദ്ധതികൾ അപ്പാടെ മാറിമറിയുന്നു.

അതുകൊണ്ടുതന്നെയാണ് ലക്ഷ്യസ്ഥാനത്തേക്കുള്ള നിങ്ങളുടെ യാത്രയിൽ അനുഭവപ്പെടുന്ന കൊടുങ്കാറ്റുകളെയും പ്രക്ഷുബ്ധതകളെയും എതിർക്കാറ്റുകളെയും മിന്നൽപ്പിണരുകളെയും ഫലപ്രദമായി നേരിടാൻവേണ്ട അത്യാവശ്യ ഗുണമായി *വഴങ്ങുവാനുള്ള* കഴിവ് നിലനിൽക്കുന്നത്. നിങ്ങൾ പ്രതികരണങ്ങളെ സ്വീകരിക്കാൻ തയ്യാറായിരിക്കണം, സ്വയം തിരുത്താനും. ആരാണ് ശരി എന്നതി നേക്കാൾ എന്താണ് ശരി എന്നതിനെക്കുറിച്ച് നിങ്ങൾ കൂടുതൽ ശ്രദ്ധാലുവായിരിക്കണം.

ചിലർ ചിന്തിക്കുന്നത് അബദ്ധങ്ങൾ അംഗീകരിക്കുന്നതും, വഴികൾ തിരുത്തുന്നതും ബലഹീനതയുടെയും കഴിവില്ലായ്മയുടെയും അടയാളമാണെന്നാണ്. പക്ഷേ വലിയ മാറ്റങ്ങളുടെ സമയത്ത് നിങ്ങൾ പൂർണ്ണരല്ലെന്നും നിങ്ങളുടെ വഴികളിൽ മാറ്റം വരുത്തുവാൻ ആവശ്യമായ അറിവുകൾ കൈവശമുണ്ടെന്നും അംഗീകരിക്കുവാനുള്ള സന്നദ്ധത, ധൈര്യത്തിന്റെയും വ്യക്തിത്വത്തിന്റെയും, മനക്കരുത്തി ന്റെയും അടയാളമാണ്. ദുർബലരായ മനുഷ്യർ എപ്പോളും അവരുടെ തെറ്റുകൾ മറയ്ക്കാൻ ശ്രമിച്ചുകൊണ്ടിരിക്കുന്നു. ശക്തരായ മനുഷ്യർ അവ അംഗീകരിക്കുകയും ഉടൻതന്നെ വ്യത്യസ്തമായ ഒരു ഗതിമാറ്റം നടത്തുകയും ചെയ്യുന്നു.

സീറോ ബേസ്ഡ് ചിന്താരീതി എല്ലായ്പ്പോഴും പരിശീലിച്ചുകൊണ്ട് നിങ്ങളുടെ മനസ്സ് എപ്പോഴും വൃത്തിയാക്കി വെയ്ക്കുക. ഈ പുതിയ അറിവിന്റെ അടിസ്ഥാനത്തിൽ സ്വയം ചോദിക്കുക, ഞാൻ ഇതുവരെ അറിഞ്ഞു കഴിഞ്ഞതെല്ലാം വെച്ച്, എനിയ്ക്കിത് ചെയ്യാൻ കഴിഞ്ഞിട്ടില്ല എങ്കിൽ, ഇനിയിപ്പോൾ ഞാനത് തുടങ്ങി വെക്കുമോ?

ഉത്തരം ഇല്ല എന്നാണെങ്കിൽ, നിങ്ങളുടെ ലക്ഷ്യത്തിലേക്കുള്ള വഴി നിലനിർത്താൻ ആവശ്യമായ മാറ്റങ്ങൾ പെട്ടെന്നു തന്നെ

ഉണ്ടാക്കുക. ഈ നിയമം എപ്പോഴും ഓർമ്മിയ്ക്കുക : നിങ്ങളുടെ ലക്ഷ്യത്തെക്കുറിച്ച് വ്യക്തത ഉണ്ടായിരിക്കുക. പക്ഷേ അത് നേടിയെടുക്കുന്നതിലേക്കുള്ള പ്രവർത്തനങ്ങളിൽ വഴങ്ങുവാനുള്ള കഴിവ് ഉള്ളവരായിരിക്കുക.

മനസ്സിന്റെ നിയന്ത്രണം ഏറ്റെടുക്കുക

ഒഴിവാക്കാൻ ആകാത്ത ഒരു പ്രതിസന്ധിയുമായി ഏറ്റുമുട്ടുമ്പോൾ, സ്വയവും മറ്റുള്ളവരോടും ഈ പ്രധാന ചോദ്യങ്ങൾ ചോദിച്ചു കൊണ്ട് മനസ്സിന്റെയും സാഹചര്യങ്ങളുടെയും നിയന്ത്രണം ഏറ്റെടുക്കുക :

1. നമ്മൾ എന്താണ് ചെയ്യാൻ ശ്രമിയ്ക്കുന്നത്?
2. എങ്ങനെയാണ് നമ്മൾ അത് ചെയ്യാൻ ശ്രമിയ്ക്കുന്നത്?
3. മെച്ചപ്പെട്ട മറ്റേതെങ്കിലും വഴികൾ ഉണ്ടോ?
4. നമ്മുടെ അനുമാനങ്ങൾ എന്തൊക്കെയാണ്?
5. നമ്മുടെ അനുമാനങ്ങൾ തെറ്റായിരുന്നെങ്കിൽ എന്തു ചെയ്യും?
6. ഈ ചോദ്യങ്ങൾക്കുള്ള നമ്മളുടെ ഉത്തരങ്ങൾ അനുസരിച്ച് എന്ത് നടപടികളാണ് പെട്ടെന്നു തന്നെ നമ്മൾ എടുക്കേണ്ടതായിട്ടുള്ളത്?
7. നമ്മൾ അനുവർത്തിയ്ക്കേണ്ടതായ പ്രാഥമിക നടപടി എന്താണ്?

വസ്തുതകളെ പ്രശ്നങ്ങളിൽ നിന്നും വേർതിരിക്കുക. വസ്തുത എന്നാൽ സ്ഥിരവും നിശ്ചലവുമായ ഒന്നാണ്; ഭൂതകാല സംഭവത്തെ നിങ്ങൾക്ക് മാറ്റി മറിയ്ക്കാൻ കഴിയാത്തതു പോലെയും അല്ലെങ്കിൽ നിങ്ങൾക്ക് വർത്തമാനകാലത്തെ സംഭവങ്ങൾക്കുമേലെ നിയന്ത്രണങ്ങൾ ഇല്ലാത്തതു പോലെയും കാലാവസ്ഥ പോലെയുമാണത്.

എന്നാൽ പ്രശ്നങ്ങൾ പരിഹരിക്കപ്പെടാവുന്നവയാണ്. നിങ്ങൾക്ക് എന്തെങ്കിലുമൊക്കെ ചെയ്യാൻ കഴിയുന്നവ. മനസ്സുകൊണ്ട് ചിന്തിച്ച് ഏതെങ്കിലുമൊക്കെ തരത്തിലുള്ള പരിഹാരങ്ങൾ കണ്ടെത്താൻ കഴിയുന്നവ.

കാര്യം ലളിതമാണ്. മാറ്റാൻ കഴിയുകയില്ലെന്ന് തീർച്ചയുള്ള കാര്യങ്ങളിൽ കുപിതരോ അസ്വസ്ഥരോ ആകാതിരിക്കുക.

ഏതെങ്കിലും വിധത്തിൽ നിങ്ങൾക്ക് സ്വാധീനം ചെലുത്താൻ കഴിയുന്ന വെല്ലുവിളികൾക്കായി നിങ്ങളുടെ സമയവും ഊർജ്ജവും സംഭരിയ്ക്കുക. സുഖപ്പെടുത്താൻ കഴിയാത്തവ സഹിച്ചുശീലിച്ചേ മതിയാവൂ എന്ന് സ്വയം ഓർമ്മിപ്പിയ്ക്കുക.

വഴക്കമുള്ളവരായി എങ്ങനെ തുടരാം

മനസ്സ് ശാന്തമാക്കാനും ഏതൊരു സാഹചര്യവുമായും പൊരുത്തപ്പെടാനുള്ള കഴിവ് വർദ്ധിപ്പിക്കാനും നിങ്ങൾക്ക് സ്ഥിരമായി മൂന്ന് പ്രസ്താവനകൾ രൂപപ്പെടുത്താവുന്നതാണ്. പ്രശ്നങ്ങൾക്കും ബുദ്ധിമുട്ടുകൾക്കുമെതിരിൽ ഇത്തരം പ്രസ്താവനകൾ ക്രമപ്പെടുത്തുന്നത് ശീലമാക്കിയാൽ ലക്ഷ്യസ്ഥാനത്ത് എത്തുന്നതിന് ആവശ്യമായ തിരുത്തലുകൾ നിങ്ങൾക്ക് കൂടുതൽ എളുപ്പത്തിൽ ചെയ്യാൻ കഴിയുന്നതാണ്.

1. നിങ്ങളൊരു തീരുമാനം എടുത്തതിനു ശേഷം, പുതിയ എന്തെങ്കിലും അറിവുകളോ സാഹചര്യങ്ങളോ, ആ തീരുമാനം തെറ്റായിരുന്നു എന്നു തോന്നിപ്പിച്ചാൽ, **'എനിക്ക് തെറ്റു പറ്റി'** എന്ന് പറയാൻ ഭയക്കാതിരിക്കുക.

   തെറ്റുപറ്റിയെന്ന് നിങ്ങൾ അംഗീകരിക്കുന്നപക്ഷം ആ സന്ദർഭം അവിടെ അവസാനിയ്ക്കുകയാണ്. നിങ്ങളുടെ ഒരു മിനിറ്റ് നേരംപോലും പിന്നീട്, അതിനെ പ്രതിരോധിച്ചു കൊണ്ടോ ന്യായീകരിച്ചു കൊണ്ടോ സ്വയം വിശദീകരിച്ചു കൊണ്ടോ ചിലവഴിയ്ക്കേണ്ടതില്ല.

   എനിക്ക് തെറ്റു പറ്റിയെന്നും, പുതിയ അറിവുകളുടെ അടിസ്ഥാനത്തിൽ, വേണ്ട തിരുത്തലുകൾ നടത്തുമെന്ന് തീരുമാനിയ്ക്കുകയും ചെയ്യുക.

2. നിങ്ങൾക്ക് പിന്തുടരാൻ കഴിയുന്ന രണ്ടാമത്തെ പ്രസ്താവന **"ഞാൻ ഒരു തെറ്റു ചെയ്തു"** എന്നതാണ്. നിങ്ങളുടെ തീരുമാനങ്ങളുടെ 70 ശതമാനവും തെറ്റാകുമെന്നിരിയ്ക്കെ, നിങ്ങളുടെ മുഴുവൻ ജീവിതവും ചെറുതും വലുതുമായ തെറ്റുകളുടെ കുത്തുകൾ നിറഞ്ഞതായിരിക്കും. നിങ്ങൾ പൂർണ്ണരല്ലെന്നും, ഉണ്ടായിരുന്ന ബോധ്യങ്ങളുടെ അടിസ്ഥാനത്തിൽ തെറ്റായ നിഗമനങ്ങളിൽ എത്തിയെന്നും അതൊരു

തെറ്റായിപോയി എന്നും ശാന്തമായും ആത്മവിശ്വാസത്തോടെയും അംഗീകരിയ്ക്കുന്ന പക്ഷം ആ സാഹചര്യത്തിന് അവിടെ പരിസമാപ്തി ആവുകയാണ്. നിങ്ങൾക്കിപ്പോൾ പരിഹാരങ്ങളിലേക്കും, തെറ്റുകൾ തിരുത്താൻ എന്ത് നടപടികൾ എടുക്കാമെന്നതിലേയ്ക്കും ശ്രദ്ധ കേന്ദ്രീകരിയ്ക്കാവുന്നതാണ്.

3. മൂന്നാമത്തെ പ്രസ്താവന **"ഞാൻ എന്റെ മനസ്സ് മാറ്റി"** എന്നതാണ്.

   ഒരു പ്രത്യേക നിമിഷത്തിൽ എങ്ങനെ ചിന്തിയ്ക്കുന്നുവെന്നും എന്ത് തോന്നുന്നുവെന്നും അടിസ്ഥാനപ്പെടുത്തിയാണ് ജീവിതത്തിലുടനീളം നിങ്ങൾ തീരുമാനങ്ങൾ എടുക്കുന്നത്. പക്ഷേ കുറച്ചു മണിക്കൂറുകൾക്കും ദിവസങ്ങൾക്കുംശേഷം, നിങ്ങൾക്ക് സാഹചര്യങ്ങൾ വ്യത്യസ്തമായി അനുഭവപ്പെടാം. മുൻപെടുത്ത തീരുമാനങ്ങൾ മികച്ചതായിരുന്നില്ലെന്ന് ഇപ്പോഴത്തെ നിങ്ങളുടെ ബോധ്യമനുസരിച്ച് നിങ്ങൾ തിരിച്ചറിഞ്ഞേക്കാം. നിങ്ങളുടെ മനസ്സു മാറിയെന്ന് ലളിതമായി അംഗീകരിയ്ക്കുന്നപക്ഷം, നിങ്ങൾ മുന്നോട്ടുതന്നെ പോവുക.

തിരഞ്ഞെടുക്കാനുള്ള സ്വാതന്ത്ര്യം

എന്റെ രക്ഷിതാക്കൾ അവരുടെ ചിന്തകളിൽ തീരെ അയവില്ലാത്തവരായിരുന്നു. അവർ ഏതെങ്കിലുമൊരു തീരുമാനമെടുത്തു കഴിഞ്ഞാൽ, അതിൽ നിന്നും വ്യതി ചലിയ്ക്കുകയേ ഇല്ല. അതു കൊണ്ടു തന്നെ എന്റെ കുട്ടിക്കാലം മടുപ്പുളവാക്കുന്നതായിരുന്നു. എന്തെങ്കിലും തെറ്റു പറ്റിയാൽ പോലും എന്റെ അച്ഛനമ്മമാർ അഹങ്കാരംമൂലം അതൊരിക്കലും അംഗീകരിക്കുമായിരുന്നില്ല.

എന്റെ കുട്ടികളെ വളർത്തുന്ന സമയത്ത്, ഈ സ്വഭാവം ഉണ്ടാവുകയില്ലെന്ന് ഞാൻ തീരുമാനിച്ചു. വളരെ ചെറുപ്പത്തിൽ തന്നെ ഞാൻ അവരോട് പറഞ്ഞു തുടങ്ങി. എപ്പോൾ വേണമെങ്കിലും മനസ്സു മാറ്റാനുള്ള സ്വാതന്ത്ര്യം നിങ്ങൾക്കുണ്ട്. എന്തെങ്കിലും കാര്യങ്ങൾ പറയുകയോ, ഏതെങ്കിലും തീരുമാനങ്ങൾ എടുക്കുകയോ ചെയ്താൽ, കാലാകാലത്തേയ്ക്ക്, അതിനെ പ്രതിരോധിക്കേണ്ടി വരുന്ന തരത്തിൽ അവർ അകപ്പെട്ടു പോകുമെന്നുള്ള ചിന്ത ഒരിക്കലും അവർക്കുണ്ടാകാൻ ഞാൻ ആഗ്രഹിച്ചില്ല.

“എപ്പോൾ വേണമെങ്കിലും മനസ്സ മാറ്റാനുള്ള സ്വാതന്ത്ര്യം നിങ്ങൾക്കുണ്ട്” എന്ന ഉപദേശമായിരുന്നു, എന്റെ മകൾ ക്രിസ്റ്റിന മനസ്സിലാക്കിയതിൽ ഏറ്റവുമധികം വിമോചനാത്മകമായ ആശയമെന്ന്, ഇപ്പോൾ വളർന്നു വലുതായി വിവാഹിതയായതിനു ശേഷവും പറയുന്നു. അവളിപ്പോൾ അത് എല്ലാവരെയും പഠിപ്പിക്കുന്നു. നിങ്ങൾക്കും സ്വയം പരിശീലിയ്ക്കാവുന്നതാണ്.

നിങ്ങൾക്ക് സാധ്യമായതെല്ലാം നേടുന്നതിനുള്ള പ്രധാന കാര്യം ജീവിതത്തിലുടനീളം തുടർച്ചയായ തെറ്റുതിരുത്തലുകൾ നടത്തുക എന്നതാണ്. അതോടൊപ്പം നിങ്ങൾക്ക് എപ്പോൾ വേണമെങ്കിലും മനസ്സ് മാറ്റുകയും ചെയ്യാം.

അധ്യായം 8

നിങ്ങളുടെ പഠനവും പുരോഗതിയും ത്വരിതപ്പെടുത്തുക

ഹൃദയം കൊണ്ട് മാത്രമേ ഒരാൾക്ക് ശരിയായി കാണുവാൻ സാധിക്കുകയുള്ളൂ. അത്യാവശ്യമായത് നയനങ്ങൾക്ക് അദൃശ്യമായി തീരുന്നു.

– ആന്റണി ഡി സെയിന്റ്-എക്സുപെറി

നിങ്ങളുടെ ഏറ്റവും വിലപിടിപ്പുള്ള സാമ്പത്തിക ആസ്തി എന്താണ്? ആശ്ചര്യകരമെന്നു പറയട്ടെ, അത് നിങ്ങളുടെ വീടോ നിക്ഷേപങ്ങളോ ബാങ്ക് അക്കൗണ്ടോ ഒന്നുമാകില്ല. അത് നിങ്ങളുടെ *സമ്പാദിക്കാനുള്ള കഴിവാണ്*. പണസമ്പാദനത്തിനുള്ള നിങ്ങളുടെ കഴിവാണ് ഏറ്റവും വിലയേറിയതും നശിക്കുന്നതുമായ നിങ്ങളുടെ ആസ്തി.

ഇപ്പോഴുള്ള രീതിയിൽ സമ്പാദിക്കാനുള്ള കഴിവ് വികസിപ്പിക്കാൻ ഒരു മുഴുവൻ ജീവിതം നിങ്ങൾ ഉപയോഗിച്ചു കാണണം. നിങ്ങളുടെ നിലവിലുള്ള ധനസമ്പാദനത്തിനുള്ള കഴിവ്, അറിവിന്റെയും കഴിവിന്റെയും അനുഭവങ്ങളുടെയും വിദ്യാഭ്യാസത്തിന്റെയും, പശ്ചാത്തലത്തിന്റെയും വ്യക്തിത്വത്തിന്റെയും സ്വഭാവഗുണത്തിന്റെയും ചിന്തകളിലും പെരുമാറ്റത്തിലുമുള്ള ഗുണങ്ങളായ ധൈര്യത്തിന്റെയും ആത്മശിക്ഷണത്തിന്റെയും ഉറപ്പുകളുടെയും ആകെത്തുകയാണ്. ധനസമ്പാദനത്തിനുള്ള നിങ്ങളുടെ കഴിവ് ന്യായമായ

രീതിയിൽ ഉപയോഗിച്ച് പതിനായിരക്കണക്കിന് ഡോളറുകൾ ഓരോ വർഷവും സ്വരുക്കൂട്ടാവുന്നതാണ്.

നിങ്ങളുടെ വീടും കാറും പണവും മറ്റേത് ഭൗതിക വസ്തുക്കളും നിങ്ങൾക്ക് നഷ്ടപ്പെടാം. എന്നാൽ നിങ്ങൾക്ക് സമ്പാദിക്കാനുള്ള കഴിവ് ഉള്ളിടത്തോളം നിങ്ങൾക്ക് വിപണന സ്ഥലത്തുപോയി അതെല്ലാം തിരികെ സമ്പാദിക്കാവുന്നതാണ്.

നിങ്ങളുടെ അദൃശ്യ സമ്പാദ്യങ്ങൾ

സമ്പാദിക്കാനുള്ള നിങ്ങളുടെ മിടുക്ക് അദൃശ്യമാണ്. അത് തൊട്ടറിയാൻ കഴിയാത്തതാണ്. മൂല്യനിർണ്ണയം നടത്താനോ അളക്കാനോ പ്രയാസമുള്ളതാണത്. ഒരേ ബുദ്ധിമാനവും (IQ) മാർക്കുമുള്ള രണ്ടാളുകൾ ഒരേ കോളേജിൽ നിന്ന് ഒരേ വിദ്യാഭ്യാസത്തോടെ ബിരുദം നേടുകയും ഒരേ സമയത്ത് ജോലിക്ക് കയറുകയും ചെയ്തു. പത്തു വർഷങ്ങൾക്കപ്പുറം അതിലൊരാൾക്ക് നിരവധി തവണ സ്ഥാനക്കയറ്റം ലഭിക്കുകയും മറ്റാളെക്കാൾ അഞ്ചുമുതൽ പത്തുമടങ്ങു വരെ സമ്പാദിക്കുന്നയാളാവുകയും ചെയ്തു. എന്തുകൊണ്ടിത് സംഭവിക്കുന്നു?

വിശദീകരണം ലളിതമാണ്. നിങ്ങളുടെ സമ്പാദ്യപാടവം *അഭിനന്ദനീയമോ മൂല്യത്തകർച്ച* ഉള്ളതോ ആയ ആസ്തി ആയിരിക്കാം : കാലം പോകെ, അതിന്റെ വിലയിൽ ഉയർച്ചയോ ഇടിവോ സംഭവിക്കാം. ഇത് പൂർണ്ണമായും നിങ്ങളുടെ കൈകളിലാണ്.

വില മതിക്കുന്ന ആസ്തി സമയം കടന്നു പോകുമ്പോൾ കൂടുതൽ മൂല്യവത്താകുന്നു. നിങ്ങളുടെ അറിവും കഴിവും നിങ്ങൾ എവിടെ ആയിരുന്നാലും മൂല്യം വർദ്ധിപ്പിക്കാനുള്ള നിങ്ങളുടെ പ്രാപ്തിയും നിരന്തരമായി അധികരിപ്പിക്കാനായി, ആജീവനാന്ത പഠനത്തിന്, നിങ്ങൾ സ്വയം സമർപ്പിക്കുമ്പോൾ, സമ്പാദിക്കുവാനുള്ള നിങ്ങളുടെ കഴിവ് വിലമതിക്കപ്പെടും. നിങ്ങൾ കൂടുതൽ വിലമതിക്കുന്നതിനാൽ നിങ്ങൾക്ക് കൂടുതൽ പ്രതിഫലം ലഭിക്കും. കാരണത്തിന്റെയും ഫലത്തിന്റെയും നിയമപ്രകാരം, നിങ്ങൾ വരുമാനശേഷി വർദ്ധിപ്പിക്കുമ്പോൾ നിങ്ങളുടെ സംഭാവനയുടെ വിലയും മത്സരാധിഷ്ഠിത വിപണിയിൽ നിങ്ങളുടെ മൂല്യവും വർദ്ധിപ്പിക്കുന്നു.

കൂടുതൽ ശമ്പളാർഹമായ ബുദ്ധിവൈഭവം

ഹാർവാർഡ് സർവ്വകലാശാലയിലെ ഹൊവാഡ് ഗാർഡ്നറുടെ അഭിപ്രായത്തിൽ സമൂഹത്തിലെ ഏറ്റവും പ്രധാനപ്പെട്ടതും കൂടുതൽ

പ്രതിഫലം ലഭിയ്ക്കുന്നതുമായ ബുദ്ധിവൈഭവം *സാമൂഹികാവബോധമാണ്*. വില പേശാനും ആശയ വിനിമയം നടത്താനും അനുനയിപ്പിക്കാനും നിങ്ങളെയും, നിങ്ങൾ ഉത്പാദിപ്പിച്ചവയെയും നിങ്ങളുടെ സേവനങ്ങളെയും മറ്റുള്ളവർക്ക് വിൽക്കുവാനുമുള്ള നിങ്ങളുടെ കഴിവിനെയാണ് ഇത് സൂചിപ്പിയ്ക്കുന്നത്.

ജീവിതത്തിൽ, ലാഭകരമായ എന്ത് നേടിയെടുക്കുവാനും ഒരുപാട് ആളുകളുടെ സഹായവും സഹകരണവും നിങ്ങൾക്ക് വേണ്ടതുണ്ട്. *വ്യക്തിബന്ധങ്ങൾ* സൃഷ്ടിയ്ക്കാനുള്ള നിങ്ങളുടെ കഴിവാണ് മറ്റുള്ളവരുടെ സഹായസഹകരണങ്ങൾ നേടുന്നതിനായി, മറ്റെന്തിനേക്കാളും വിലയുള്ളതായിട്ടുള്ളത്. നിങ്ങളുടെ ആ കഴിവുകൾ ചിലപ്പോൾ വികസിച്ചിട്ടില്ലായിരിക്കാം.

വാങ്ങുകയോ വിൽക്കുകയോ ചെയ്യുമ്പോൾ, സ്വന്തം പേരിലോ ബിസിനസ്സിന്റെ പേരിലോ വിലപേശൽ നടത്തുവാനും ഏറ്റവും നല്ല വില നേടിയെടുക്കാനുമുള്ള പ്രാപ്തി, ഒരുപക്ഷേ നിങ്ങൾക്കില്ലായിരിക്കാം. നിങ്ങളെയോ നിങ്ങളുടെ ഉത്പന്നത്തെയോ, നിലവിൽ തങ്ങൾ ഉപയോഗിയ്ക്കുന്നവയിൽ സന്തുഷ്ടി അനുഭവിയ്ക്കുന്ന സംശയാലുക്കളായ ഉപഭോക്താക്കൾക്ക് വിൽക്കുവാനുള്ള പാടവം നിങ്ങൾക്കില്ലായിരിക്കാം.

സ്വന്തം വേഗതാ വർദ്ധിനി പ്രവർത്തിപ്പിയ്ക്കുക

അറിവും കഴിവുകളും വികസിപ്പിയ്ക്കുന്നത്, ലക്ഷ്യത്തിലേക്കുള്ള നിങ്ങളുടെ പാതയിൽ പ്രവർത്തന യന്ത്രത്തിൽ, വീര്യമുള്ള ഒക്റ്റയിൻ ഇന്ധനം നിറയ്ക്കുന്നതുപോലെയാണ്. നിങ്ങളുടെ സംഭാവനകൾ ത്വരിതപ്പെടുത്താൻ സഹായിക്കുന്ന, പുതിയ സിദ്ധികൾ പരിശീലിയ്ക്കുന്നത്, നിങ്ങളുടെ തന്നെ സാധ്യതകളുടെ വേഗതാ വർദ്ധിനിയിൽ കയറി നിൽക്കുന്നതു പോലെയും. ചുരുക്കിപ്പറഞ്ഞാൽ കൂടുതൽ സമ്പാദിയ്ക്കാൻ നിങ്ങൾ കൂടുതൽ പഠിയ്ക്കേണ്ടിയിരിക്കുന്നു. ബാസ്കറ്റ് ബോൾ പരിശീലകൻ പാറ്റ് റിലേ പരാമർശിച്ചതു പോലെ "മെച്ചപ്പെടുന്നില്ലായെങ്കിൽ നിങ്ങൾ മോശമാവുക തന്നെയാണ്."

ദൗർഭാഗ്യകരമെന്നോണം, മിക്ക ആളുകളുടെയും സമ്പാദ്യസിദ്ധി സ്ഥിരമായതോ, മോശമായിക്കൊണ്ടിരിക്കുന്ന, *മൂല്യത്തകർച്ച* വന്ന മുതലോ ആണ്. അവനവന്റെ പങ്കു നൽകാനുള്ള അവരുടെ കഴിവ്, വിലക്കയറ്റത്തിന്റെ അനുപാതമായ, ഒരു വർഷത്തേയ്ക്ക് 3 ശതമാനം എന്നതിനേക്കാൾ ഒട്ടും കൂടുന്നതായി കാണുന്നില്ല. അതുകൊണ്ടു

തന്നെ കൂടുതൽ ആളുകൾക്കും ഒരു 'ജോലി' ഉണ്ടാവുക എന്നത് 'പാപ്പരായി' ഇരിക്കുന്നതിനേക്കാൾ അല്പം മുകളിൽ ആവുക എന്നു മാത്രമാണ്.

നമ്മുടെ സമൂഹത്തിലെ ഉയർന്ന ശ്രേണിയിലുള്ള ഇരുപത് ശതമാനം ആളുകൾ അവരുടെ സമ്പാദ്യസിദ്ധി, അവരവരുടെ സ്ഥാപനങ്ങൾക്കോ ജോലിക്കാർക്കോ കൂടുതലും മികച്ചതുമായത് സംഭാവന ചെയ്യുവാനുള്ള സിദ്ധി, നിരന്തരമായി വർദ്ധിപ്പിച്ചു കൊണ്ടിരിക്കുകയാണ്. അവർ ഏറ്റവും നല്ല പുസ്തകങ്ങൾ വായിക്കു കയും, വിദ്യാഭ്യാസ സംബന്ധിയായ മികച്ച പ്രഭാഷണങ്ങൾ കേൾക്കു കയും, അദ്ധ്യയന സംബന്ധിയായ ദൃശ്യ പരിപാടികൾ കാണുകയും അവരവരുടെ മേഖലകളിൽ പരിശീലനങ്ങൾ നേടുകയും ചെയ്യുന്നു. ജ്ഞാനസമ്പാദനത്തെ അവർ പിന്തുടരുന്നത്, തങ്ങളുടെ ഭാവി അതിനെ ആശ്രയിച്ചിരിക്കുന്നു എന്ന മട്ടിലാണ്. അത് അങ്ങനെ തന്നെയാണുതാനും.

പഠിച്ച പാഠങ്ങൾ കുറിച്ചു വെയ്ക്കുക

എന്റെ സുഹൃത്തുക്കളിലൊരാൾ, അയാളുടെ ഇരുപതുകളിൽ ക്രയ വിക്രയങ്ങളുടെ ഒരു ബിസിനസ്സ് ആരംഭിച്ചു. രണ്ടു വർഷത്തേയ്ക്ക് അയാൾ, ദിവസത്തിൽ പന്ത്രണ്ട് മണിക്കൂറുകളോളം, ആഴ്ചയിൽ ഏഴു ദിവസവും ജോലി ചെയ്തു കൊണ്ടിരുന്നു. പക്ഷേ ബിസിനസ്സ് പരാജയപ്പെടുകയും അയാൾക്ക് എല്ലാം നഷ്ടപ്പെടുകയുമുണ്ടായി.

ജീവിതത്തെ തന്നെ മാറ്റി മറിയ്ക്കുന്ന മറ്റൊരു കാര്യം അയാൾ ചെയ്യുകയുണ്ടായി. ഒരു സ്പൈറൽ നോട്ട്ബുക്കുമായി ഇരുന്ന്, ഓരോ പേജിന്റെയും മുകളിലായി ഒരുകൂട്ടം ചോദ്യങ്ങളിൽ ഓരോന്നായി എഴുതി തുടങ്ങി :

1. ഈ അനുഭവങ്ങളിൽ നിന്ന്, ബിസിനസ്സ് സംബന്ധി യായ എന്ത് പൊതു പാഠങ്ങളാണ് ഞാൻ പഠിച്ചത്?
2. ബിസിനസ്സിൽ ഉണ്ടായ ഈ പരാജയത്തിൽ നിന്ന് ഉപഭോക്താക്കളെയും വിപണിയെയും സംബന്ധി യ്ക്കുന്ന എന്തെല്ലാം കാര്യങ്ങൾ എനിയ്ക്ക് പഠിക്കാൻ കഴിഞ്ഞു?
3. ആളുകളെയും ഉദ്യോഗാർത്ഥികളെയും കുറിച്ച് ഈ അനുഭവം എന്തെല്ലാം പഠിപ്പിച്ചു?

4. ബിസിനസ്സ് പങ്കാളികളെയും സഹകാരികളെയും കുറിച്ച് എന്തൊക്കെ പാഠങ്ങൾ പഠിയ്ക്കാൻ കഴിഞ്ഞു?
5. പണത്തെയും, ബാങ്കിങ്ങിനെയും ധനകാര്യത്തെയും സംബന്ധിച്ച് എന്തെല്ലാം പാഠങ്ങൾ പഠിക്കാൻ കഴിഞ്ഞു?
6. എന്നെക്കുറിച്ചും എന്റെ ശക്തികളെയും ബലഹീനത കളെയും കുറിച്ചും എന്തൊക്കെ പഠിയ്ക്കുവാൻ സാധിച്ച?
7. ഉത്പാദാനത്തെക്കുറിച്ചും ഉത്പന്നങ്ങളുടെ വിതരണ ത്തെയും സേവനത്തെയും കുറിച്ചും എന്ത് പാഠങ്ങ ളാണ് പഠിയ്ക്കാൻ കഴിഞ്ഞത്?

മാനസിക പ്രക്ഷോഭത്തിലെന്നപോലെ, പിന്നീട് അയാൾ ഈ ചോദ്യങ്ങൾക്ക് എല്ലാമുള്ള ഉത്തരങ്ങൾ ഒരു പേജ് നിറയെ എഴുതിവെച്ചു. ഈ സ്പൈറൽ നോട്ട്ബുക്ക് പിന്നീട് അയാളുടെ അടുത്ത ബിസിനസ്സ് സംരംഭത്തിനുള്ള കൈപ്പുസ്തകമായി തീർന്നു. പ്രശ്നങ്ങളും ബുദ്ധിമുട്ടുകളും വരുന്ന ഓരോ സമയത്തും അയാൾ ശരിയായ പേജുകൾ നോക്കി, താൻ പഠിച്ച പാഠങ്ങൾ സ്വയം ഓർമ്മിപ്പിച്ചു കൊണ്ടിരുന്നു.

മുപ്പത്തഞ്ചാം വയസ്സോടെ അയാൾ ഒരു കോടീശ്വരനായി തീർന്നു. നാല്പത്തഞ്ചാം വയസ്സിൽ ശതകോടീശ്വരനായി. അമ്പത്തഞ്ചാം വയസ്സിൽ അയാൾ വിരമിയ്ക്കുകയും പാം സ്പ്രിങ്ങിലെ ഗോൾഫ് കളിസ്ഥലത്ത് മനോഹരമായ ഒരു വീട്ടിൽ ഇന്നിതുവരെ ജീവിയ്ക്കുകയും ചെയ്യുന്നു.

വ്യക്തി വൈശിഷ്ട്യം നേടിയെടുക്കൽ

നിങ്ങൾക്ക് ഉണ്ടാക്കാൻ സാധിക്കുന്ന അദൃശ്യവും അവ്യക്തവുമായ ആസ്തികളിൽ ഏറ്റവും പ്രധാനപ്പെട്ടത് ഒരുപക്ഷേ വ്യക്തിഗതമായി പുലർത്തുന്ന മികവുകൾ തന്നെയാണ്. ബിസിനസ്സിലോ വ്യവസായ ത്തിലോ വ്യക്തിപരമായ വൈശിഷ്ട്യം നേടിയെടുക്കുന്നതിന് ആജീവനാന്ത സമർപ്പണം ആവശ്യമാണ്. പക്ഷേ ഒരിക്കൽ നിങ്ങൾ നിങ്ങളുടെ മേഖലയിലെ ഉയർന്ന പത്തു ശതമാനക്കാരിലൊരാൾ ആയാൽ രാജ്യത്തിലെ തന്നെ ഉയർന്ന വരുമാനം നേടുന്ന ആളുകളിൽ ഒരാൾ ആയിരിക്കും നിങ്ങൾ. ചുറ്റിലുമുള്ള ആളുകളാൽ ബഹുമാനിക്ക പ്പെടുകയും ആദരിയ്ക്കപ്പെടുകയും ചെയ്യുന്ന വ്യക്തി ആയിരിക്കും

നിങ്ങൾ. നിങ്ങൾ ആഗ്രഹിയ്ക്കുന്ന രീതിയിൽ നിങ്ങളുടെ ജീവിതം നയിക്കാൻ നിങ്ങൾക്ക് സാധിയ്ക്കും. വളരെ ഉയർന്ന നിലയിലുള്ള ആത്മാഭിമാനവും ആത്മ സംതൃപ്തിയും വ്യക്തി പ്രതാപവും നിങ്ങൾ ആസ്വദിച്ചു തുടങ്ങും.

അടുത്ത കാലത്ത് ലാസ് വേഗാസിലെ ഒരു സെമിനാറിൽ വെച്ച് മാന്യനായ ഒരാൾ എന്നെ കാണുവാൻ വന്നു. അയാൾ പറഞ്ഞു, "നാലു വർഷങ്ങൾക്കു മുൻപ് നിങ്ങൾ ഇതേ സ്ഥാപനത്തിൽ സംസാരിച്ചപ്പോൾ, എഴുതിവെച്ച ലക്ഷ്യങ്ങൾ ഉണ്ടായിരിക്കുകയും കഴിവുകൾ നവീകരിക്കുകയും ഒരിക്കലും തോറ്റു പിന്മാറാതിരിയ്ക്കുകയും ചെയ്താൽ വരുമാനം ഇരട്ടിയാക്കാം" എന്ന് നിങ്ങൾ പറഞ്ഞിരുന്നു.

"താങ്കളെ കുറേ നാളായി കണ്ടിട്ട്," അയാൾ പറഞ്ഞു "ഞാൻ നിങ്ങളുടെ നിർദേശങ്ങൾ അതുപോലെ പാലിച്ചിരുന്നു. കഴിഞ്ഞ നാലു വർഷങ്ങളായി ഓരോ ദിവസവും ഞാൻ എനിക്കു വേണ്ടി ജോലി ചെയ്തുകൊണ്ടിരിക്കുകയാണ്. എന്റെ വരുമാനം വെറുതെ ഇരട്ടിയ്ക്കുക അല്ല ഉണ്ടായത്. അത് ഏകദേശം പത്തു മടങ്ങ് വർദ്ധിച്ചിരുന്നു. ദിനേന ഞാൻ ചെയ്യുന്ന കാര്യങ്ങളിൽ മെച്ചപ്പെടാൻ ഞാൻ സ്വയം സമർപ്പിയ്ക്കുന്നതിനു മുൻപ് ഞാൻ സമ്പാദിച്ചിരുന്ന തുകയേക്കാൾ എത്ര അധികം പണമാണ് ഇപ്പോൾ ഉണ്ടാക്കുന്നതെന്ന് വിശ്വസിയ്ക്കാൻ ഞാൻ ഇപ്പോൾ ബുദ്ധിമുട്ടുകയാണ്.

ബൗദ്ധിക സമ്പത്ത് വികസിപ്പിയ്ക്കുക

ഓരോ വ്യക്തിയ്ക്കും മൂന്നു തരത്തിലുള്ള ബൗദ്ധിക മൂലധനം ഉണ്ടാവുകയോ, സ്വന്തമാക്കാൻ സാധിക്കുകയോ ചെയ്യും. ഈ കാര്യങ്ങൾക്ക് പഠനത്തിന്റെയും കഠിനാധ്വാനത്തിന്റെയും നിക്ഷേപം ആവശ്യമാണ്. പക്ഷേ അവശേഷിയ്ക്കുന്ന ജീവിതത്തിനു വേണ്ട വലിയ വരുമാനം അത് നേടിത്തരുന്നു.

നേടിയെടുക്കാവുന്ന ഒന്നാമത്തെ തരം ബൗദ്ധിക മൂലധനത്തിൽ നിങ്ങളുടെ അറിവും കഴിവും പാടവങ്ങളും ഉൾപ്പെടുന്നു. ഇവയെല്ലാം വിദ്യാഭ്യാസത്തിന്റെയും അനുഭവപരിചയങ്ങളുടെയും പരിശീലനങ്ങളുടെയും ഫലമാണ്. എത്ര ഭംഗിയായി നിങ്ങൾ ജോലി ചെയ്യുന്നു എന്നും ബിസിനസ്സിലുള്ള നിങ്ങളുടെ പങ്കാളിത്തത്തിന്റെ മൂല്യവും അത് നിശ്ചയിക്കുന്നു. ജീവിത കാലത്തുടനീളം പരിധിയില്ലാത്ത വിധത്തിൽ നിങ്ങൾക്കത് വർദ്ധിപ്പിക്കാനും മെച്ചപ്പെടുത്താനും

സാധിയ്ക്കും. ചിലപ്പോഴൊക്കെ ഏതെങ്കിലുമൊരു പ്രധാനപ്പെട്ട കഴിവ് കൂടുതൽ പ്രകടിപ്പിയ്ക്കുമ്പോൾ അത് നിങ്ങളുടെ പങ്കാളിത്തത്തിന്റെ വിലയും വരുമാനവും *ഇരട്ടിയാക്കി* മാറ്റുന്നു.

ആന്തരിക അറിവ് നിർമ്മിയ്ക്കുക

നിങ്ങൾക്കുണ്ടായിരിക്കേണ്ട രണ്ടാമത്തെ ബൗദ്ധിക മൂലധനം, നിങ്ങളുടെ എതിരാളികളുമായോ മറ്റു സംരംഭകരുമായോ താരതമ്യപ്പെടുത്തുമ്പോൾ, നിങ്ങളുടെ ബിസിനസ്സ് ആന്തരികമായി എങ്ങനെ പ്രവർത്തിച്ചു പോരുന്നു എന്നതിനെക്കുറിച്ചുള്ള അറിവാണ്.

ഓരോ ബിസിനസ്സും വ്യവസ്ഥകളുടെയും പ്രവർത്തനങ്ങളുടെയും സമ്പ്രദായങ്ങളുടെയും സാങ്കേതിക പദ്ധതികളുടെയും വിപണിയ്ക്കാവശ്യമായ ഉപായങ്ങളുടെയും ഒരു പരമ്പര തന്നെ വികസിപ്പിക്കുകയും വിൽക്കുകയും, ഉത്പാദിപ്പിക്കുകയും ഉത്പന്നങ്ങളും സേവനങ്ങളും എത്തിച്ചു കൊടുക്കുകയും ഉപഭോക്താക്കളെ സംതൃപ്തരാക്കുകയും ചെയ്യുന്നു.

ഓരോ ബിസിനസ്സിനും വ്യവസ്ഥിതിയ്ക്കും വ്യക്തികളുടെ ആപേക്ഷിക പ്രാധാന്യവും പ്രതാപവും കാര്യങ്ങൾ നടന്നു കിട്ടാൻ ആരുമായി സംയോജിച്ച് ജോലി ചെയ്യണമെന്നും തീരുമാനിക്കുന്ന രാഷ്ട്രീയ, സാമൂഹ്യ ഘടനകളും സാമൂഹ്യ ഉച്ചനീചത്വങ്ങളും ഉണ്ട്.

ഓരോ ബിസിനസ്സ് സ്ഥാപനങ്ങൾക്കും അതിന്റെ കണക്കുകൾ സൂക്ഷിക്കുന്നതിനും കാര്യനിർവ്വഹണത്തിനും സാമ്പത്തിക നിയന്ത്രണങ്ങൾക്കും ഒരു ആന്തരിക സംവിധാനം ഉണ്ടായിരിക്കും. ഇത്തരം സംവിധാനങ്ങൾ വികസിപ്പിച്ചെടുക്കാൻ വർഷങ്ങൾ വേണ്ടി വരാറുണ്ട്. പുതിയൊരാൾക്ക് അത് പഠിച്ചെടുക്കാൻ സാമാന്യം സമയം എടുക്കുകയും ചെയ്യും. എന്നിരുന്നാലും ആ സ്ഥാപനത്തിന്റെ കൈമുതലിന്റെ പ്രധാന ഭാഗങ്ങളായിരിക്കും അവ. ഈ സംവിധാനങ്ങൾ അറിയുകയും മനസ്സിലാക്കുകയും ചെയ്ത ഒരാളുടെ ബൗദ്ധികമായ മൂലധനം ആയിരിക്കും അതെന്നിരിക്കെ ആ സ്ഥാപനത്തിന് അയാൾക്ക് ബദലായി മറ്റൊരാളെ സ്ഥാപിയ്ക്കുക ബുദ്ധിമുട്ടുള്ള കാര്യമായിരിക്കും.

പതിനഞ്ച് വയസ്സുള്ള എന്റെ കാര്യനിർവ്വഹണ സഹായി ശമ്പള വർദ്ധനവ് ആവശ്യപ്പെട്ടപ്പോൾ, അവളെ മാറ്റി മറ്റൊരാളെ സ്ഥാപിയ്ക്കുന്നത് സമയത്തിന്റെയും അധ്വാനത്തിന്റെയും ചിലവിന്റെയും കാര്യത്തിൽ, എനിയ്ക്ക് നഷ്ടമുണ്ടാക്കുമെന്ന് ഞാൻ പെട്ടെന്നു

തന്നെ തിരിച്ചറിയും. ഒരു പുതിയ ആൾക്ക്, അവളുടെ അത്രയും ബൗദ്ധിക മൂലധനം സമാഹരിയ്ക്കാൻ ഒരുപക്ഷെ മാസങ്ങളും വർഷങ്ങളും വേണ്ടി വന്നേയ്ക്കാം. ഉപഭോക്താക്കളെയും ബന്ധങ്ങളെയും കരാറുകളെയും ആശയവിനിമയങ്ങളെയും ബിസിനസ്സ് സംബന്ധിയായ എല്ലാ സങ്കീർണ്ണതകളെയും കുറിച്ചും അവൾക്കുള്ള വിശദമായ അറിവ് വർഷങ്ങളുടെ ഫലംകൊണ്ട് ഉണ്ടായതാണ്. ചിലവ് താരതമ്യപ്പെടുത്തുമ്പോൾ പകരമായി മറ്റൊരാളെ നിയമിക്കുന്നതിനേക്കാളും എളുപ്പം അവൾക്ക് വേതനം കുറച്ച് കൂട്ടികൊടുക്കുന്നതാണ്. അവൾ സ്വയംതന്നെ വളരെ വിലപ്പെട്ടവളാക്കി.

ഫലങ്ങൾ നേടാനുള്ള നിങ്ങളുടെ കഴിവ് വളർത്തിയെടുക്കുക

ഒരുപക്ഷെ ധനസമ്പാദനത്തിനുള്ള നിങ്ങളുടെ കഴിവിന്റെ നിർണ്ണായക ഘടകമായ, ബൗദ്ധിക മൂലധനത്തിന്റെ മൂന്നാമത്തെ മാതൃക, മത്സര വിപണിയിൽ സാമ്പത്തിക ലാഭം എങ്ങനെ കൊയ്യാമെന്നുള്ള നിങ്ങളുടെ അറിവും ധാരണയുമാണ്. നിങ്ങളുടെ ഉത്പന്നങ്ങളെയും സേവനങ്ങളെയും അവ എങ്ങനെ വില്പന നടത്തുമെന്നതിനെയും കുറിച്ചുള്ള അറിവ് ഇതിൽ ഉൾപ്പെടുന്നു. ഉപഭോക്താക്കളെയും വിതരണക്കാരെയും അവരെ എങ്ങനെ കൈകാര്യം ചെയ്യുമെന്നതിനെയും കുറിച്ചുള്ള അറിവും അതിൽ ഉൾച്ചേർന്നിരിക്കുന്നു. ബാങ്കുകാരും വക്കീലന്മാരും കണക്കെഴുത്തുകാരും സർക്കാർ ഉദ്യോഗസ്ഥരുമായിട്ടുള്ള പരിചയവും അവരുമായി ഫലപ്രദമായ രീതിയിൽ ഇടപെടാനും എങ്ങനെ ഇടപെടാം എന്നുള്ള അറിവും അതിനെ അവലംബിക്കുന്നു. ഇത്തരത്തിലുള്ള ഒരു ബൗദ്ധിക മൂലധനം ഉണ്ടാക്കിയെടുക്കാൻ വർഷങ്ങൾ എടുത്തേക്കും. നിങ്ങളുടെ സ്ഥാപനത്തിന് അത് വളരെ വിലപ്പെട്ടതുമായിരിക്കും.

സമ്പാദ്യ സിദ്ധി ഏറ്റവും ഉയരത്തിലെത്തിക്കുക എന്നതാണ് നിങ്ങൾക്ക് നിങ്ങളോടുള്ള ആദ്യത്തെ ഉത്തരവാദിത്തം. ബൗദ്ധിക മൂലധനം വർദ്ധിപ്പിച്ചു കൊണ്ട്, ജോലിയിൽ ഉള്ള നിങ്ങളുടെ പ്രാവീണ്യം നവീകരിച്ചു കൊണ്ട്, സ്ഥാപനത്തിന്റെ വിലപ്പെട്ട ഒരു ഘടകമായി മാറിക്കൊണ്ട്, നിങ്ങളുടെ സ്ഥാപനത്തിന് കൂടുതൽ മികച്ച സാമ്പത്തിക ഫലം ലഭ്യമാക്കിക്കൊണ്ട് നിങ്ങൾക്കിത് സാധ്യമാണ്.

കാര്യക്ഷമതയും ഫലപ്രാപ്തിയും

നിങ്ങളുടെ ലക്ഷ്യം ആദ്യം നിങ്ങൾക്ക് മൂല്യമുണ്ടാക്കുകയും പിന്നീട് നിങ്ങൾ *ഒഴിവാക്കാനാകാത്ത* ഒരു ഘടകമാണെന്ന് വരുത്തുകയും ചെയ്യുക എന്നതാണ്. നിങ്ങളുടെ ജോലികൾ കുറച്ച് നേരത്തേ തുടങ്ങിക്കൊണ്ടും, കുറച്ചധികമായി ചെയ്തുകൊണ്ടും കുറച്ച് വൈകും വരെ അത് തുടർന്നുകൊണ്ടുമാണ് ഇത് സാധ്യമാക്കേണ്ടത്. നിങ്ങളുടെ സ്ഥാനത്തിരിക്കുന്ന മറ്റാരേക്കാളും കൂടുതലും മെച്ചപ്പെട്ടതുമായ ഫലങ്ങൾ ലഭ്യമാക്കുന്നതു വഴി നിങ്ങൾ ഒഴിവാക്കാൻ കഴിയാത്ത ഒരാളായി മാറുന്നു. വിലപ്പെട്ട സംഭാവന നൽകുന്നതു വഴി നിങ്ങൾക്ക് പ്രശസ്തി ലഭിയ്ക്കുന്നതിനാൽ നിങ്ങളുടെ മുന്നോട്ടുള്ള പോക്കിന് സഹായിക്കുന്ന ആളുകളുടെ ശ്രദ്ധയ്ക്ക് പാത്രമാവുകയും ചെയ്യുന്നു. നിങ്ങൾ സ്വന്തമായ ബിസിനസ്സ് നടത്തുന്നവരോ മറ്റൊരാൾക്ക് വേണ്ടി ജോലിയെടുക്കുന്നവരോ ആവട്ടെ, നിങ്ങളുടെ ഔദ്യോഗിക ജീവിതത്തിന്റെ ഓരോ ഘട്ടത്തിലും നിങ്ങൾക്ക് കൂടുതൽ പ്രതിഫലം ലഭിച്ച കൊണ്ടിരിയ്ക്കുകയും സ്ഥാനക്കയറ്റം കിട്ടിക്കൊണ്ടിരിക്കുകയും ചെയ്യും.

അവസരങ്ങൾ തയ്യാറെടുത്ത മനസ്സിനെ അനുകൂലിയ്ക്കുന്നു

വലിയ രീതിയിൽ നിങ്ങളെ വിജയിക്കാൻ സഹായിക്കുന്ന അദൃശ്യ സ്വാധീനങ്ങളെ മൂലധനമാക്കി മാറ്റാനുള്ള നിങ്ങളുടെ കഴിവിനെ ത്വരിതപ്പെടുത്താൻ നിങ്ങൾക്കു കഴിയും. നിരന്തരമായി പുതിയ അറിവുകൾ സമ്പാദിക്കുക എന്നതാണ് അതിനുള്ള മാർഗ്ഗം. പുസ്തകങ്ങളും മാസികകളും നിങ്ങളുടെ മേഖലയിലുള്ള വിദഗ്ധർ പുറത്തിറക്കുന്ന വാർത്താ കുറിപ്പുകളും വായിക്കുക. നിങ്ങളുടെ വ്യവസായ സംഘടനകളുടെ വാർഷിക യോഗങ്ങളിൽ പങ്കെടുക്കുകയും ബിസിനസ്സിലെ വിദഗ്ധരിൽ നിന്ന് സാധ്യമായതെല്ലാം പഠിക്കുകയും ചെയ്യുക. നിങ്ങളുടെ ബിസിനസ്സ് സ്ഥാപനത്തിൽ ജോലി ചെയ്യുന്ന മറ്റുള്ളവരുമായി നിരന്തരം കൂടിക്കാഴ്ചകൾ നടത്തുകയും ആശയങ്ങൾ പരസ്പരം കൈ മാറുകയും ചെയ്യുക.

സാധ്യതകളുടെ നിയമം അനുസരിച്ച്, ഏത് ആശയമാണ് വിജയത്തിലേക്ക് നയിക്കുക എന്നോ നിശ്ചിത അളവിലുള്ള നേട്ടങ്ങൾക്കായി വർഷങ്ങളുടെ അദ്ധ്വാനഭാരം ലഘൂകരിച്ച തരുന്നതെന്നോ നിങ്ങൾക്ക് ഒരിക്കലും അറിയാൻ കഴിയുകയില്ല.

ശരിയായ സന്ദർഭത്തിൽ, ശരിയായ സമയത്ത്, ശരിയായ ആശയം ലഭിയ്ക്കുവാനുള്ള സാധ്യത വർദ്ധിപ്പിയ്ക്കാൻ നിങ്ങൾ കഴിയുന്നത്ര ആശയങ്ങളിലേക്കും അറിവുകളിലേക്കും നിങ്ങളെ തുറന്നിടണം.

മുൻനിരയിലെ 10 ശതമാനക്കാർ

നിങ്ങൾ തിരഞ്ഞെടുത്ത മേഖലയിൽ, സാധ്യമായ നേട്ടങ്ങളെല്ലാം ഉണ്ടാക്കുവാനായി, മുൻ നിരയിലെ 10 ശതമാനക്കാരിൽ പെടേണ്ട തിനായി നിങ്ങൾ സ്വയം സമർപ്പിയ്ക്കേണ്ടിയിരിക്കുന്നു. ഈ ആശയം മിക്കവാറും ആളുകൾക്ക് ഞെട്ടലായാണ് അനുഭവപ്പെടാറുള്ളത്. മഹത്തരമായ വിജയങ്ങൾക്ക് ഞാൻ എന്റെ മേഖലയിലെ മുൻനിര യിലുള്ള പത്തു ശതമാനത്തിൽ ആയിരിക്കണമെന്ന് മനസ്സിലാക്കിയ പ്പോൾ എന്റെ പ്രാഥമിക പ്രതികരണം നിരാശയും ഉത്സാഹഭംഗ വുമായിരുന്നു. എനിയ്ക്ക് ഹൈസ്കൂൾ ക്ലാസ്സുകളിൽ നിന്ന് ഡിഗ്രി നേടാൻ കഴിഞ്ഞിരുന്നില്ല. വ്യാപാര മേഖലയിലേക്ക് പ്രവേശിയ്ക്കുന്നതിനു മുൻപ് നിരവധി വർഷങ്ങൾ ഞാൻ കൂലിത്തൊഴിലിൽ ഏർപ്പെട്ടിരുന്നു. എന്റെ മുപ്പതുകളിലാവട്ടെ, നിരവധി തവണ ഞാൻ പുറത്താക്കപ്പെ ടുകയും പിരിച്ചു വിടപ്പെടുകയും സാമ്പത്തികമായി പൂർണ്ണ തകർച്ചയ്ക്കോ ഏറെക്കുറെയുള്ള തകർച്ചയ്ക്കോ വിധേയനാക്കപ്പെടുകയും ചെയ്തിരുന്നു.

ജീവിതം തന്നെ മാറ്റി മറിയ്ക്കപ്പെട്ട ഒരു കാര്യം പിന്നീട് ഞാൻ പഠിയ്ക്കുകയുണ്ടായി; ഇന്ന് മുൻനിരയിലുള്ള 10 ശതമാനം ആളുകളും താഴേക്കിടയിലുള്ള 10 ശതമാനത്തിൽ നിന്ന് തുടങ്ങിയവരാണ്. ഇന്ന് നല്ല നിലയിൽ വർത്തിയ്ക്കുന്ന എല്ലാവരും ഒരിക്കൽ ദരിദ്രർ ആയിരുന്നു. പ്രാസംഗികനായിരുന്ന ടി. ഹാർവ് എകെർ പറയുന്നു "എല്ലാ പണക്കാരും ഒരിക്കൽ പാമരന്മാരായിരുന്നു."

എല്ലാവരും താഴേക്കിടയിൽ നിന്ന് തുടങ്ങുന്നു

ഒന്നു ചിന്തിക്കൂ! നിങ്ങളുടെ മേഖലയിൽ ഇന്ന് മുൻ നിരയിലുള്ള എല്ലാവരും ഒരിക്കൽ ആ മേഖലയിൽ തന്നെ ഇല്ലാതിരുന്നവരോ ഇങ്ങനെ ഒരു മേഖല ഉണ്ടെന്നുപോലും അറിയാത്തവരോ ആയിരുന്നു. ഇന്ന് അവർ ഉന്നതന്മാരും ശരാശരി വരുമാനത്തിന്റെ എത്രയോ മടങ്ങ് സമ്പാദിയ്ക്കുന്നവരുമാണ്. ശ്രേഷ്ഠമായ വാർത്ത എന്തെന്നാൽ എണ്ണമില്ലാത്ത മറ്റു മനുഷ്യർ ചെയ്ത കാര്യങ്ങൾ അതെങ്ങനെയെന്ന് പഠിച്ചാൽ നിങ്ങൾക്കും ചെയ്യാവുന്നതാണ്.

ആരും നിങ്ങളെക്കാൾ മികച്ചവരോ മിടുക്കരോ അല്ല. നൂറ് മനുഷ്യ ജന്മങ്ങളിൽ ഉപയോഗിച്ച തീരാവുന്നതിനേക്കാൾ ബുദ്ധിയും പാടവവും ബുദ്ധിശക്തിയും നിങ്ങൾക്കുണ്ട്. കാരണത്തിന്റെയും ഫലത്തിന്റെയും നിയമമനുസരിച്ച്, വിജയികളായ മനുഷ്യർ ചെയ്യുന്ന കാര്യങ്ങൾ പഠിയ്ക്കുകയും പരിശീലിയ്ക്കുകയും ചെയ്താൽ കാലക്രമേണ നിങ്ങളും അതേ വൈഭവങ്ങൾ സ്വായത്തമാക്കുകയും അവർക്ക് ലഭിയ്ക്കുന്ന അതേ ഫലങ്ങൾ നിങ്ങൾക്ക് ലഭിയ്ക്കുകയും ചെയ്യും. ചിന്തിച്ച് സ്വയം ചുമത്തുന്ന പരിധികളല്ലാതെ നിങ്ങൾക്കുമുന്നിൽ മറ്റു തടസ്സങ്ങൾ ഒന്നുമുണ്ടായിരിക്കില്ല.

ഇവിടെയാണ് ദുരന്തമിരിക്കുന്നത്. മികവിനോടുള്ള പ്രതിബദ്ധതയുടെ അഭാവം സ്വാഭാവികമായും ഒട്ടും മെച്ചപ്പെട്ടതല്ലാത്തതാണ്.

ആരും ആകസ്മികമായി മികവുറ്റവരാകുന്നില്ല. ദീർഘകാലമായുള്ള, മൂല്യമുള്ള ഒരു ലക്ഷ്യം, ചെയ്യുന്നതിൽ മികവുണ്ടാകുക എന്നത് ഒരുപാട് കാലമെടുക്കുന്ന കാര്യം തന്നെയാണ്.

വൈദഗ്ധ്യത്തിന്റെ നേട്ടം

നിങ്ങളുടെ മേഖലയിൽ ഏറ്റവും ഉന്നതിയിൽ എത്താൻ എത്ര കാലമെടുക്കും? വൈദഗ്ധ്യത്തിന്റെ വിഷയത്തിൽ, അൻപതിലേറെ വർഷക്കാലത്തെ പഠനത്തിൽ, ഏതൊരു മേഖലയിലെയും ഉയർന്ന ശ്രേണിയിലെ 10 ശതമാനത്തിൽ എത്താൻ ഒരാളുടെ ഏകദേശം ഏഴ് വർഷങ്ങളുടെയോ പതിനായിരം മണിക്കുറുകളുടെയോ അത്യദ്ധ്വാനവും ശ്രദ്ധയും ആവശ്യമാണെന്ന് തീരുമാനിക്കപ്പെട്ടിട്ടുണ്ട്.

മികച്ച ഒരു നാഡീരോഗ ചികിത്സകനാകാൻ ഏഴോളം വർഷങ്ങൾ എടുക്കും. നല്ലൊരു വിൽപ്പനക്കാരൻ ആകാനും ഏഴ് വർഷങ്ങൾ എടുക്കുന്നു. വിജയിച്ച ഒരു സംരംഭകനാകാനും ഏഴ് വർഷങ്ങൾ എടുക്കും. മികച്ച ഒരു ഡീസൽ യന്ത്ര നിർമ്മാതാവ് ആകാനും ഏഴ് വർഷങ്ങൾ എടുക്കുന്നുണ്ട്. നിങ്ങൾ തിരഞ്ഞെടുത്ത തൊഴിൽ എന്താണെങ്കിലും, അതിന്റെ മുൻ നിരയിലെത്താൻ ഏഴ് വർഷങ്ങളോളം എടുക്കുന്നുണ്ട്.

എന്റെ കേൾവിക്കാരുമായി ഇത് പങ്കു വെയ്ക്കുമ്പോൾ അവർ പലപ്പോഴും നിരാശയോടെയും പരിഭ്രമത്തോടെയും പ്രതികരിയ്ക്കുന്നു. പക്ഷേ വസ്തുതകൾ വസ്തുതകളായി തന്നെ നിൽക്കും. ഒരു പക്ഷേ

നിങ്ങൾക്ക് ശരാശരിയെ മറികടക്കാൻ കഴിയും. പക്ഷേ അതിൽ പന്തയം വെയ്ക്കരുത്. ഏഴ് വർഷങ്ങളുടെയോ പതിനായിരം മണിക്കൂറുകളുടെയോ അദ്ധ്വാനം ആവശ്യമായി വരുന്നത്, നിങ്ങളുടെ കരകൗശലത്തിൽ പ്രാവീണ്യം നേടുവാനും, ചെയ്യുന്ന കാര്യങ്ങളിൽ ശരിയായ മികവ് ഉണ്ടാവാനും അത്രയും സമയം എടുക്കും എന്നത് കൊണ്ടാണ്.

സമയം എന്തായാലും കടന്നു പോകും

ചിലപ്പോൾ ആളുകൾ പറയും. "ഒരു മിനിറ്റ്, എനിക്കിപ്പോൾ മുപ്പതു വയസ്സാണ് പ്രായം. നിങ്ങൾ പറഞ്ഞു വരുന്നത് ഉന്നത ശ്രേണിയിലുള്ള പത്തു ശതമാനത്തിലേയ്ക്ക് പ്രവേശിച്ച് ഈ മേഖലയിൽ നിന്ന് ബഹുമതികൾ ലഭിയ്ക്കുമ്പോഴേയ്ക്ക് എനിക്ക് മുപ്പത്തിയേഴ് വയസ്സായിരിക്കുമെന്നാണോ? എന്റെ പ്രായം അപ്പോൾ ഏഴ് വർഷം കൂടുതലായിരിക്കുമെന്ന് നിങ്ങൾ തിരിച്ചറിയുന്നുണ്ടോ?"

ഞാൻ അപ്പോൾ ലളിതമായൊരു ചോദ്യം ചോദിക്കും, "ഏഴ് വർഷം കൊണ്ട് നിങ്ങൾക്ക് എത്ര വയസ്സാണ് കൂടാൻ പോകുന്നത്? ഏഴ് വയസ്സ്. ഇപ്പോൾ ഉള്ളതിനേക്കാൾ ഏഴ് വയസ്സ് കൂടുതൽ. ചോദ്യം ഇത് മാത്രമാണ്, നിങ്ങൾ ഉയർന്നവരുടെ നിരയിലായിരിക്കുമോ അതോ ശരാശരി വേതനം മാത്രം വാങ്ങി, പണത്തെക്കുറിച്ച് എപ്പോഴും ആധി പിടിക്കുന്ന താഴേക്കിടയിലെ 80 ശതമാനത്തിൽ ആയിരിക്കുമോ?

ബിസിനസ്സിലെ വിജയത്തിനും ഇതേ നിയമം ബാധകമാണ്. പ്രധാനപ്പെട്ട ഒരു അക്കൗണ്ടിങ് സ്ഥാപനം നടത്തിയ 30000 ബിസിനസ്സ് പഠനങ്ങൾ അനുസരിച്ച്, ഒരു പുതിയ ബിസിനസ്സ് തുടങ്ങിയാൽ ആദ്യത്തെ രണ്ടു വർഷത്തേയ്ക്ക് ധനനഷ്ടം ആണുണ്ടാകുന്നത്. അടുത്ത രണ്ടു വർഷങ്ങളിൽ ആദ്യ രണ്ടു വർഷങ്ങളിലെ നഷ്ടം നികത്താൻ പാകത്തിനുള്ള പണം ലഭിയ്ക്കുന്നു. നാലാം വർഷത്തിന്റെ അവസാനത്തോടെ സ്ഥാപനത്തിന് "മൊത്ത ലാഭം" ലഭിച്ചു തുടങ്ങുന്നു. ഏഴാം വർഷത്തിൽ മാത്രമാണ് ബിസിനസ്സ് കുതിച്ചുയരുന്നത്. അഞ്ചു മുതൽ ഏഴു വർഷം വരെ ലഭിച്ച ലാഭത്തേക്കാൾ കൂടുതൽ തുക സമ്പാദിച്ചു തുടങ്ങുന്നു. പീറ്റർ ഡ്രക്കർ പറയുന്നത് ഇങ്ങനെയാണ്, "ഒരു പുതിയ ബിസിനസ്സും നാലു വർഷങ്ങൾക്കുള്ളിൽ ലാഭമുണ്ടാക്കുന്നില്ല."

നിങ്ങളെ ഫാസ്റ്റ് ട്രാക്കിലേക്ക് തന്നെ നയിക്കുക

നിങ്ങൾക്ക് എങ്ങനെയാണ് വലിയ ഉയരങ്ങളിൽ വേഗത്തിലും പ്രവചിയ്ക്കാവുന്ന രീതിയിലും എത്താൻ സാധിയ്ക്കുന്നത്? ഉത്തരം ലളിതമാണ് : അറിവ് കൊണ്ടും, കഴിവ് കൊണ്ടും കഠിനാധ്വാനം കൊണ്ടും.

നിരന്തരമായ പഠനത്തിനും നിർത്താതെയുള്ള വ്യക്തിപരവും തൊഴിൽ പരവുമായ വികസനത്തിനും സ്വയം സമർപ്പിയ്ക്കുക. നിങ്ങളുടെ മേഖലയുമായി ബന്ധപ്പെട്ട വായനകൾ നടത്തുക. വിദ്യാഭ്യാസ സംബന്ധിയായ സി.ഡികൾ നിങ്ങളുടെ കാറിൽ പ്രവർത്തിപ്പിയ്ക്കുക, പുതിയ സിദ്ധികൾ സ്വായത്തമാക്കുന്നതിനായി സെമിനാറുകളിൽ പങ്കെടുക്കുക, നേരിട്ടുള്ളതും അല്ലാത്തതുമായ പരിശീലനക്കളരികൾ പരീക്ഷിയ്ക്കുകയും ചെയ്യുക. ജ്ഞാനസമ്പാദനവും, അറിവിന്റെ നവീകരണവും ഒരിക്കലും നിർത്തി വെയ്ക്കാതിരിക്കുക.

നിരന്തരമായ പരിശീലനം വഴി ഈ അറിവിനെ സിദ്ധിയാക്കി മാറ്റുക. നിങ്ങൾ പരീക്ഷിക്കുന്ന മിക്ക പുതിയ സങ്കേതങ്ങളും ആദ്യത്തെ തവണ വിജയിച്ചേക്കുകയില്ല എന്ന് തിരിച്ചറിയുക. എത്ര സമയമെടുത്താലും പ്രാവീണ്യം നേടുന്നത് വരെ നിങ്ങളുടെ പുതിയ ജോലി ചെയ്തു കോണ്ടേ ഇരിക്കുക.

പുതിയൊരു കഴിവ് പഠിച്ചെടുക്കുന്നത്, നിങ്ങളുടെ വീട്ടിൽ പുതിയൊരു വിഭവം പാചകം ചെയ്യാൻ പഠിക്കുന്നത് പോലെയാണ്. പരിചയ സമ്പന്നനായ ഒരു പാചകക്കാരൻ തയ്യാറാക്കുമ്പോൾ എത്ര രുചികരമായ വിഭവമാണെങ്കിലും, നിങ്ങളുടെ ആദ്യ ശ്രമം അത്ര വിജയകരമായിരിക്കില്ല. പക്ഷേ ഒരു പാചക പരീക്ഷണം, ചേരുവകൾ ക്രമീകരിച്ചും തയ്യാറാക്കുന്ന രീതി വ്യത്യാസപ്പെടുത്തിയും നിരന്തരമായി ചെയ്തു നോക്കിയാൽ, സ്വാഭാവികമായും ആ വിഭവം സ്വാദിഷ്ടമായിരിക്കും. പിന്നീടങ്ങോട്ട് മികച്ച രീതിയിൽ ഓരോ തവണയും ആ വിഭവം നിങ്ങൾക്കുണ്ടാക്കാൻ സാധിക്കും.

ബിസിനസ്സിലുള്ള ഏതൊരു കഴിവും അങ്ങനെ തന്നെയാണ്. തുടക്കത്തിൽ നിങ്ങൾക്കത് കുഴപ്പം പിടിച്ചതും വഴങ്ങാത്തതുമായിരിക്കും. പക്ഷേ പുതിയ കഴിവ് നിങ്ങൾ പരിശീലിച്ചു തുടങ്ങിയാൽ കാലക്രമേണ അതിൽ പ്രാവീണ്യം നേടുകയും അത് ജീവിതത്തിന്റെ തന്നെ ഭാഗമാവുകയും ചെയ്യും. വിജയത്തെക്കുറിച്ച് നിങ്ങൾക്ക് പഠിയ്ക്കാവുന്ന ഏറ്റവും പ്രധാനപ്പെട്ട സിദ്ധാന്തങ്ങളിലൊന്നാണിത്.

അധ്യായം 9

നിങ്ങളുടെ അതിബോധ മനസ്സിനെ സജീവമാക്കുക

അത്ഭുതം എന്താണെന്നാൽ, തന്റെ യഥാർത്ഥ വ്യക്തിത്വത്തിന്റെ ഏകത്വത്തിലേയ്ക്ക് അതിന്റെ വ്യാപിച്ചു കിടക്കുന്ന ജ്ഞാനത്തോടെയും ശക്തിയോടെയും എത്തിയ ഒരാൾക്ക്, സാധാരണ മനസ്സുകൾക്ക് മനസ്സിലാക്കാൻ കഴിയുന്നതിലും ഉയർന്ന കാര്യങ്ങൾ വെളിപ്പെടുത്താൻ സാധിയ്ക്കും.

– റാൽഫ് വാൽഡോ ട്രിൻ

ഇന്നത്തെ വലിയ പാസഞ്ചർ വിമാനങ്ങളിൽ സങ്കല്പിക്കാവുന്നതിൽ വെച്ചു തന്നെ ഏറ്റവും വികസിതവും സങ്കീർണ്ണവുമായ വൈമാനിക ഉപകരണങ്ങൾ ഉണ്ട്. ഒരു ശരാശരി പാസഞ്ചർ വിമാനത്തിലെ ഉയർന്ന സാങ്കേതിക വിദ്യയുള്ള കമ്പ്യൂട്ടറുകൾക്ക്, വിമാനത്തിന്റെ ഓരോ ഭാഗങ്ങളും പ്രവർത്തനത്തിന്റെ അളവുകളും നിരീക്ഷിയ്ക്കുവാനുള്ള കഴിവുണ്ട്. ദശലക്ഷക്കണക്കിന് വില വരുന്ന ഒരു വിമാനത്തിന്റെ വൈമാനിക ഉപകരണ സാങ്കേതികത, ഏറെക്കുറെ മനുഷ്യ സഹായമില്ലാതെ വിമാനത്തെ ഉയർത്തുവാനും പറത്തുവാനും ഇറക്കുവാനും കഴിയുന്ന വിധത്തിൽ വളരെയധികം പുരോഗമിച്ചു കഴിഞ്ഞിരിക്കുന്നു.

പ്രാഥമികമായ മൂന്ന് കാരണങ്ങളാൽ, എല്ലാ വിമാനങ്ങളിലും

പൈലറ്റ് അത്യന്താപേക്ഷിതമാണ്. ഒന്നാമതായി ലക്ഷ്യസ്ഥാനം സജ്ജീകരിയ്ക്കാൻ പൈലറ്റ് അത്യാവശ്യമാണ്. വിമാനത്തിന് സാങ്കേതിക പ്രശ്നങ്ങൾ ഇല്ലെന്ന് ഉറപ്പ് വരുത്താൻ ചെക്ക് ലിസ്റ്റ് പരിശോധിക്കുവാൻ പൈലറ്റ് ആവശ്യമാണ്. റൺവേയിലേക്ക് വിമാനം ഓടിയ്ക്കാനും, അതിനെ ഉയർത്താനും ഉയരത്തിലെത്താനും അവർ ഉണ്ടായേ പറ്റൂ.

രണ്ടാമതായി, വിമാനം ശരിയായ രീതിയിൽ പ്രവർത്തിയ്ക്കുന്നുണ്ടെന്ന് തുടർച്ചയായി പരിശോധിയ്ക്കാനും കാറ്റിനെയും പ്രക്ഷുബ്ധതകളെയും കൊടുങ്കാറ്റുകളെയും കുറിച്ച് വ്യക്തിപരമായ തീരുമാനങ്ങൾ എടുക്കാനും അത്യാവശ്യമായ തിരുത്തലുകൾ സഞ്ചാരപാതയിൽ വരുത്താനും പൈലറ്റുമാർ ആവശ്യമാണ്.

പൈലറ്റ് അത്യാവശ്യമായി വരുന്നതിന് മൂന്നാമത്തെ കാരണം വിമാനം സുരക്ഷിതമായി അതിന്റെ ലക്ഷ്യസ്ഥാനത്ത് ഇറങ്ങുമെന്ന് ഉറപ്പ് വരുത്തുക എന്നതാണ്.

ഭാഗ്യവശാൽ മിക്ക സന്ദർഭങ്ങളിലും, ലക്ഷ്യസ്ഥാനത്തേക്കുള്ള നിർദ്ദേശങ്ങൾ വിമാനത്തിനകത്തുള്ള കമ്പ്യൂട്ടറിൽ പൈലറ്റ് ക്രമപ്പെടുത്തിക്കഴിഞ്ഞ്, വിമാനം അതിന്റെ സഞ്ചാര പാതയിലേക്ക് ഉയർന്നു കഴിഞ്ഞാൽ വിമാനം കമ്പ്യൂട്ടർ നിയന്ത്രിതാവസ്ഥയിലേയ്ക്ക് പോവുകയും ആവശ്യമായ അനേക ഗതി മാറ്റങ്ങളും ക്രമീകരണങ്ങളും വരുത്തിക്കൊണ്ട് വിമാനം വഴിതെറ്റാതെ ലക്ഷ്യസ്ഥാനത്തേയ്ക്ക് സഞ്ചരിക്കുകയും ചെയ്യുന്നു. ദശലക്ഷക്കണക്കിന് ഡോളറുകളുടെ സങ്കീർണ്ണ സാങ്കേതികവിദ്യകൾ വിമാനത്തെ നിയന്ത്രിക്കുകയും വിമാനത്തെ ലക്ഷ്യസ്ഥാനത്തേയ്ക്ക് നയിക്കുകയും ചെയ്യുമെന്ന് അറിഞ്ഞുകൊണ്ട്, പൈലറ്റിന് അപ്പോൾ കുറച്ച് വിശ്രമിയ്ക്കാൻ കഴിയും.

നിങ്ങളുടെ അതിബോധം : ഏറ്റവും വലിയ ശക്തി

ഇതേ വിധത്തിൽ നിങ്ങളുടെ അതിബോധ മനസ്സിന്, നൂതന വൈയക്തിക വൈമാനിക സാങ്കേതികതയും മാർഗ്ഗദർശിയുമായി വർത്തിയ്ക്കാൻ കഴിയും. ഇത് ഉപയോഗിയ്ക്കാൻ നിങ്ങൾ ആദ്യം യഥാർത്ഥ ലക്ഷ്യസ്ഥാനമോ ലക്ഷ്യമോ തീരുമാനിയ്ക്കണം. അത് എഴുതി വെയ്ക്കാൻ നിങ്ങൾ ശ്രദ്ധിക്കുക. അതുവഴി നിങ്ങൾ അത് ഉപബോധ മനസ്സിൽ രേഖപ്പെടുത്തി വെയ്ക്കുകയാണ്. നിങ്ങളുടെ ലക്ഷ്യത്തെക്കുറിച്ച് ഉപബോധ മനസ്സിന് വ്യക്തത വരുമ്പോൾ അത്

അതിബോധ മനസ്സിന് കൈമാറുകയും ലക്ഷ്യം നേടുന്നത് വരെയും ലക്ഷ്യസ്ഥാനത്ത് എത്തുന്നത് വരെയും, ദിവസത്തിൽ ഇരുപത്തി നാല് മണിക്കൂറും അതിനു വേണ്ടി പരിശ്രമിയ്ക്കുകയും ചെയ്യുന്നു.

മനുഷ്യ ചരിത്രത്തിലുടനീളം അതിബോധ മനസ്സ് സംസാരവിഷയമാക്കപ്പെട്ടിട്ടുണ്ട്. യോഗികളും മതപണ്ഡിതന്മാരും അതിനെ "ദൈവ മനസ്സെന്ന്" വിളിയ്ക്കുന്നു. റാൽഫ് വാൽഡോ എമേഴ്സൺ അതിനെ "പരമാത്മാവെന്നാണ്" വിളിയ്ക്കുന്നത്. കാൾ ജംഗ് അതിനെ "കൂട്ടായ അബോധാവസ്ഥ" എന്ന് വിളിച്ചു. നെപ്പോളിയൻ ഹിൽ പരാമർശിച്ചത് "അനന്തമായ ബുദ്ധി" എന്നാണ്. അതിനെ ഉദ്ദീപിപ്പിക്കാനുള്ള കഴിവാണ് അമേരിക്കയിലെ സമ്പന്നരായ മനുഷ്യരുടെ വിജയത്തിനു കാരണമെന്ന് അദ്ദേഹം അനുമാനിച്ചു. അന്തർജ്ഞാനം എന്നും ഉള്ളുണർവ് എന്നും സഹജാവബോധം എന്നും ഉൾവിളി എന്നുമൊക്കെ അതിനെ പറയാവുന്നതാണ്.

നിങ്ങൾ മതവിശ്വാസിയോ മതവിരോധിയോ ആണെന്നോ, ആത്മീയ വാദിയോ അല്ലയോ എന്നതൊന്നും അതിൽ വിഷയമാകുന്നില്ല. നിങ്ങൾക്ക് ലഭ്യമാക്കാവുന്ന ഏറ്റവും വലിയ ശക്തി നിങ്ങളുടെ അതിബോധ മനസ്സാണ്. ലക്ഷ്യത്തെക്കുറിച്ച് വ്യക്തമായ ധാരണ ഉണ്ടാകുന്ന പക്ഷം, അതിബോധ മനസ്സ് ശരിയായ ദിശയിൽ തിരിച്ചു വിട്ടാൽ ഏത് കാര്യം നേടിയെടുക്കാനും ലക്ഷ്യസ്ഥാനത്ത് എത്തുവാനും അത് നിങ്ങളെ പ്രാപ്തരാക്കും. വിജയത്തിന്റെ പരമ പ്രധാന രഹസ്യങ്ങളിൽ ഒന്നാണത്.

അതിബോധ മനസ്സ്, പ്രബലമായ നിങ്ങളുടെ ചിന്തകളുമായി ഐക്യപ്പെട്ട് നിങ്ങളുടെ ജീവിതത്തിലേയ്ക്ക് ആളുകളെയും ആശയങ്ങളെയും വിഭവങ്ങളെയും ആകർഷിക്കുന്നു. വിജയിക്കാൻ ആവശ്യമായ എല്ലാം അതു നിങ്ങൾക്ക് കൊണ്ടുവന്നു തരുന്നു.

ഒരു അതിവേഗ കമ്പ്യൂട്ടറിൽ എന്നപോലെ നിങ്ങളുടെ അതിബോധ മനസ്സിനെ ആശയങ്ങൾക്കും പരിഹാരങ്ങൾക്കും മാർഗ്ഗ നിർദേശങ്ങൾക്കും സഹായങ്ങൾക്കുമായി ഏതു സമയത്തും തൊട്ടു നോക്കാവുന്നതാണ്. നിങ്ങൾ എത്രത്തോളം വിശ്വസിക്കുകയും ഉപയോഗിക്കുകയും ചെയ്യുന്നുവോ അത്രത്തോളം അതിബോധമനസ്സ് ശക്തിപ്പെടുകയും, അതിന്റെ കഴിവുകൾ വളരുകയും ചെയ്യുന്നു. നിരന്തരമായി നിങ്ങൾ അതിബോധമനസ്സിനെ തൊട്ടു നോക്കാൻ തുടങ്ങിയാൽ, നിങ്ങളുടെ പ്രശ്നങ്ങൾ പരിഹരിക്കാനും ലക്ഷ്യങ്ങൾ നേടാനുമായി, അത് പ്രവർത്തിച്ചു തുടങ്ങുന്നു.

കൃത്യമായ ശാസനകൾ വേണം

നിങ്ങളുടെ അതിബോധമനസ്സ് നല്ല സ്ഥിരീകരണങ്ങളുടെ രൂപത്തിലുള്ള വ്യക്തമായ ആജ്ഞകളാൽ സജീവമാക്കപ്പെടുന്നു. ബോധമനസ്സിൽ നിന്നും ഉപബോധമനസ്സിലേക്ക് പകർത്തുന്ന വർത്തമാന കാലത്തിലുള്ള നല്ലതും വ്യക്തിപരവുമായ പ്രസ്താവനകളാണിവ. നിങ്ങളുടെ ലക്ഷ്യത്തെക്കുറിച്ച്, അവ നേരത്തേ സാക്ഷാത്കരിക്കപ്പെട്ടതുപോലെ ഓരോ തവണയും നല്ല സ്ഥിരീകരണങ്ങളോ പ്രസ്താവനകളോ നടത്തുമ്പോൾ, അതിബോധ മനസ്സ് ഉദ്ദീപിപ്പിയ്ക്കപ്പെടുന്നു.

വൈകാരികമാക്കപ്പെട്ട സങ്കല്പ മാതൃകകളും ചിത്രങ്ങളും അന്തർദർശനങ്ങളും നിങ്ങളുടെ അതിബോധ മനസ്സിനെ പ്രവർത്തനക്ഷമമാക്കുന്നു. നിങ്ങൾ ആഗ്രഹിക്കുന്ന ലക്ഷ്യങ്ങളെ സംബന്ധിച്ച് കൂടുതൽ വ്യക്തതയും, കണക്കുകൂട്ടലുകളെ ഭാവനയിൽ കാണുവാനുള്ള മനോവികാരം വളരെ അധികം ഉണ്ടാവുകയും ചെയ്താൽ അത്രയും വേഗത്തിൽ നിങ്ങളുടെ അതിബോധമനസ്സ് അവയെ സാക്ഷാൽക്കരിക്കുന്നു.

സ്വയം പ്രേരിതവും നിരന്തരവുമായി പ്രവർത്തിയ്ക്കുന്നു

ലക്ഷ്യത്തിന് വ്യക്തതയുണ്ടെന്നിരിക്കെ നിങ്ങളുടെ അതിബോധ മനസ്സ് സ്വയം പ്രേരിതവും നിരന്തരവുമായി ലക്ഷ്യത്തിലേക്കുള്ള എല്ലാ പ്രശ്നങ്ങളും പരിഹരിക്കുന്നു. ലക്ഷ്യങ്ങൾ കൃത്യവും വ്യക്തവുമായി എഴുതി വെക്കുന്നതു വഴി നിങ്ങൾ അവയെ സ്വന്തമായി ജീവനും ശക്തിയും ആർജ്ജിക്കാൻ അതിബോധ മാർഗ്ഗനിർദ്ദേശ സംവിധാനത്തിലേക്ക് ക്രമപ്പെടുത്തിക്കൊടുക്കുകയാണ്.

നിങ്ങൾ ഉണർന്നിരിക്കുകയോ ഉറങ്ങുകയോ മറ്റ് കാര്യങ്ങളാൽ തിരക്കിൽ ആയിരിക്കുകയോ ആണെങ്കിൽ പോലും നിങ്ങളുടെ അതിബോധമനസ്സ് ദിവസത്തിൽ ഇരുപത്തിനാല് മണിക്കൂറുകളും അതിന്റെ ജോലി ചെയ്തുകൊണ്ടിരിക്കുന്നു. ഒരു ചോദ്യം കമ്പ്യൂട്ടറിനോട് ആരാഞ്ഞതിനു ശേഷം അതിനെ പ്രവർത്തിയ്ക്കാൻ അനുവദിയ്ക്കുന്നതു മാതിരി, ഒരിക്കൽ ലക്ഷ്യം തീരുമാനിക്കപ്പെട്ടാൽ, അതിബോധ മനസ്സ് അതിൽ പ്രവർത്തിച്ചു തുടങ്ങിയാലും നിങ്ങൾക്ക് മറ്റു ദൈനംദിന കാര്യങ്ങളുമായി മുന്നോട്ടു പോകാവുന്നതാണ്.

ശാന്തവും ആത്മവിശ്വാസം നിറഞ്ഞതും പ്രതീക്ഷാ നിർഭരവുമായ സമീപനവുമുണ്ടെങ്കിൽ നിങ്ങളുടെ അതിബോധമനസ്സ് ഏറ്റവും നന്നായി പ്രവർത്തിച്ചു തുടങ്ങുന്നു. കൃത്യമായ ലക്ഷ്യമോ ഉത്തരമോ

തീർത്തും ശരിയായ സമയത്ത് നേടിയെടുക്കുമെന്ന് ആത്മവിശ്വാസത്തോടെ വിശ്വസിക്കുകയും പ്രതീക്ഷിക്കുകയും ചെയ്താൽ നിങ്ങളുടെ അതിബോധമനസ്സ് വേഗത്തിലും കാര്യക്ഷമമായും പ്രവർത്തിച്ചു തുടങ്ങുന്നു.

ഏതൊരു ലക്ഷ്യം നേടാനും, ഏത് പ്രശ്നങ്ങൾ പരിഹരിക്കാനും, ഏത് തടസ്സങ്ങളെ തരണം ചെയ്യാനും അതിബോധമനസ്സ് എപ്പോഴും ഏത് സമയത്തും ഉപയോഗിയ്ക്കാവുന്നതാണ്. അത് നിങ്ങളുടെ സാമ്പത്തിക പ്രശ്നങ്ങൾ പരിഹരിച്ചു തരുന്നു, ആത്മമിത്രത്തെ കണ്ടെത്താൻ സഹായിക്കുന്നു, നിങ്ങളുടെ ഹൃദയത്തിനകത്തെ മോഹങ്ങൾക്ക് മാർഗ്ഗനിർദേശങ്ങൾ നൽകുകയും ചെയ്യുന്നു.

അത് നിങ്ങളുടെ വിജയത്തിനും സന്തോഷത്തിനും വേണ്ടി സമർപ്പിച്ചിരിയ്ക്കുന്നു

അതിബോധ മനസ്സ് നിങ്ങളുടെ സമർപ്പിത സേവകനാണ്. നിങ്ങൾ വിജയിക്കാൻ, വലിയ രീതിയിൽ വിജയിക്കാൻ അത് ആഗ്രഹിക്കുന്നു. നിങ്ങൾ സന്തോഷത്തോടെ, ആരോഗ്യത്തോടെ, സമൃദ്ധിയോടെ ഇരിക്കുവാനും വിസ്മയകരവും സംതൃപ്തവുമായ ഒരു ജീവിതം ആസ്വദിയ്ക്കാനും അതിബോധ മനസ്സ് മോഹിക്കുന്നു.

വിജയം സ്വന്തമാക്കിക്കഴിഞ്ഞാൽ അത് നിലനിർത്തുന്നതിന് ചില പാഠങ്ങൾ പഠിച്ചു വെയ്ക്കേണ്ടതുമുണ്ടെന്ന് നിങ്ങളുടെ അതിബോധ മനസ്സിന് അറിയാം. ഒരു നല്ല അദ്ധ്യാപകൻ വിദ്യാർത്ഥിയ്ക്ക് നിർദേശങ്ങൾ നൽകുന്നതു പോലെ, ഈ ശക്തി ഇത്തരം പാഠങ്ങൾ, ഒരു സമയത്ത് ഓരോന്നായി ക്രമത്തിൽ പുറത്തെടുക്കുന്നു. നിങ്ങളുടെ ജോലി അനുഭവിയ്ക്കുന്ന ഓരോ തിരിച്ചടികളിലും ബുദ്ധിമുട്ടുകളിലും അടങ്ങിയിരിക്കുന്ന വിലപ്പെട്ട പാഠങ്ങൾക്കു വേണ്ടി തിരയുക എന്നതാണ്. കാര്യങ്ങൾ കൈവിട്ടു പോകുമ്പോൾ എപ്പോഴും സ്വയം ചോദിയ്ക്കുക, ഈ അനുഭവത്തിൽ നിന്നും എനിയ്ക്കെന്താണ് പഠിയ്ക്കാൻ സാധിക്കുക?

അടിയന്തിര നടപടികൾ എടുക്കാൻ തയ്യാറായിരിക്കുക

നിങ്ങൾക്കു വേണ്ട ശരിയായ ഉത്തരങ്ങൾ തീർത്തും ശരിയായ സമയത്ത് നിങ്ങളുടെ അതിബോധമനസ്സ് പുറത്തെടുത്തിരിക്കും.

പക്ഷേ ഈ ഉത്തരം സമയബന്ധിതമായിരിക്കും. ഒരു അതിബോധ മറുപടി ലഭിയ്ക്കുമ്പോൾ അതിവേഗം തന്നെ നിങ്ങൾ അതിനുമേൽ പ്രവർത്തിയ്ക്കേണ്ടതാണ്.

നിങ്ങൾ ഒരു പ്രശ്നത്തിന്റെ പുറത്തോ ലക്ഷ്യത്തിന്റെ മേലോ ജോലി ചെയ്യുകയും ഒരാളെ ഫോൺ ചെയ്യാനോ, ഒരു പുസ്തകം വാങ്ങാനോ, ഏതെങ്കിലും ഒരു വ്യക്തിയോട് സംസാരിയ്ക്കാനോ ഏതെങ്കിലും പ്രത്യേക നടപടി സ്വീകരിക്കാനോ നിങ്ങൾക്ക് ഒരു ഉൾപ്രേരണ ഉണ്ടാവുകയുമാണെങ്കിൽ പെട്ടെന്നു തന്നെ പ്രവർത്തിയ്ക്കുക. വൈകിക്കാതിരിക്കുക. നിങ്ങൾ ഇരുപത്തിനാല് മണിക്കൂറുകളോ അല്ലെങ്കിൽ ചിലപ്പോൾ കുറച്ചു മിനിറ്റുകളോ കാത്തിരുന്നാൽ, ചിലപ്പോൾ ഒരുപാട് വൈകിപ്പോയേക്കാം.

ആശയങ്ങളുടെ രൂപത്തിലാണ് അതിബോധമനസ്സ് പലപ്പോഴും നിങ്ങളോട് സംസാരിയ്ക്കുന്നത്. ഒരു മിന്നൽപ്പിണർ പോലെ മനസ്സിലേയ്ക്ക് പതിയ്ക്കുന്ന ഒരൊറ്റ ആശയത്തിനു മേൽ പ്രവർത്തിച്ചുകൊണ്ടാണ് ചരിത്രത്തിൽ തന്നെ, ഏറ്റവും വിജയികളായ മനുഷ്യരിൽ ചിലർ മഹത്വം നേടിയിട്ടുള്ളത്.

അതിബോധമനസ്സിനെ ഊർജ്ജിതമാക്കുക

അതിബോധമനസ്സിന്റെ ശക്തികളെ നിങ്ങൾക്ക് പല വഴികളിൽ മനഃപൂർവ്വമായി ഉണർത്തിവിടാവുന്നതാണ്. ആദ്യത്തേത് ലളിതമാണ്. ഒരു കടലാസ്സ് എടുക്കുകയും നിങ്ങൾ നേരിടുന്ന പ്രശ്നങ്ങളുടെ എല്ലാ വിശദാംശങ്ങളും എഴുതി വെയ്ക്കുകയും ചെയ്യുക. ചില സമയങ്ങളിൽ, പ്രസ്തുത പ്രശ്നത്തിന്റെയോ സാഹചര്യങ്ങളുടെയോ എല്ലാ വിശദാംശങ്ങളും എഴുതി വെയ്ക്കുന്നത് – എങ്ങനെ അത് സംഭവിച്ചു, അത് എന്ത് ഫലമുണ്ടാക്കുന്നു, നിങ്ങൾക്ക് എന്തു ചെയ്യാൻ കഴിയും, തുടങ്ങി – ഏറ്റവും അനുയോജ്യമായ പരിഹാരം നൽകുന്നതിന് നിങ്ങളുടെ അതിബോധമനസ്സിനെ പ്രേരിപ്പിക്കുന്നു.

പ്രശ്നത്തെ പൂർണ്ണമായും വിസ്മരിയ്ക്കുക എന്നതാണ് നിങ്ങളുടെ അതിബോധമനസ്സിനെ സജീവമാക്കാനുള്ള മറ്റൊരു വഴി. പ്രശ്നത്തെക്കുറിച്ചു ചിന്തിയ്ക്കാൻ നിങ്ങൾക്ക് സമയമില്ലാത്ത വിധം മറ്റെന്തെങ്കിലും ജോലി ചെയ്തുകൊണ്ട് സ്വയം തിരക്കിലാവുക. അപ്പോൾ തീർത്തും ശരിയായ സമയത്ത്, ശരിയായ ഉത്തരം നിങ്ങളുടെ മനസ്സിലേയ്ക്ക് പൊങ്ങി വന്നിരിക്കും. പക്ഷേ അങ്ങനെ വരുമ്പോൾ ഉടനെ തന്നെ നിങ്ങൾ പ്രവർത്തിയ്ക്കണമെന്ന് ഓർമ്മിയ്ക്കുക.

ചരിത്രത്തിലുടനീളം മഹാന്മാരായ സ്ത്രീകളും പുരുഷൻമാരും ധ്യാനിച്ചോ മനസ്സിനെ തണുപ്പിച്ചോ അവരുടെ അതിബോധമനസ്സിനെ തൊട്ടിരുന്നു എന്നു കാണാം. നിങ്ങൾ മുഴുവനായി ശാന്തരാവുകയും മനസ്സിനെ ശൂന്യമാകാൻ അനുവദിയ്ക്കുകയും ചെയ്താൽ മിക്കപ്പോഴും ഒരു അതിബോധ ആശയം ഉദിയ്ക്കുകയും ചെയ്യും.

അതിബോധമനസ്സിനെ സജീവമാക്കാനുള്ള എന്റെ പ്രിയപ്പെട്ട വഴി *ഏകാന്തത* പരിശീലിക്കലാണ്. ഏകാന്തതയിൽ നിന്ന് പരമാവധി രക്ഷപ്പെടാൻ ഈ രീതി ഉപയോഗിക്കുക. ആദ്യമായി കുറഞ്ഞത് മുപ്പതു മിനിറ്റെങ്കിലും നിശ്ശബ്ദമായി ഇരിക്കാൻ സ്വയം തീരുമാനിക്കുക. നിങ്ങളുടെ മനസ്സ് പൂർണ്ണമായും ശാന്തമാകാൻ അത്രയും സമയം എടുക്കുന്നതാണ്.

രണ്ടാമതായി എല്ലാ പതർച്ചകളെയും ദൂരെ മാറ്റി നിർത്തുക. ചായയും കാപ്പിയും വായനോപാധികളും നിങ്ങളുടെ ശ്രദ്ധ തിരിക്കുന്ന മറ്റെല്ലാ കാര്യങ്ങളും ഒഴിവാക്കുക. 'നിശ്ശബ്ദതയിലേയ്ക്ക് പോകലെന്ന്' ഇതിനെ വിളിക്കാം. മറ്റു ശബ്ദങ്ങളോ ശ്രദ്ധതിരിക്കുന്ന കാര്യങ്ങളോ ഇല്ലാതെ നിശ്ശബ്ദമായി ഇരുന്ന്, മനസ്സിനെ ശാന്തവും തെളിച്ചമുള്ള തുമാക്കിയാൽ വിസ്മയകരമായത് പലതും സംഭവിയ്ക്കുന്നത് കാണാം. ഏകാന്തതയുടെ കാലങ്ങളിൽ "കാവ്യ ദേവതയാൽ സ്പർശിക്കപ്പെട്ടു" എന്ന് എഴുത്തുകാർ പലപ്പോഴും പറയാറുണ്ട്.

മൂന്നാമതായി നിങ്ങളുടെ പ്രശ്നത്തെക്കുറിച്ചോ ലക്ഷ്യത്തെ കുറിച്ചോ ഒരിക്കലും ചിന്തിക്കാൻ പ്രയത്നിക്കാതിരുയ്ക്കുക. മനസ്സ് മുഴുവനായി ശാന്തമായി ഇരിക്കട്ടെ. ഒന്നിനെക്കുറിച്ചും ചിന്തിയ്ക്കാ തിരിക്കാൻ ശ്രമിക്കുക. സമാധാനമായി ഇരിക്കുകയും നിങ്ങളുടെ മനസ്സിനെ ജീവിതത്തിനു ചുറ്റിലും അലയാൻ വിടുകയും ഒന്നിനെയും കുറിച്ച് ചിന്തിയ്ക്കാതിരിക്കുകയും ചെയ്യുക. നിശ്ശബ്ദമായി ഇരിക്കു മ്പോൾ ഒരു പ്രത്യേക നിമിഷത്തിൽ തീർത്തും നിങ്ങൾക്കു വേണ്ട ശരിയായ ഉത്തരം മനസ്സിലേക്ക് വന്നിരിക്കും.

ശാസ്ത്രീയ സംഗീതം കേൾക്കുന്നതും അതിബോധമനസ്സിനെ സജീവമാക്കുന്നു. ആഴത്തിലുള്ള വിശ്രമം പലപ്പോഴും അതിബോധ മനസ്സിന്റെ പ്രവർത്തനങ്ങളെ ഉദ്ദീപിപ്പിക്കുന്നു. ചിലപ്പോഴൊക്കെ ഉറങ്ങാൻ തുടങ്ങുമ്പോഴോ ഉണരുമ്പോഴോ ഒക്കെ ഒരു അതിബോധ ആശയം ലഭിയ്ക്കാവുന്നതാണ്. ബെഡ്ഡിനരികിൽ ഒരു നോട്ട് ബുക്ക് സൂക്ഷിയ്ക്കുകയും നിങ്ങൾക്ക് എന്തെങ്കിലും ആശയങ്ങളോ ഉൾവിളി കളോ ഉണ്ടാകുമ്പോൾ ഉടനടി കുറിച്ചു വെയ്ക്കുകയും ചെയ്യുക. അങ്ങനെ വരുമ്പോൾ നിങ്ങളവ മറന്നു പോകുന്നില്ല. ഹൃദയത്തിന്റെ പ്രവർത്തന

വേഗത വർദ്ധിപ്പിക്കുകയും അതിലൂടെ എൻഡോർഫിനുകളുടെയും ഡോപാമിനുകളുടെയും തലച്ചോറിനകത്തുള്ള ഉത്പാദനം കൂട്ടുകയും ചെയ്യുന്ന നടത്തം, ഓട്ടം, നീന്തൽ, എയറോബിക് പ്രവർത്തനങ്ങൾ മുതലായവയിലൂടെയും നിങ്ങൾക്ക് അതിബോധമനസ്സിനെ ഉത്തേജിപ്പിയ്ക്കാവുന്നതാണ്. ഈ രാസപദാർത്ഥങ്ങൾ നിങ്ങൾക്ക് സന്തോഷത്തിന്റെയും ഉല്ലാസത്തിന്റേതുമായ വികാരങ്ങൾ നൽകുകയും അതോടൊപ്പം അതിബോധ പ്രചോദനങ്ങൾ ഉണ്ടാക്കുകയും ചെയ്യുന്നു. ഇതുകൊണ്ടാണ് കുറേ അധികം ആളുകൾക്ക് അവരുടെ ഏറ്റവും വലിയ ആശയങ്ങൾ വ്യായാമത്തിനു ശേഷമുള്ള കുളിക്കിടയിൽ ലഭിയ്ക്കുന്നത്.

നിങ്ങൾ അതിബോധത്തെക്കുറിച്ച് പഠിക്കുകയും അതിബോധ മനസ്സിൽ വിശ്വസിയ്ക്കാൻ ശീലിക്കുകയും ചെയ്താൽ നിങ്ങളുടെ സാധ്യതകൾ പരിമിതികൾ ഇല്ലാത്തവയാകും. നിങ്ങളുടെ കർത്തവ്യം ഈ അതിബോധ മനസ്സിനെ തൊട്ടുകയും അതിനെ ബോധത്തോടെയും മനഃപൂർവ്വവും സ്ഥിരമായും ഉപയോഗിയ്ക്കുക എന്നതുമാണ്. ശരിയായ സമയത്ത്, ശരിയായ രീതിയിൽ അത് നിങ്ങൾക്കു വേണ്ടി ജോലി ചെയ്യുമെന്ന് പൂർണ്ണമായി വിശ്വസിയ്ക്കുക. എങ്കിൽ തീർച്ചയായും അങ്ങനെ സംഭവിച്ചിരിക്കും.

അതിബോധ പരിഹാരം

നിങ്ങൾക്ക് അതിബോധപരിഹാരം ലഭിച്ചിട്ടുണ്ടോ എന്ന് അറിയുവാനുള്ള മൂന്ന് വഴികളാണുള്ളത് :

1. ഒരു അതിബോധ പരിഹാരം എല്ലാ വിധത്തിലും പൂർണ്ണമായിരിക്കും. ഒരു പ്രശ്നത്തിന്റെയോ ലക്ഷ്യത്തിന്റെയോ എല്ലാ വശങ്ങളേയും അത് നേരിടും.
2. അതിബോധ പരിഹാരം 'തീർച്ചയുള്ളതിലേക്കുള്ള ഒരു വെളിച്ചമാണ്'' അത് വളരെ ലളിതവും വ്യക്തവും നിങ്ങളുടെ കഴിവുകൾക്കുള്ളിൽ ഒതുങ്ങുന്നതുമായിരിക്കും. എന്തുകൊണ്ട് നിങ്ങളിതിനെക്കുറിച്ച് നേരത്തേ ചിന്തിച്ചില്ല എന്ന് അത്ഭുതപ്പെട്ടു പോകും.
3. ഒരു അതിബോധ ആശയമോ ഉത്തരമോ അവബോധത്തിൽ നിന്നാണ് ഉണ്ടാകുന്നത്. അതുകൊണ്ട് തന്നെ അത് ശരിയായി *അനുഭവപ്പെടുന്നു*. നിങ്ങൾ

ശാന്തരും സന്തോഷവാന്മാരുമായിരിക്കും. നിങ്ങളുടെ സമ്മർദ്ദങ്ങളും പിരിമുറുക്കങ്ങളും അപ്രത്യക്ഷമാകും. എത്രയും പെട്ടെന്ന് അവ നടപ്പിലാക്കാനുള്ള വ്യഗ്രത നിങ്ങൾക്കുണ്ടാകും.

വലിയ നിയമം

അതിബോധ പ്രവർത്തനങ്ങളുടെ നിയമം ഇങ്ങനെ പറയുന്നു : "ബോധമനസ്സിൽ സ്ഥിരമായി തങ്ങിനിൽക്കുന്ന ചിന്തയോ പദ്ധതിയോ ലക്ഷ്യമോ ആശയമോ അതിബോധമനസ്സ് യാഥാർത്ഥ്യമാക്കി തീർക്കണം."

പ്രാധാന്യമുള്ളൊരു നിർവ്വചനമാണിത്. അവ്യക്തവും വിരുദ്ധവുമായ ലക്ഷ്യങ്ങളുടെയോ ലക്ഷ്യസ്ഥാനങ്ങളുടെയോ ക്രമരഹിതമായ ശ്രേണിയാണ് നിങ്ങൾക്കുള്ളതെങ്കിൽ, അതിബോധമനസ്സിന് നിങ്ങൾക്കു വേണ്ടി പ്രവർത്തിയ്ക്കുവാൻ കഴിയുകയില്ല. അതുകൊണ്ടാണ് ബൈബിൾ പറയുന്നത്, "ഇരട്ട മനസ്സുള്ള ഒരു മനുഷ്യൻ അയാളുടെ എല്ലാ വഴികളിലും അസ്ഥിരനായിരിക്കും."

"ഒറ്റക്കണ്ണാണ്" നിങ്ങളുടെ എല്ലാ മാനസ്സിക ശക്തികളുടെയും പൂട്ടു തുറക്കുകയും അഴിച്ചുവിടുകയും ചെയ്യുന്നത്. ശ്രദ്ധ കേന്ദ്രീകരിക്കുവാനുള്ള നിങ്ങളുടെ കഴിവ് വളരെ പ്രധാനപ്പെട്ടതാണ്. നിങ്ങൾ സദാ ചിന്തിക്കുകയും, വ്യക്തമായി ബോധമനസ്സിൽ വെയ്ക്കുകയും ചെയ്യുന്ന, ജീവിതത്തിൽ ഏറ്റവും ഗുണപരമായ സ്വാധീനം ചെലുത്തുന്ന ആ ഒരു ലക്ഷ്യത്തെക്കുറിച്ച്, നിങ്ങളുടെ പരമപ്രധാനമായ ഉദ്ദേശ്യത്തെക്കുറിച്ച് തീരുമാനിക്കുന്നപക്ഷം, അതിബോധമനസ്സ് നിങ്ങൾക്കു വേണ്ടി പ്രവർത്തിയ്ക്കാൻ തുടങ്ങിയിരിക്കും.

നിങ്ങൾ വിശ്വാസത്തോടെ, ലക്ഷ്യത്തിലേക്ക് ഒന്നാമത്തെയും രണ്ടാമത്തെയും മൂന്നാമത്തെയും ചുവടുകൾ വെയ്ക്കുമ്പോൾ നിങ്ങളുടെ അതിബോധമനസ്സ് സജീവമാക്കപ്പെടുന്നു. എല്ലാത്തിലുമുപരി നിങ്ങളുടെ അതിബോധമനസ്സ് നിരന്തരമായ തെറ്റു തിരുത്തലുകളും, പ്രതികൂലാവസ്ഥകളിലുള്ള സ്ഥിരോത്സാഹവും എന്ത് സംഭവിച്ചാലും മുന്നോട്ട് പോകുവാനുള്ള സന്നദ്ധതയും ആവശ്യപ്പെടുന്നുണ്ട്.

ഇത്തരം പ്രവൃത്തികളെല്ലാം യോജിപ്പിച്ചു പരിശീലിച്ചാൽ, സത്യസന്ധമായി ആഗ്രഹിക്കുന്ന ഏത് ലക്ഷ്യവും നേടിയെടുക്കാൻ സഹായിക്കുന്ന പ്രപഞ്ചത്തിന്റെ വലിയ ശക്തികളെ തൊടാൻ നിങ്ങൾക്ക് സാധിക്കും.

അധ്യായം 10

കുറുക്കുവഴികളും മറ്റു വ്യാമോഹങ്ങളും ഒഴിവാക്കുക

ചില ആളുകൾ അവരുടെ പദ്ധതികൾ ഏറെക്കുറെ ലക്ഷ്യപ്രാപ്തിയ്ക്കു തൊട്ടു മുൻപ് ഉപേക്ഷിക്കുന്നു. ചിലർ അതിനു വിരുദ്ധമായി പ്രയത്നിച്ചു വിജയം നേടുന്നു. അവസാന നിമിഷങ്ങളിൽ മറ്റൊരിക്കലും ഇല്ലാത്ത വിധത്തിൽ കഠിനമായി പരിശ്രമിയ്ക്കുന്നു.

– ഹെറോഡോട്ടസ്

വ്യക്തി വിജയത്തിന്റെ ഏറ്റവും വലിയ വിഘാതത്തിനെ വിവരിക്കുന്നത് ഏറ്റവും കുറഞ്ഞ പ്രതിരോധത്തിന്റെ നിയമം കൊണ്ടാണ്. വെള്ളം താഴേയ്ക്ക് പതിയ്ക്കുന്നത് പോലെ കാര്യമായ ചിന്തകളൊന്നും ഇല്ലാതെ, അവരുടെ പെരുമാറ്റത്തിന്റെ ദീർഘകാല അനന്തരഫലങ്ങൾ ആലോചിയ്ക്കാതെ കൂടുതൽ ആളുകളും അവർക്ക് വേണ്ടതൊക്കെ വേഗത്തിലും എളുപ്പത്തിലും ലഭിയ്ക്കാനുള്ള വഴികൾ അന്വേഷിച്ചുകൊണ്ടിരിക്കുന്നവരാണ്. എളുപ്പവഴി തിരഞ്ഞെടുക്കാനുള്ള സ്വാഭാവികമായ ചേദന, മുതിർന്നവരുടെ ജീവിതത്തിലെ അപര്യാപ്തതകളെയും പരാജയങ്ങളെയും വിവരിച്ചു കാട്ടുന്നു.

നിങ്ങൾ ശാരീരികക്ഷമത ആഗ്രഹിയ്ക്കുന്നുവെങ്കിൽ അതിന് ഒരേ ഒരു വഴി മാത്രമേ ഉള്ളൂ. ആഴ്ചയിൽ ഇരുനൂറോ അതിൽ അധികം മിനുട്ടുകളോ നിങ്ങൾ വ്യായാമം ചെയ്തിരിക്കണം. എല്ലാ തരത്തിലുമുള്ള

ശാരീരികക്ഷമതയ്ക്കായി നിങ്ങൾ സ്ട്രെച്ചിങ് വ്യായാമങ്ങളിലും ശക്തി കൂട്ടുന്ന തരം വ്യായാമങ്ങളിലും എയറോബിക് വ്യായാമങ്ങളിലും വ്യാപൃതരായിരിക്കണം. ശരീരത്തിന്റെ മുകൾഭാഗത്തിനും താഴ്ഭാഗത്തിനും നിങ്ങൾ പ്രത്യേകം വ്യായാമം കൊടുക്കണം. നിങ്ങളുടെ പല്ലുകൾ വൃത്തിയാക്കുന്നതു പോലെയും കുളിയ്ക്കുന്നതു പോലെയും അത് നിങ്ങൾ ജീവിതകാലം മുഴുവനും ചെയ്യേണ്ടതുമാണ്.

നിങ്ങളുടെ സാമ്പത്തിക സിദ്ധി നിലനിർത്താനും വർദ്ധിപ്പിക്കാനുമുള്ള ആന്തരിക യോഗ്യതയ്ക്കായി മാനസ്സികമായും പ്രവർത്തിക്കേണ്ടതുണ്ട്. നിങ്ങളുടെ മേഖലയിൽ എല്ലാ ദിവസവും തന്നെ വായനയും പഠനങ്ങളും നടത്തേണ്ടിയുമിരിക്കുന്നു. നിങ്ങളുടെ മേഖലയിൽ എന്ത് നടന്നുകൊണ്ടിരിക്കുന്നു എന്നതിനെക്കുറിച്ച് ധാരണ നിലനിർത്തുകയും വേണം. വാഹനത്തിലെ റേഡിയോയേക്കാൾ, വിദ്യാഭ്യാസപരമായ കാര്യങ്ങളാണ് നിങ്ങൾ ശ്രവിച്ചു കൊണ്ടിരിക്കേണ്ടത്. ടെലിവിഷൻ നിർത്തിവെച്ച് ഔദ്യോഗികമായും വ്യക്തിപരമായും മെച്ചപ്പെടുന്നതിന് സമയം ഉപയോഗിയ്ക്കുക. ഏറ്റവും കുറഞ്ഞ ചെറുത്തുനിൽപ്പിന്റെ പാതയുടെ പിടിച്ചുവലിയെ നിങ്ങൾ ഓരോ ദിവസവും പ്രതിരോധിച്ചു കൊണ്ടിരിക്കണം.

വെറുതെ എന്തെങ്കിലും

മനുഷ്യരുടെ ഏറ്റവും വലിയ ആഗ്രഹങ്ങൾ വെറുതെ എന്തെങ്കിലുമൊക്കെ കിട്ടുക അല്ലെങ്കിൽ വളരെ കുറഞ്ഞ ചിലവിൽ എന്തെങ്കിലുമൊക്കെ കിട്ടുക എന്നതാണ്. വേഗത്തിലും എളുപ്പത്തിലും പണമുണ്ടാക്കുക എന്ന ആഗ്രഹങ്ങളും ഭ്രമകല്പനകളും കാരണം അത്രയധികം മനുഷ്യർ തെറ്റിദ്ധരിക്കപ്പെടുന്നത് കാണേണ്ടി വരുന്നത് ദുരന്തപൂർണ്ണമാണ്.

ശോചനീയമെന്നു പറയട്ടെ, ഈ 'ഉടൻ പണക്കാരും' 'വെറുതെ കിട്ടലിന്റെ' ആളുകളും അതിവേഗ പണസമ്പാദനത്തിനുള്ള ഒരു മാർഗ്ഗത്തിൽ നിന്ന് മറ്റൊന്നിലേക്ക് പൊയ്ക്കൊണ്ടിരിക്കുകയും ആത്യന്തികമായി ഒഴിഞ്ഞ കീശയിലും തുളയുള്ള പാദരക്ഷകളിലും ചെന്നെത്തുകയും ചെയ്യുന്നു.

മാൽകം ഫോർബ്സ് ഒരിക്കൽ പറഞ്ഞു *"ഒരു കാര്യം ശരിയാണെന്ന് തോന്നുന്നുണ്ടെങ്കിൽ അത് ശരി തന്നെ ആയിരിക്കും."*

വില കൊടുക്കാൻ തയ്യാറാവുക

ഒരു കാര്യവും ആരംഭത്തിൽ അനുഭവപ്പെടുന്നതു പോലെ അത്ര എളുപ്പമുള്ളതായിരിക്കാൻ വഴിയില്ല. വിലപ്പെട്ടതൊന്നും അത്ര ലളിതമായിരിക്കുകയില്ല എന്നർത്ഥം. ആരും തന്നെ ഗൗനിയ്ക്കുകയോ അഭിനന്ദിയ്ക്കുകയോ ചെയ്യാത്ത നൂറായിരം കുഞ്ഞു ശ്രമങ്ങളുടെ ഫല മാണ് ഓരോ വലിയ നേട്ടങ്ങളും. കൊല്ലങ്ങളോളമുള്ള കഠിനാദ്ധ്വാന ങ്ങളുടെയും, അനുഭവങ്ങളുടെയും; ആഴ്ചയിൽ അറുപതോ എഴുപതോ എൺപതോ ഒക്കെ മണിക്കൂറുകളുടെയും, അവധികളില്ലാത്ത വർഷ ങ്ങളുടെയും എണ്ണമറ്റ തിരിച്ചടികളുടെയും, നിരാശകളുടെയും, അപ്രതീ ക്ഷിതമായ പ്രക്ഷുബ്ധതകളുടെയും, പ്രതികൂലവാതങ്ങളുടെയും, ആകെ ത്തുകയാണ് ഓരോ മഹത്തായ സൗഭാഗ്യങ്ങളും.

ആളുകൾ ഹൈ ടെക് കമ്പനികളോ യൂട്യൂബും ഗൂഗിളും പോലെ യുള്ള ഓൺലൈൻ മാധ്യമങ്ങളോ തുടങ്ങുന്നതും ചെറിയൊരു കാലയളവിൽ അസാമാന്യ സമ്പന്നരാകുന്നതും പലപ്പോഴായി നിങ്ങൾ പത്രങ്ങളിൽ വായിക്കുന്നുണ്ടായിരിക്കാം. പക്ഷേ അമേരിക്ക യിലെ മാത്രം ഇരുപത്താറ് ദശലക്ഷം ബിസിനസ്സുകളിൽ ഈ ആളുകൾ വെറും ഒരു ശതമാനത്തെ മാത്രമാണ് പ്രതിനിധീകരി ക്കുന്നത്. *അപൂർവ്വമായ* കാര്യങ്ങൾ ആയതുകൊണ്ടാണ് അവരെ ക്കുറിച്ച് പത്രങ്ങളിൽ വരുന്നത്. ആയുസ്സുള്ള സമ്പത്ത് സമയമെ ടുത്തും, ശ്രദ്ധയോടെയും, ഒരു നീണ്ട കാലയളവു കൊണ്ടു മാത്രം സമാഹരിക്കപ്പെട്ട, ഒരുപാട് പണത്തിൽ നിന്നുമാണ് ഉണ്ടാകുന്നത്.

പറക്കുന്നതിന് പരിശീലിയ്ക്കേണ്ട നാലു 'C'കൾ

ഒരു ചെറിയ വിമാനം പറപ്പിക്കാൻ നിങ്ങൾ പഠിയ്ക്കുകയാണെങ്കിൽ, ശ്രമം വിഫലമാകുന്ന പക്ഷം പ്രയോഗത്തിൽ വരുത്തേണ്ട നാലു കാര്യങ്ങളുണ്ട്, നാലു 'C'കൾ : 1. "Confess" (ഏറ്റു പറയുക) 2. "Climb" (പിടിച്ചു കയറുക) 3. "Confirm" (സ്ഥിരീകരിക്കുക) 4. "Comply" (അനുസരിക്കുക).

സത്യത്തെ അഭിമുഖീകരിക്കുക

ആദ്യത്തെ C ഏറ്റുപറച്ചിലാണ്. നിങ്ങൾക്ക് വഴി നഷ്ടപ്പെട്ടു എന്നും, എങ്ങോട്ടാണ് പറക്കുന്നതെന്ന് സാങ്കല്പിക വൈമാനിക നിയമ മനുസരിച്ച് തീരെ നിശ്ചയമില്ലാതെ വരികയും ചെയ്യുമ്പോൾ, ഏറ്റവും

അടുത്തുള്ള ടവറിൽ ബന്ധപ്പെടുകയും, നിങ്ങൾക്കൊരു പ്രശ്നമുണ്ടെന്ന് ഏറ്റു പറയുകയും ചെയ്യണം. ചില സന്ദർഭങ്ങളിൽ, ചെറിയ ചില വിമാനങ്ങളുടെ പൈലറ്റുമാർ, അവർക്ക് വഴി തെറ്റിയെന്ന് സമ്മതിക്കാതിരിക്കുകയും, വാതകം മുഴുവനായി തീർന്ന്, വിമാനം തകരും വരെ വട്ടമിട്ടു പറക്കുകയും ചെയ്യുന്നു.

ബിസിനസ്സിലോ സാമ്പത്തിക വിഷയങ്ങളിലോ നിങ്ങൾക്കൊരു പ്രശ്നമുണ്ടായാൽ, സഹായിക്കാൻ കഴിയുന്ന ആരോടെങ്കിലും ഏറ്റു പറയാൻ തയ്യാറായിരിക്കുക. പണസംബന്ധിയായ ഒരു പ്രശ്നം ബിസിനസ്സിൽ ഉണ്ടായാൽ ഉടനെ നിങ്ങളുടെ ബാങ്കറോട് എന്താണ് സംഭവിക്കുന്നതെന്ന് സംവാദിക്കുക. ഇത്തരം സാഹചര്യങ്ങൾ നൂറു തവണ കണ്ടിട്ടുള്ള അയാൾക്ക് നിങ്ങളെ സഹായിക്കാൻ കഴിയും. പക്ഷേ ബാങ്കുകൾ അപ്രതീക്ഷിതമായ കാര്യങ്ങളെ വെറുക്കുന്നവരാണ്. നിങ്ങൾ അടയ്ക്കാമെന്നേറ്റ പണത്തിന്റെ തവണകൾ സാധ്യമാവുകയില്ല എന്ന് സമയം വൈകി അറിയാൻ അവർ താല്പര്യപ്പെടുകയേ ഇല്ല.

നിങ്ങളുടെ ബിസിനസ്സ് കുഴപ്പത്തിലാണെങ്കിൽ, അതേ മേഖലയിലുള്ള ആരോടെങ്കിലും ഉപദേശം ആരായുന്നതിൽ മടി കാണിക്കാതിരിക്കുക. ബിസിനസ്സിലെ മിക്ക പ്രശ്നങ്ങളും എണ്ണമറ്റ തവണകൾ ആവർത്തിക്കപ്പെട്ടവയായിരിക്കും. മിക്ക പ്രശ്നങ്ങളും തന്നെ എണ്ണമറ്റ പ്രാവശ്യം പരിഹരിക്കപ്പെട്ടവയുമായിരിക്കും. അനുഭവ സമ്പന്നനായ ഒരാളോട് ഉപദേശം ചോദിക്കുകയും ചർച്ച നടത്തുകയും ചെയ്യുക. ഞാൻ എന്ന ഭാവം തൽക്കാലം മാറ്റി വെയ്ക്കുക.

ശരിയായ വീക്ഷണം വികസിപ്പിക്കുക

രണ്ടാമത്തെ C പിടിച്ചു കയറലാണ്. ഒരു വിമാനത്തിലെ സാഹചര്യമാണെങ്കിൽ, കഴിയുന്നത്ര ഉയരത്തിൽ പിടിച്ചു കയറി കര കാണാൻ ശ്രമിയ്ക്കുകയും ഒരുപക്ഷെ നിങ്ങളുടേതെന്ന് പറയാവുന്നവയെ ഒരിക്കൽ കൂടി ദർശിയ്ക്കുകയും ചെയ്യുക.

വ്യക്തിജീവിതത്തിലും ബിസിനസ്സ് ജീവിതത്തിലും പിടിച്ചു കയറലെന്നാൽ, ചെയ്യുന്ന മറ്റു കാര്യങ്ങളിൽ നിന്ന് മാറി നിൽക്കുകയും നിങ്ങളുടെ സാഹചര്യങ്ങളെയും പ്രശ്നങ്ങളെയും സംബന്ധിച്ച് പൂർണ്ണമായും സത്യസന്ധരാകുക എന്നതുമാണ്. നിങ്ങളുടെ സ്വന്തം ഉപദേശകനായി വർത്തിയ്ക്കുക. നേരത്തേ നമ്മൾ ചർച്ച ചെയ്തതുപോലെയുള്ള വസ്തുനിഷ്ഠമായ ചോദ്യങ്ങൾ ചോദിയ്ക്കുക. പ്രതീക്ഷകൾ വെച്ച

പുലർത്താതെ ചിന്തിയ്ക്കാൻ പരിശീലിക്കുക. കാര്യങ്ങളുടെ ഗതി മാറുമ്പോൾ, അതെപ്പോഴും അങ്ങനെ തന്നെ ആയിരിക്കും എന്നുള്ളത് കൊണ്ട് വൈകാരികമായി അതിൽ ഇടപെടാൻ നിൽക്കാതിരിക്കുക.

ശാന്തനായും അക്ഷോഭ്യനായും ആത്മവിശ്വാസത്തോടെയും തുടരാനുള്ള നിങ്ങളുടെ കഴിവ്, ഏതു പ്രശ്നത്തെയും തെളിഞ്ഞ ബുദ്ധിയോടെയും ഏകാഗ്രമായ മനസ്സോടെയും നേരിടാൻ പ്രാപ്തനാക്കും.

സത്യസന്ധരും നേരെചൊവ്വേ ഇടപെടുന്നവരും ആയിരിക്കുക

മൂന്നാമത്തെ C സ്ഥിരീകരണമാണ്. ഏറ്റവുമടുത്ത റേഡിയോ ടവറിന് പിടിച്ചെടുക്കാൻ പാകത്തിൽ നിങ്ങൾ ആരാണെന്നും എന്ത് കാണുന്നു എന്നും പറയുക. ഓപ്പറേറ്ററുടെ ചോദ്യങ്ങൾക്ക് സത്യസന്ധമായും വസ്തുനിഷ്ഠപരമായും മറുപടി പറയുകയും നിങ്ങളുടെ കഴിവിന്റെ പരമാവധി പ്രവർത്തിക്കുകയും ചെയ്യുക. ഓപ്പറേറ്റർക്ക് എത്രമാത്രം വസ്തുതകൾ ലഭിയ്ക്കുന്നുവോ അത്രത്തോളം അവനോ അവൾക്കോ നിങ്ങളെ ശരിയായ വഴിയിലേക്ക് എത്തിക്കാൻ സഹായിക്കുന്നു.

കാരണങ്ങൾ എന്തായാലും ജീവിതത്തിൽ നിങ്ങൾക്ക് വഴി തെറ്റിക്കഴിഞ്ഞാൽ, ഉടനെ തന്നെ ഉൾപ്പെട്ട എല്ലാ ആളുകളെയും വിവരം അറിയിക്കുക. നിങ്ങളുടെ ബിസിനസ്സിൽ ഒരു പ്രശ്നം ഉണ്ടെങ്കിൽ ഉദ്യോഗസ്ഥരോട് അത് എന്താണെന്നും പരിഹരിക്കാൻ എന്താണ് ചെയ്യാൻ പോകുന്നതെന്നും പറയുക. രഹസ്യമാക്കി വെയ്ക്കരുത്. സുപ്രധാന വിവരങ്ങൾ സ്വയം സൂക്ഷിക്കരുത്.

ജീവിതത്തിലെയും ബിസിനസ്സിലെയും പ്രധാനപ്പെട്ട സത്യം എന്താണെന്നാൽ എല്ലാവർക്കും എല്ലാം അറിയാം എന്നതാണ്. രഹസ്യങ്ങളേയില്ല. എന്തെങ്കിലും ഒന്ന് സംഭവിച്ചാൽ ഉടനെ ഒരാൾ മറ്റൊരാളോടെന്ന വിധത്തിൽ ആളുകൾ അതിനെക്കുറിച്ച് സംസാരിച്ചു തുടങ്ങുന്നു. കിംവദന്തികൾ അവിശ്വസനീയമായ വേഗത്തിൽ വ്യാപിയ്ക്കുകയും കേൾക്കാൻ സാധ്യതയുള്ള ഏറ്റവും മോശപ്പെട്ട ആളുടെ അടുത്ത് എത്തുകയും ചെയ്യുന്നു. മറ്റുള്ളവരിൽ നിന്ന് പറഞ്ഞ് അറിയുന്നതിനു മുൻപായി ആളുകളോട് പറയുക.

നിങ്ങൾ കുട്ടി ആയിരുന്നപ്പോൾ അയൽപക്കത്ത് കളിച്ച് അയൽവാസിയുടെ ജനൽ തകർത്തപ്പോൾ നിയമം ഇതായിരുന്നു : “കാര്യങ്ങൾ കാലേ കൂട്ടി പറയുക.” നിങ്ങൾ വീട്ടിലെത്തി

അച്ഛനോടോ അമ്മയോടോ, അയൽക്കാരൻ പറയുന്നതിന് മുൻപ്, സംഭവിച്ചതെല്ലാം പറയുമെന്ന് ഉറപ്പാക്കണം. മാതാപിതാക്കളും ആശ്ചര്യങ്ങൾ ഇഷ്ടപ്പെടുന്നില്ല.

നിങ്ങളുടെ ഔദ്യോഗിക ജീവിതത്തിലും വ്യക്തി ജീവിതത്തിലും 'കാര്യങ്ങൾ കാലേ കൂട്ടി പറയേണ്ടതുണ്ട്.' 'അത്ഭുതപ്പെടുത്തലുകൾ ഇല്ലാത്ത നയങ്ങൾ' പരിശീലിയ്ക്കുക. തുറന്ന മനസ്സോടെയും സത്യ സന്ധതയോടെയും ഇരിക്കാനുള്ള നിങ്ങളുടെ ഭാഗത്തു നിന്നുള്ള ആ നിർബന്ധം, ആത്മാർത്ഥതയ്ക്കും സമഗ്രതയ്ക്കുമുള്ള പ്രശസ്തി നിങ്ങൾക്കു നേടിത്തരും. നല്ലതല്ലാത്ത വാർത്തകൾ കേൾക്കുകയാണെങ്കിൽ പോലും ആളുകൾ നിങ്ങളെ വിശ്വസിക്കുകയും പിന്തുണയ്ക്കാൻ സന്നദ്ധ രായിരിക്കുകയും ചെയ്യും. ആളുകൾ നിങ്ങളെ വിശ്വസിയ്ക്കണമെന്നു ണ്ടെങ്കിൽ തീർച്ചയായും നിങ്ങൾ വിശ്വാസയോഗ്യരായിരിക്കണമെന്ന് ഓർമ്മിക്കുക.

വിദഗ്ധോപദേശം സ്വീകരിക്കുക

നാലാമത്തെ *C* അനുസരണയാണ്. ഒരു ചെറിയ വിമാനത്തിൽ നിങ്ങൾക്ക് വഴി തെറ്റിപ്പോകുന്ന സമയത്ത് ടവർ ഓപ്പറേറ്റർ എന്താണോ ചെയ്യാൻ പറയുന്നത്, അത് നിങ്ങൾ അനുവർത്തി യ്ക്കേണ്ടതായിട്ടുണ്ട്. വിദഗ്ധാഭിപ്രായത്തിനു നേരെ രണ്ടാമതൊരു ചിന്തയ്ക്കായി വാദിയ്ക്കുകയോ തർക്കിക്കുകയോ ചെയ്യേക്കരുത്. അവന്റെയോ അവളുടെയോ നിർദ്ദേശങ്ങൾ അതേപടി അനുസരിയ്ക്കുക. നിങ്ങളെ സുരക്ഷിതമായി നിലത്തിറങ്ങാൻ സഹായിക്കുക എന്ന ഒരേ ഒരു ലക്ഷ്യമാണ് ഓപ്പറേറ്റർക്കുള്ളത്. നിങ്ങളുടെ ബിസിനസ്സിലും ജീവിതത്തിലും സാഹചര്യങ്ങൾ സമാനമായിരിക്കും. നിങ്ങൾ ബാങ്കറുടെയോ അഭിഭാഷകന്റെയോ അക്കൗണ്ടന്റിയോ ബിസിനസ്സ് ഉപദേഷ്ടാവിന്റെയോ നിർദ്ദേശങ്ങൾ ആരായുമ്പോൾ, സാഹചര്യ ങ്ങളെ നേരിടുന്നതിനായുള്ള അവരുടെ ഉപദേശങ്ങൾ പെട്ടെന്നു തന്നെ പിന്തുടരാൻ തയ്യാറായിരിക്കണം. അന്ധമായി ഉപദേശങ്ങൾ പിൻപറ്റണമെന്ന് ഇത് അർത്ഥമാക്കുന്നില്ല.

മാർഗ്ഗനിർദ്ദേശങ്ങൾ നിങ്ങൾക്ക് യുക്തിപരമായി തോന്നുകയും അത് നിങ്ങളുടെ പ്രശ്നപരിഹാരത്തിന് സഹായിക്കുകയും ചെയ്യുമെങ്കിൽ, ഉപദേശങ്ങൾ പ്രാവർത്തികമാക്കാനുള്ള നടപടികൾ ഉടൻ ആരംഭിക്കുക എന്നതാണ് ഉദ്ദേശ്യം.

വിജയത്തിന്റെ മുഴുവൻ വിലയും മുൻകൂട്ടി നൽകാൻ

തയ്യാറാകുക. പെട്ടെന്ന് സമ്പന്നരാകാനോ വെറുതെ എന്തെങ്കിലും നേടാനോ ഉള്ള സ്വാഭാവിക ത്വരയെ ചെറുക്കുക. അന്തിമ വിശകലനത്തിൽ, ലക്ഷ്യപ്രാപ്തിയ്ക്കുള്ള ഒരേ ഒരു വഴി വിലപ്പെട്ട സംഭാവനകളെന്തെങ്കിലും നൽകുക എന്നതാണ്. ഏതെങ്കിലും തരത്തിലുള്ള മൂല്യം കൂട്ടിച്ചേർക്കൽ ആണത്. പ്രവർത്തിയ്ക്കാതെ പ്രതിഫലം നേടുവാനോ, കഠിനാദ്ധ്വാനത്താൽ അർഹതപ്പെടാത്ത എന്തെങ്കിലും ലഭിയ്ക്കുവാനോ ഒരിക്കലും ശ്രമിയ്ക്കാതിരിക്കുക.

അധ്യായം 11

നിങ്ങളുടെ ഭയങ്ങളെ നിയന്ത്രിയ്ക്കുക

ഭയത്തോടുള്ള പ്രതിരോധമാണ് ധൈര്യം.
ഭീതിയുടെ അഭാവമല്ല, ആധിപത്യപ്പെടുത്തലാണത്.

– മാർക്ക് ട്വയിൻ

ഒരുപക്ഷെ ജീവിതത്തിൽ നിങ്ങൾ നേരിടാൻ പോകുന്ന ഏറ്റവും വലിയ വെല്ലുവിളി, ഭയത്തെ കീഴ്പ്പെടുത്തുക എന്നതും ധീരത വർദ്ധിപ്പിക്കുക എന്നതുമാണ്. ഭയം തന്നെയാണ് ഇപ്പോഴും എപ്പോഴും മനുഷ്യരാശിയുടെ ഏറ്റവും വലിയ ശത്രു ആയിരുന്നത്.

"നമ്മൾ ഭയക്കേണ്ടുന്ന ഒരേ ഒരു കാര്യം ഭയം തന്നെയാണെന്ന്" ഫ്രാങ്ക്ലിൻ ഡി റൂസ്‌വെൽറ്റ് പറഞ്ഞപ്പോൾ, അദ്ദേഹം ഉദ്ദേശിച്ചത് നമ്മൾ എന്തിനെയാണ് ഭയക്കുന്നതെന്ന യാഥാർത്ഥ്യത്തെക്കാൾ, ഭയമെന്ന വികാരമാണ് നമ്മുടെ ആകുലതയ്ക്കും മനഃക്ലേശത്തിനും അസന്തുഷ്ടിയ്ക്കും കാരണമാകുന്നത് എന്നാണ്. ഭയവും ഇളക്കാനാവാത്ത ആത്മവിശ്വാസവും ഒരു ശീലമായി വളർത്തുമ്പോൾ, സാധ്യതകളുടെ ഒരു പുതിയ ലോകം തന്നെ നിങ്ങൾക്കു മുന്നിൽ തുറക്കുകയാണ്. ഈ പ്രപഞ്ചത്തിൽ തന്നെ ഒന്നിനെയും ഭയക്കുന്നില്ലെങ്കിൽ, നിങ്ങൾ എന്ത് ആയിത്തീരുന്നതിനെക്കുറിച്ചോ അല്ലെങ്കിൽ ചെയ്യുന്നതിനെക്കുറിച്ചോ ആണ് സ്വപ്നം കാണാൻ ആഗ്രഹിച്ചേക്കുക?

ധീരത ഒരു ശീലമാക്കി വളർത്തുക

ഭാഗ്യവശാൽ, മറ്റേതൊരു ശീലവും ആവർത്തനത്തിലൂടെ പഠിച്ചെടുക്കുന്നത് പോലെ ധൈര്യവും ശീലമാക്കി വളർത്താൻ കഴിയുന്നതാണ്. ജീവിതത്തിലെ അനിവാര്യമായ ഉയർച്ച താഴ്ചകളെ ഭയമില്ലാതെ നേരിടാൻ നമ്മെ പ്രാപ്തമാക്കുന്ന തരം ധൈര്യം ഉണ്ടാക്കിയെടുക്കാൻ ഭയത്തെ സ്ഥിരമായി നേരിടുകയും തരണം ചെയ്യുകയും വേണ്ടതാണ്. ഭയത്തെ തരണം ചെയ്യുവാനും ധൈര്യം വികസിപ്പിച്ചെടുക്കുന്നതിനും വേണ്ട പ്രാഥമികമായ ആവശ്യം, ഭയപ്പെട്ടിരിക്കുന്നതിലേയ്ക്ക് നമ്മളെ സ്വാധീനിക്കുന്ന ഘടകങ്ങളെ പരിശോധിയ്ക്കുക എന്നതാണ്.

മിക്ക ഭയങ്ങളുടെയും പ്രധാന ഉറവിടം, *വിനാശകരമായ വിമർശനം* ഉൾച്ചേർന്ന കുട്ടിക്കാലത്തെ വാർത്തെടുക്കലുകളാണ്. ഇത് രണ്ടു തരം ഭയങ്ങൾ വളരാൻ കാരണമാകുന്നു. “എനിയ്ക്ക് കഴിയില്ല, ഒരിക്കലും കഴിയില്ല” എന്ന് ചിന്തിപ്പിക്കുന്ന പരാജയ ഭീതിയും “എനിയ്ക്ക് ചെയ്യേ പറ്റൂ, ചെയ്യേ പറ്റൂ, ചെയ്യേ പറ്റൂ” എന്ന് ചിന്തിപ്പിക്കുന്ന തിരസ്കാരഭീതിയുമാണവ.

നമ്മൾ ഭയങ്ങളുടെ അധീനതയിൽ ആയിരിക്കുമ്പോൾ പണവും സമയവും ഒരു ബന്ധത്തിലെ വൈകാരിക നിക്ഷേപവും നഷ്ടപ്പെടാനുള്ള സാധ്യത അധികരിച്ചവരായി നമ്മൾ മാറുന്നു. ചിലപ്പോഴൊക്കെ മറ്റുള്ളവർ അംഗീകരിച്ചേക്കില്ല എന്ന ചിന്തയിൽ എന്തു ചെയ്യാനും ഭയക്കുന്ന അവസ്ഥയിൽ വരെ എത്തുന്ന രീതിയിൽ മറ്റുള്ളവരുടെ അഭിപ്രായങ്ങളോടും സാധ്യമായ വിമർശനങ്ങളോടും നമ്മൾ അതിമൃദുലരായി മാറുന്നു.

ലക്ഷ്യങ്ങളുടെയും സ്വപ്നങ്ങളുടെയും മാർഗ്ഗത്തിൽ ക്രിയാത്മകമായി പ്രവർത്തിക്കുന്നതിൽ നിന്ന് നമ്മളെ വഴി മാറ്റി, ഭയങ്ങൾക്ക് നമ്മെ മരവിപ്പിയ്ക്കാൻ കഴിയും. ഭയത്തിന്റെ പിടിയിലായിരിക്കുമ്പോൾ നമ്മൾ മടിച്ചു നിൽക്കുകയും കാര്യങ്ങൾ നീട്ടി വെയ്ക്കുകയും ചെയ്യുന്നു. മനസ്സുറപ്പില്ലാത്തവരായി മാറുന്നു. എല്ലാം മറ്റൊരു സമയത്തേക്ക് മാറ്റി വെയ്ക്കുന്നു. നമ്മൾ ഒഴിവു കഴിവുകൾ പറയുകയും പിടിച്ചു നിൽക്കാൻ ന്യായങ്ങൾ നിരത്തുകയും ചെയ്യുന്നു. നിരാശരാകുകയും “എനിക്ക് ചെയ്യണം, പക്ഷേ എനിയ്ക്ക് സാധിയ്ക്കില്ല” എന്നും “എനിയ്ക്ക് സാധിയ്ക്കില്ല, പക്ഷേ ചെയ്യണം” എന്നുമുള്ള ദ്വന്ദ ബന്ധനങ്ങളിൽ അകപ്പെടുന്നു.

കൂടുതൽ അറിയുംതോറും കുറച്ചു മാത്രം ഭയപ്പെടുന്നു

ഭയം സംഭവിയ്ക്കുന്നത് *അജ്ഞത* കൊണ്ടു കൂടിയാണ്. പരിമിതമായ അറിവുകൾ മാത്രമുള്ളപ്പോൾ ഭയങ്ങളായിരിക്കും നമ്മളെ ഭരിക്കുന്നത്. നാം നമ്മുടെ പ്രവർത്തനഫലങ്ങളെക്കുറിച്ച് പിരിമുറുക്കമുള്ളവരും അരക്ഷിതരുമാകുന്നു. അറിവില്ലായ്മ മാറ്റങ്ങളെയും, ഗ്രാഹ്യമില്ലാത്ത കാര്യങ്ങളെയും ഭയക്കാനും പുതിയതും വ്യത്യസ്തവുമായ എന്തിനെയും അവഗണിയ്ക്കുവാനും കാരണമാകുന്നു.

അപ്പോൾ അതിന്റെ വിപരീതവും ശരിയായി വരുന്നു. ഒരു പ്രത്യേക വിഷയത്തെക്കുറിച്ചുള്ള ധാരാളവും മെച്ചപ്പെട്ടതുമായ അറിവിന്റെ സമ്പാദനം, ആ മേഖലയിലുള്ള നമ്മുടെ ധൈര്യവും ആത്മവിശ്വാസവും വർദ്ധിപ്പിക്കുന്നു. ചെയ്യുന്നത് എന്താണെന്ന് അറിയാമെന്നുള്ള സഹചര്യത്തിൽ ഭയമുണ്ടാവുകയേയില്ല എന്നകാര്യം നിങ്ങൾക്കറിയാം. എന്തു സംഭവിച്ചാലും, കാര്യക്ഷമതയും പൂർണ്ണ യോഗ്യതയും ഉള്ളവരായി നിങ്ങൾക്ക് സ്വയം അനുഭവപ്പെടുന്നു.

ഭയത്തിനു കാരണമാകുന്ന മറ്റു രണ്ടു ഘടകങ്ങൾ *അസുഖാവസ്ഥയും തളർച്ചയുമാണ്*. നിങ്ങൾ ആരോഗ്യത്തോടെയോ മുഴുവൻ ഊർജ്ജത്തോടെയോ ആയിരിക്കുന്നതിനേക്കാൾ അസുഖാവസ്ഥയാൽ തളർന്നിരിക്കുമ്പോഴോ അല്ലെങ്കിൽ മോശം ശാരീരികാവസ്ഥയിൽ ആയിരിക്കുമ്പോഴോ ആണ് ഭയത്താലും സംശയത്താലും കൂടുതൽ സ്വാധീനിയ്ക്കപ്പെടുന്നത്.

നിങ്ങളുടെ ഭയത്തെ വിശകലനം ചെയ്യുക

നിങ്ങളെ അധീരരാക്കുന്ന പ്രധാന ഘടകങ്ങളെ തിരിച്ചറിഞ്ഞു കഴിഞ്ഞാൽ അടുത്ത ഘട്ടം നിങ്ങളുടെ വ്യക്തിപരമായ ഭയങ്ങളെ വസ്തുനിഷ്ഠമായി നിർവ്വചിയ്ക്കുകയും വിശകലനം നടത്തുകയും ചെയ്യുക എന്നതാണ്. ഒരു പേപ്പറിന്റെ വൃത്തിയുള്ള പ്രതലത്തിൽ ഏറ്റവും മുകളിലായി എഴുതുക "ഞാൻ എന്തിനെയാണ് ഭയക്കുന്നത്?" ബുദ്ധിമാന്മാരായ എല്ലാ മനുഷ്യരും എന്തിനെയെങ്കിലും ഒക്കെ ഭയക്കുന്നവരാണ്. നിങ്ങളുടെയും നിങ്ങൾ ഇഷ്ടപ്പെടുന്ന ആളുകളുടെയും ശാരീരികവും വൈകാരികവും സാമ്പത്തികവുമായ സുരക്ഷിതത്വത്തെ സംബന്ധിച്ച് ആശങ്കയുള്ളവരാകുക എന്നത് സാധാരണവും സ്വാഭാവികവുമാണ്. ധൈര്യശാലിയായ വ്യക്തി ഒരിക്കലും ഭയമില്ലാത്ത ആൾ ആയിരിക്കുകയില്ല. മാർക്ക് റ്റ്വെയിൻ പറഞ്ഞു

പോലെ "ഭയത്തോടുള്ള പ്രതിരോധമാണ് ധൈര്യം. ഭീതിയുടെ അഭാവമല്ല, അതിനെ ആധിപതിപത്യപ്പെടുത്തലാണ്."

പ്രശ്നം നിങ്ങൾ ഭയപ്പെടുന്നുണ്ടോ എന്നതല്ല. നമ്മളെല്ലാവരും തന്നെ ഭയമുള്ളവരാണ്. ചോദ്യം ഇതു മാത്രമാണ്, എങ്ങനെയാണ് നിങ്ങൾ ഭയത്തെ നേരിടുന്നത്? ഭയമുണ്ടെങ്കിലും മുന്നോട്ട് പോകുന്ന മനുഷ്യനാണ് ധൈര്യശാലി. നിങ്ങൾ ഭയങ്ങളെ നേരിടുകയും അവയുടെ കാരണങ്ങളുടെയും ഉറവിടങ്ങളുടെയും നേർക്ക് സഞ്ചരിക്കുകയും ചെയ്താൽ, നിങ്ങളുടെ പേടികൾ ചെറുതാക്കപ്പെടുകയും ആത്മാഭിമാനവും ആത്മവിശ്വാസവും വർദ്ധിക്കുകയും ചെയ്യുന്നു. എമേഴ്സൺ എഴുതിയതു പോലെ, "നിങ്ങൾ ഭയപ്പെടുന്ന കാര്യം ചെയ്യുക, ഭയത്തിന്റെ അന്ത്യം തീർച്ചയാണ്."

നേരെ തിരിച്ചും സത്യമാണ്. നിങ്ങൾ പേടിക്കുന്ന കാര്യത്തെ അവഗണിച്ചു തുടങ്ങിയാൽ, ജീവിതത്തെ നിയന്ത്രിക്കാൻ തുടങ്ങുന്ന വിധത്തിൽ ഭയങ്ങൾ വളരുന്നു. ഭയം വളരുന്തോറും നിങ്ങളുടെ ആത്മാഭിമാനവും ആത്മവിശ്വാസവും സ്വന്തമായി ഉണ്ടാകേണ്ടുന്ന ആദരവും അതിനനുസരിച്ച് കുറഞ്ഞു വരുന്നു.

ഒരു പട്ടിക തയ്യാറാക്കുക

സമ്മർദ്ദത്തിനും ഉത്കണ്ഠയ്ക്കും കാരണമാകുന്ന ചെറുതും വലുതുമായ നിങ്ങളുടെ എല്ലാ ഭയങ്ങളും എഴുതി വെച്ചുകൊണ്ട് തുടങ്ങുക. നിങ്ങൾ സന്തുഷ്ടരല്ലാത്ത ഒരു ജോലിയിലോ ബന്ധത്തിലോ നിങ്ങളെ പിടിച്ചു നിർത്തുന്ന, അല്ലെങ്കിൽ തുടരാൻ നിർബന്ധിക്കുന്ന ജോലിയിലെയോ വ്യക്തിജീവിതത്തിലെയോ ഭാഗത്തെക്കുറിച്ച് ചിന്തിക്കുക. പരാജയ ഭീതിയും തിരസ്കാര ഭീതിയുമാണ് തീർച്ചയായും ഏറ്റവും സാധാരണമായ ഭയങ്ങൾ.

പരാജയഭീതിയാൽ നയിക്കപ്പെടുന്ന ചില മനുഷ്യർ, അവരുടെ തെറ്റുകളെ ന്യായീകരിക്കുന്നതിനോ മറച്ചു വെയ്ക്കുന്നതിനോ ആയി വളരെ വലിയ അളവിലുള്ള ഊർജ്ജം ചിലവഴിക്കുന്നു. തിരസ്കാര ഭയത്തിന്റെ ഭാരം ചുമക്കുന്ന മറ്റു ചിലർ, സ്വതന്ത്രമായി എന്തെങ്കിലും ചെയ്യാൻ തീരെ കഴിവില്ലാത്ത വിധം ആളുകൾക്ക് മുന്നിൽ അവരുടെ പ്രതിച്ഛായ എങ്ങനെയാണെന്ന് ആലോചിച്ചു കോണ്ടേയിരിക്കുന്നു. മറ്റാരെങ്കിലും അംഗീകരിക്കുമെന്ന് തീർത്തും ഉറപ്പാകുന്നത് വരെ അത്തരക്കാർക്ക് ഒരു തീരുമാനങ്ങളും എടുക്കാൻ കഴിയുകയില്ല.

ചിന്തകളെയും പെരുമാറ്റ രീതികളെയും ബാധിക്കുന്നുവെന്ന്

നിങ്ങൾ കരുതുന്ന ഭയങ്ങളുടെ ഒരു പട്ടിക ഉണ്ടാക്കിയതിനു ശേഷം അവയെ പ്രാധാന്യമനുസരിച്ച് ക്രമീകരിക്കുക.

നിങ്ങളുടെ സ്വഭാവത്തിൽ ഏറ്റവും വലിയ സ്വാധീനം ചെലുത്തുന്ന ഭയം ഏതാണെന്നാണ് നിങ്ങൾ കരുതുന്നത്? മറ്റേതിനേക്കാളും നിങ്ങളെ തടഞ്ഞു നിർത്തുന്നത് ഏതാണ്? രണ്ടാമത്തെ ഭയം ഏതാണ്? ഏതാണ് നിങ്ങളുടെ മൂന്നാമത്തെ ഏറ്റവും വലിയ ഭയം?

ഭയങ്ങളെ വസ്തുനിഷ്ഠമായി പരിശോധിക്കുക

നിങ്ങളുടെ പ്രധാന ഭയങ്ങളുമായി ബന്ധപ്പെട്ട് ഈ മൂന്ന് ചോദ്യങ്ങൾക്ക് ഉത്തരമെഴുതുക :

1. ഈ ഭയം ജീവിതത്തിൽ എങ്ങനെയാണ് എന്നെ തടഞ്ഞു നിർത്തുന്നത്?
2. എങ്ങനെയാണ് ഇത് എന്നെ സഹായിക്കുന്നത്? (ഈ ഭയം കഴിഞ്ഞ കാലങ്ങളിൽ എങ്ങനെയാണ് എന്നെ സഹായിച്ചിട്ടുള്ളത്?)
3. ഈ ഭയത്തെ ഇല്ലാതാക്കാൻ ഞാൻ എന്താണ് പകരം നൽകേണ്ടി വരുന്നത്?

കുറച്ചു വർഷങ്ങൾക്കു മുൻപ്, ഞാൻ ഈ വ്യായാമം ചെയ്തു നോക്കിയപ്പോഴാണ് എന്റെ ഏറ്റവും വലിയ *ഭയം ദാരിദ്ര്യത്തോടുള്ള* ഭീതിയാണെന്ന് ഞാൻ അനുമാനിച്ചത്. ആവശ്യത്തിന് പണമില്ലാതെ ഇരിക്കുന്നതിനെയും, പൈസയില്ലാതെ തകർന്നു പോകുന്നതിനെയും ഒരു പക്ഷേ നിരാലംബനാകുന്നതിനെപ്പറ്റി പോലും ഞാൻ ആശങ്കപ്പെട്ടിരുന്നു. എന്റെ ഈ ഭയം ശൈശവത്തിന്റെ പ്രാരംഭദിശയിൽ ഉടലെടുത്തതാണെന്ന് എനിയ്ക്കറിയാം. വിഷാദത്തിലൂടെ വളർന്നുവന്ന എന്റെ രക്ഷിതാക്കൾ സ്ഥിരമായി പണത്തെക്കുറിച്ച് ആധി പിടിച്ചിരുന്നു. എന്റെ ഇരുപതുകളിൽ പലതവണ ഞാൻ സാമ്പത്തികമായി തകർന്നപ്പോൾ, ഈ ഭയം ശക്തിപ്പെട്ടിരുന്നു. ഈ ഭയത്തിന്റെ ഉത്ഭവത്തെക്കുറിച്ച്, വസ്തുനിഷ്ഠമായി വിലയിരുത്താൻ എനിക്ക് സാധിച്ചിരുന്നെങ്കിലും, അതിന് എന്റെ മേൽ ശക്തമായ പിടിയുണ്ടായിരുന്നു. എന്റെ ആവശ്യങ്ങൾക്ക് മതിയായ പണം കൈവശം ഉണ്ടായിരുന്നെങ്കിൽ പോലും, ഈ ഭീതി എപ്പോഴും കൂടെ ഉണ്ടായിരുന്നു.

പ്രധാന ചോദ്യങ്ങൾ ചോദിയ്ക്കുക

"ഈ ഭയം ജീവിതത്തിൽ എന്നെ എങ്ങനെ തടഞ്ഞു വെയ്ക്കുന്നു" എന്ന ഒന്നാമത്തെ ചോദ്യത്തിനുള്ള ഉത്തരം "പണം കൊണ്ട് സാഹസങ്ങൾ ചെയ്യുന്ന കാര്യത്തിൽ അതെന്നെ ഉത്കണ്ഠാകുലനാക്കുന്നു" എന്നതാണ്. തൊഴിലിനെ സംബന്ധിച്ച് സുരക്ഷിതമായ കളികൾ മാത്രം കളിയ്ക്കാൻ അതെന്നെ പ്രേരിപ്പിക്കുന്നു. അവസരങ്ങൾക്കു മേലെ സുരക്ഷിതത്വത്തെ തിരഞ്ഞെടുക്കാൻ അതെനിക്ക് കാരണമായി.

"ഈ ഭയം ജീവിതത്തിൽ എന്നെ എങ്ങനെ സഹായിക്കുന്നു" എന്ന രണ്ടാമത്തെ ചോദ്യത്തിന് ഉത്തരം ഇല്ലായ്മയെക്കുറിച്ചുള്ള ഭയത്തിൽ നിന്നു രക്ഷപെടാൻ മറ്റാരേക്കാളും കൂടുതൽ കാലവും കൂടുതൽ ശക്തമായും ഞാൻ പ്രവർത്തിച്ചു എന്നതാണ്. ഞാൻ കൂടുതൽ മുന്നോട്ടു പോവുകയും നിശ്ചയദാർഢ്യനായി തീരുകയും ചെയ്തു. പണമുണ്ടാക്കുന്നതിനും അത് നിക്ഷേപിയ്ക്കുന്നതിനുമായുള്ള വ്യത്യസ്തമായ വഴികളെക്കുറിച്ച് സ്വയം പഠിക്കുവാൻ ഞാൻ കുറേ അധിക സമയം നീക്കിവെച്ചു. ഇല്ലായ്മയെക്കുറിച്ചുള്ള ഭയം യഥാർത്ഥത്തിൽ എന്നെ സാമ്പത്തിക സ്വാതന്ത്ര്യത്തിലേക്ക് നയിക്കുകയായിരുന്നു.

ഈ ഭയത്തെ ഇല്ലാതാക്കാൻ ഞാൻ എന്താണ് പകരം നൽകേണ്ടി വരുന്നതെന്ന മൂന്നാമത്തെ ചോദ്യത്തിന് ഉത്തരം നൽകുമ്പോൾ, ഞാൻ കൂടുതൽ സാഹസങ്ങൾക്ക് മുതിർന്നേക്കുമെന്നും സാമ്പത്തിക ലക്ഷ്യങ്ങളെ ഞാൻ കൂടുതൽ ഉത്സാഹത്തോടെ പിന്തുടരുമെന്നും സ്വന്തമായി ബിസിനസ്സുകൾ തുടങ്ങിയേക്കുമെന്നും എനിയ്ക്ക് മനസ്സിലായി.

കൂടുതൽ ചിലവഴിയ്ക്കുന്നതിനെക്കുറിച്ചോ വളരെ കുറച്ചു മാത്രം ഉണ്ടാകുന്നതിനെക്കുറിച്ചോ അത്രമാത്രം പിരിമുറുക്കമോ ആശങ്കയോ എനിയ്ക്കുണ്ടായിരിക്കുകയില്ല. എല്ലാത്തിന്റെയും വില നിലവാരത്തെക്കുറിച്ച് ഞാൻ അത്രമാത്രം ഉത്കണ്ഠപ്പെടുകയില്ല.

ഈ തരത്തിൽ എന്റെ ഏറ്റവും വലിയ ഭയത്തെ വസ്തുനിഷ്ഠമായി വിലയിരുത്തുന്നതിലൂടെ, എനിയ്ക്കവയെ ഇല്ലായ്മ ചെയ്യുന്നതിനുള്ള നടപടികൾ തുടങ്ങാനും സാധിച്ചിരുന്നു. മോട്ടിവേഷണൽ സ്പീക്കറായ ടോണി റോബിൻസ് പറയുന്നതു പോലെ എനിക്ക് "ഭീതിയെ ശക്തിയാക്കി മാറ്റാൻ" കഴിഞ്ഞിരുന്നു. നിങ്ങൾക്കും അതിനു കഴിയും.

ധൈര്യത്തിന്റെ ഗുണം പരിശീലിയ്ക്കുക

നിങ്ങൾ വികസിപ്പിയ്ക്കുവാൻ ആഗ്രഹിക്കുന്ന ധൈര്യവും ആത്മവിശ്വാസവും ഉൾപ്പെടുന്ന ശീലങ്ങളുമായി പൊരുത്തപ്പെട്ടു നിൽക്കുന്ന പ്രവൃത്തികളിൽ ഏർപ്പെടുന്നതു വഴി ധൈര്യം ആർജ്ജിയ്ക്കുന്നതിനും ഭീതി നിർമ്മാർജ്ജനത്തിനും നിങ്ങൾക്കു തുടക്കം കുറിയ്ക്കാൻ സാധിക്കും. ആവർത്തിച്ചു പരിശീലിയ്ക്കുന്നതെന്തും കാലക്രമേണ ഒരു പുതിയ ശീലമായി മാറുന്നു.

ഭൗതിക വിജയത്തിനായുള്ള പ്രാഥമികവും ഒരുപക്ഷേ ഏറ്റവും പ്രധാനവുമായ തരത്തിലുള്ള ധീരത എന്നത്, ആരംഭിയ്ക്കാനും തുടങ്ങി വെയ്ക്കാനും ലക്ഷ്യത്തിന്റെ ദിശയിൽ വിശ്വാസത്തോടെ ചുവടുകൾ വെയ്ക്കാനുമുള്ള ധൈര്യമാണ്. വിജയിക്കുമെന്ന് യാതൊരു ഉറപ്പുമില്ലാതെ പുതിയതോ വ്യത്യസ്തമോ ആയ എന്തെങ്കിലും ശ്രമിയ്ക്കാനും നിങ്ങളുടെ സുഖപ്രദമായ മേഖലയ്ക്കു പുറത്തു കടക്കാനുമുള്ള ധൈര്യമാണത്.

ബാബ്സൺ കോളേജിൽ, പന്ത്രണ്ടു വർഷത്തോളം സംരംഭകത്വത്തിന്റെ പ്രൊഫെസ്സർ ആയിരുന്ന റോബർട്ട് റൊൺസ്റ്റാറ്റ് അദ്ദേഹത്തിന്റെ എം.ബി.എ വിദ്യാർത്ഥികളിൽ, ജീവിതത്തിൽ പിന്നീടുള്ള അവരുടെ വഴികൾ അറിയുന്നതിനായി ഒരു തുടർപഠനം നടത്തുകയുണ്ടായി. ആശ്ചര്യകരമെന്നോണം പത്തു ശതമാനത്തിൽ താഴെ മാത്രം ബിരുദധാരികളാണ് സ്വന്തമായി ബിസിനസ്സ് തുടങ്ങുകയും അതിൽ വിജയിക്കുകയും ചെയ്തിട്ടുള്ളത്. ബാക്കിയുള്ളവരെല്ലാം തന്നെ മറ്റു സ്ഥാപനങ്ങൾക്കു വേണ്ടി ജോലിയെടുക്കുന്നവരും ഒരു ദിവസം സ്വയം സംരംഭകരാകുന്നതിനെക്കുറിച്ച് സ്വപ്നം കാണുന്നവരുമായിരുന്നു. ഈ രണ്ടു ഗ്രൂപ്പുകളും തമ്മിലുള്ള വ്യത്യാസത്തെ എങ്ങനെയാണ് വിശദീകരിക്കാൻ കഴിയുക?

വിജയികളായ സംരംഭകരിൽ പൊതുവായി ഒരേ ഒരു ഗുണമാണ് അദ്ദേഹത്തിനു കാണാൻ കഴിഞ്ഞത് : കാത്തിരിയ്ക്കാതെ സ്വന്തമായി ബിസിനസ്സ് തുടങ്ങുവാനുള്ള അവരുടെ സന്നദ്ധത. റോൺസ്റ്റാറ്റ് ഇതിനെ, 'കോറിഡോർ തത്വമെന്നാണ്'' വിളിച്ചത്. കോറിഡോറിലൂടെ മുന്നോട്ടു പോകുന്നത് പോലെ ഈ വ്യക്തികൾ അവരുടെ പുതിയ ബിസിനസ്സിൽ മുന്നോട്ടു പോയിക്കൊണ്ടിരിക്കുമ്പോഴാണ് അവസരങ്ങളുടെ വാതിൽ അവർക്കു മുന്നിൽ തുറന്നതെന്നും, മുൻപോട്ടു പോയില്ലായിരുന്നു എങ്കിൽ, അവർ അതൊന്നും കാണുകയേ ഇല്ലായിരുന്നു എന്നും അദ്ദേഹം മനസ്സിലാക്കി.

അദ്ദേഹത്തിന്റെ സ്വയം സംരംഭകത്വ പരിശീലനത്തിൽ ബിരുദം നേടിയിട്ടും, പഠിച്ച വിഷയവുമായി ബന്ധപ്പെട്ട് ഒന്നും ചെയ്യാതെ ഇരിക്കുന്നവർ അപ്പോഴും, എന്തെങ്കിലും തുടങ്ങുവാനായി എല്ലാ സാഹചര്യങ്ങളും ഒത്തുവരാനുള്ള കാത്തിരിപ്പിലായിരുന്നു. വിജയിക്കുമെന്ന് എങ്ങനെയെങ്കിലും ഉറപ്പ് കിട്ടുന്നതുവരെ അനിശ്ചിതത്വത്തിന്റെ ഇടനാഴിയ്ക്കു താഴെ സ്വയം എന്തെങ്കിലും തുടങ്ങി വെയ്ക്കാൻ അവർ ഒരുക്കമായിരുന്നില്ല – അങ്ങനെയൊരു വിജയം ഒരിക്കലും സംഭവിച്ചതുമില്ല.

വെല്ലുവിളി സ്വീകരിക്കുന്നവരുടേതാണ് ഭാവി

സുരക്ഷിതത്വങ്ങൾക്കു പിറകെ പോകുന്നവരുടേതല്ല, വെല്ലുവിളികൾ സ്വീകരിക്കുന്നവരുടേതാണ് ഭാവി. ജീവിതത്തിന്റെ തലതിരിവ് എന്താണെന്നു വെച്ചാൽ നിങ്ങൾ കൂടുതലായി സുരക്ഷ തേടുമ്പോഴാണ്, നിങ്ങൾക്കത് ഏറ്റവും കുറവ് ഉണ്ടാകുന്നത്. എന്നാൽ നിങ്ങൾ കൂടുതൽ അവസരങ്ങൾക്കായി തിരച്ചിൽ തുടങ്ങിയാൽ, നിങ്ങൾ ആഗ്രഹിക്കുന്ന തരത്തിലുള്ള സുരക്ഷിതത്വം ലഭിയ്ക്കുവാനുള്ള സാധ്യത ഏറുകയാണ്.

എപ്പോഴൊക്കെ നിങ്ങൾക്ക് ഭയവും ആശങ്കയും അനുഭവപ്പെടുകയും, നിങ്ങളുടെ ധൈര്യം ബലപ്പെടുത്തണമെന്ന് തോന്നുകയും ചെയ്യുന്നുവോ അപ്പോഴൊക്കെ നിങ്ങളുടെ ശ്രദ്ധ ലക്ഷ്യങ്ങളിലേക്ക് തിരിക്കുക. യാഥാർത്ഥ്യങ്ങൾ എന്നതു പോലെ നിങ്ങളുടെ ലക്ഷ്യങ്ങളെ ഭാവനയിൽ കാണുക. ആഗ്രഹിക്കുന്ന തരം വ്യക്തിയായി നിങ്ങൾ മാറിക്കഴിഞ്ഞു എന്നും ജീവിയ്ക്കാൻ മോഹിക്കുന്ന രീതിയിലുള്ള ഒരു ജീവിതം നിങ്ങൾ ആസ്വദിച്ചുകൊണ്ടിരിക്കുകയാണെന്നും സങ്കല്പിയ്ക്കുക.

നിങ്ങളുടെ ബോധമനസ്സിന് ഒരു സമയം ഒരൊറ്റ ചിന്തയെ മാത്രമേ സൂക്ഷിക്കാൻ കഴിയുകയുള്ളൂ : അഭിലാഷങ്ങളുടേതായ ചിന്ത അല്ലെങ്കിൽ ഭീതിയെ സംബന്ധിച്ച ചിന്ത. നിങ്ങളുടെ ലക്ഷ്യങ്ങളെ കുറിച്ച് സ്ഥിരമായി ചിന്തിയ്ക്കാനും സംസാരിക്കുവാനും സ്വയം ശിക്ഷണം നൽകുമ്പോൾ നിങ്ങൾ ഭയങ്ങളെ ലഘൂകരിക്കുകയും ഇല്ലാതാക്കിക്കളയുകയുമാണ് ചെയ്യുന്നത്. ലക്ഷ്യങ്ങൾ എങ്ങനെ നേടിയെടുക്കാമെന്നതിൽ ശ്രദ്ധ കേന്ദ്രീകരിക്കുമ്പോൾ നിങ്ങളുടെ ആത്മവിശ്വാസവും ധൈര്യവും വർദ്ധിക്കുന്നു. വികാരങ്ങളുടെയും ഭാവിയുടെയും മേൽ പൂർണ്ണമായ നിയന്ത്രണം നിങ്ങൾക്ക് സാധ്യമാകുന്നു.

ഏകാഗ്രതയുടെ നിയമം പറയുന്നത്, "നിങ്ങൾ എന്തിനുമേൽ അടയിരിക്കുന്നുവോ, ജീവിതത്തിൽ അതു വർദ്ധിക്കുകയും വളരുകയും ചെയ്യുമെന്നാണ്." എത്രമാത്രം ലക്ഷ്യങ്ങളുടെ മേൽ നിങ്ങൾ ഇരിക്കുന്നുവോ അത്രമാത്രം നിങ്ങൾ അവ നേടിയെടുക്കുന്നു.

ധൈര്യത്തിന്റെ വികാസം

ഭയത്തിന്റെ ആധിപത്യവും ധൈര്യത്തിന്റെ വികാസവും സന്തുഷ്ടവും വിജയകരവുമായ ഒരു ജീവിതത്തിന്റെ അടിസ്ഥാന ഉപാധികളാണ്.

ധൈര്യത്തെ ഒരു ശീലമാക്കി വളർത്തിയെടുക്കുന്നതിൽ നിങ്ങൾ സ്വയം സമർപ്പിയ്ക്കുമ്പോൾ, ഭയങ്ങൾക്ക് നിങ്ങളുടെ മേൽ യാതൊരു നിയന്ത്രണവുമില്ലാത്ത ഒരു അവസ്ഥയിൽ നിങ്ങൾ സ്വാഭാവികമായി എത്തിച്ചേരുന്നു. നിങ്ങളുടെ തീരുമാനങ്ങളിൽ അവയ്ക്കൊരിക്കലും ഒരു പ്രധാന പങ്കു വഹിയ്ക്കുവാൻ കഴിയുകയില്ല.

വലിയതും വെല്ലുവിളി നിറഞ്ഞതും ആവേശകരവുമായ കാര്യങ്ങൾ നിങ്ങൾ ലക്ഷ്യം വെയ്ക്കുകയും നേടിയെടുക്കാൻ സാധിയ്ക്കുമെന്ന് അറിയുമ്പോൾ ഉണ്ടാകുന്ന ആത്മവിശ്വാസം നിങ്ങൾക്കുണ്ടാകുകയും ചെയ്യും. ഏതൊരു സാഹചര്യത്തെയും ശാന്തതയോടെയും ഉറപ്പോടു കൂടിയും നേരിടാൻ നിങ്ങൾക്കു സാധിക്കും. നിങ്ങളെ തടുക്കാൻ ആർക്കും കഴിയില്ല.

അധ്യായം 12

വിജയിക്കുന്നതുവരെ തുടരുക

ഏറ്റവും മികച്ചവരിൽ ഒരാളാകുവാൻ തീരുമാനമെടുക്കുക.
നിങ്ങൾ തിരഞ്ഞെടുത്ത മേഖല എന്തായാലും അതിൽ
മികച്ചവരിൽ ഒരാൾ ആകുവാൻ കഴിഞ്ഞാൽ, മതിയായ പണം
ഏറെക്കുറെ സ്വാഭാവികമായി നിങ്ങളെ പിന്തുടരും.

– ഡോൺ ജി മിച്ചൽ

വിജയത്തിന്റെ ഏറ്റവും പ്രധാനപ്പെട്ട ഏകഗുണം ആത്മശിക്ഷണമാണ്. ആത്മശിക്ഷണമെന്നാൽ നിങ്ങളുടെ വ്യക്തിത്വത്തിന്റെ ബലവും ഇച്ഛാശക്തിയുമനുസരിച്ച് നിങ്ങൾ ചെയ്യേണ്ടുന്ന കാര്യങ്ങൾ ചെയ്യേണ്ടുന്ന സമയത്ത് നിങ്ങൾക്ക് ഇഷ്ടപ്പെട്ടാലും ഇല്ലെങ്കിലും ചെയ്തു തീർക്കാനുള്ള കഴിവാണ്.

ഒരു ദൃഢനിശ്ചയത്തെ, അത് രൂപപ്പെട്ട സമയത്തെ ആവേശം തീർന്നു കഴിഞ്ഞാലും പിന്തുടരുവാനുള്ള കഴിവാണ് വ്യക്തിത്വം. നിങ്ങൾ എന്ത് സ്വായത്തമാക്കുന്നു എന്നതല്ല, മറിച്ച് ലക്ഷ്യം നേടിയെടുക്കുന്നതുവരെ, അതിനുള്ള വിലയായി പിന്നെയും പിന്നെയും സ്വയം സമർപ്പിയ്ക്കാനും ആത്മശിക്ഷണം നടത്താനും നിങ്ങൾക്ക് സാധിക്കുമോ ഇല്ലയോ എന്നതാണ് കാര്യം. നിങ്ങളുടെ യാത്രയുടെ ഓരോ ഘട്ടത്തിലും ആത്മശിക്ഷണം ആവശ്യമാണ്.

ലക്ഷ്യങ്ങൾക്ക് പ്രഥമ പരിഗണന കൊടുക്കാൻ നിങ്ങൾക്ക് ആത്മശിക്ഷണം ആവശ്യമാണ്. ആവിഷ്കരിക്കുവാനായുള്ള പദ്ധതികളുടെ തയ്യാറെടുപ്പിനും ആത്മശിക്ഷണം ആവശ്യമാണ്. പുതിയ

അറിവുകൾക്കനുസരിച്ച്, തുടർച്ചയായി നവീകരിക്കാനും പരിഷ്കരിയ്ക്കാനും ആത്മശിക്ഷണം ആവശ്യമാണ്. ഓരോ ദിവസത്തെ ആസൂത്രണം ചെയ്യാനും നിങ്ങളുടെ സമയത്തിനനുസരിച്ച് മുൻഗണനാ ക്രമമുണ്ടാക്കുവാനും ഏതു സമയത്തും നിങ്ങൾ ചെയ്യേണ്ടുന്ന പ്രധാന ചുമതലകൾക്ക് ശ്രദ്ധ കൊടുക്കാനും നിങ്ങൾക്ക് ആത്മശിക്ഷണം ആവശ്യമാണ്.

നിങ്ങൾക്ക് സാധ്യമായ ലക്ഷ്യങ്ങൾ നേടിയെടുക്കാനായി ആവശ്യമുള്ള കാര്യങ്ങൾ പഠിയ്ക്കുവാനും വ്യക്തിപരവും ഔദ്യോഗികപരവുമായ കാര്യങ്ങളിൽ വികസിയ്ക്കുവാനുമായി ദിവസവും നടത്തേണ്ടുന്ന സ്വയം നിക്ഷേപങ്ങൾക്ക് ആത്മശിക്ഷണം വേണ്ടതുണ്ട്. ജോലി ചെയ്യുന്ന കാലത്തുടനീളം സാമ്പത്തിക സ്വാതന്ത്ര്യം നേടാനായി, ഉള്ളതു മതി എന്നു കരുതാതെ, പണം സമ്പാദിയ്ക്കാനും നിക്ഷേപിയ്ക്കാനും നിങ്ങൾക്ക് ആത്മശിക്ഷണം അത്യാവശ്യമാണ്.

ചിന്തകളെ ലക്ഷ്യങ്ങളിലും സ്വപ്നങ്ങളിലും ബന്ധിപ്പിച്ചു നിർത്താനും അവയെ സംശയങ്ങളിൽ നിന്നും ഭയങ്ങളിൽ നിന്നും അകറ്റി നിർത്താനും ആത്മശിക്ഷണം ആവശ്യമാണ്. തിരിച്ചടികളുടെയും പ്രശ്നങ്ങളുടെയും നേർക്ക് കോപിയ്ക്കുവാനോ വിഷാദപ്പെടാനോ പോകാതെ, ഗുണപരമായും ക്രിയാത്മകമായും പ്രതികരിക്കാൻ ആത്മശിക്ഷണം സഹായിക്കുന്നു.

പ്രവൃത്തിയിലെ ആത്മശിക്ഷണമാണ് സ്ഥിരോത്സാഹം

ഒരു പക്ഷേ ആത്മശിക്ഷണത്തിന്റെ ഏറ്റവും വലിയ അടയാളം, കാര്യങ്ങൾ കഠിനമായിക്കൊണ്ടിരിക്കുമ്പോഴും സ്ഥിരോത്സാഹം പ്രകടിപ്പിയ്ക്കുക എന്നതാണ്. സ്ഥിരോത്സാഹമാണ് വ്യക്തിഗതമായ മനുഷ്യ സ്വഭാവത്തിന്റെ വലിയൊരു അളവുകോൽ. സത്യത്തിൽ, നിങ്ങൾക്ക് നിങ്ങളിലുള്ള വിശ്വാസത്തിന്റെയും വിജയിക്കുവാനുള്ള നിങ്ങളുടെ കഴിവിന്റെയും അളവാണ് സ്ഥിരോത്സാഹം എന്നു പറയാം.

പ്രതികൂലാവസ്ഥയിലും നിരാശകളിലും ഓരോ തവണയും ഉറച്ച നിലപാടുകൾ എടുക്കുമ്പോൾ നിങ്ങൾ സ്ഥിരോത്സാഹശീലത്തെ ഉണ്ടാക്കിയെടുക്കുന്നു. സ്വഭാവത്തിലും വ്യക്തിത്വത്തിലും നിങ്ങൾ അഭിമാനവും ശക്തിയും മതിപ്പും വളർത്തിയെടുക്കുന്നു. കൂടുതൽ ശക്തരും ദൃഢനിശ്ചയമുള്ളവരുമായി നിങ്ങൾ മാറുന്നു. സ്ഥിരോത്സാഹത്തിലൂടെ നിങ്ങൾ കൂടുതൽ ആത്മശിക്ഷണമുള്ള

വരായി മാറുന്നു. നിങ്ങളെ മുന്നോട്ടു നയിക്കുന്ന, ഏത് പ്രതിബന്ധ ങ്ങളെയും കവച്ചു വെക്കാൻ സഹായിക്കുന്നതായ ഗുണത്തെ, കോട്ടം തട്ടാത്ത വിജയത്തിന്റെ ഗുണത്തെ നിങ്ങൾ അകത്ത് സ്വാംശീ കരിക്കുന്നു.

ചരിത്രത്തിലുടനീളം കാണുന്ന, സ്ത്രീ-പുരുഷ നേട്ടങ്ങളുടെ ഇതിഹാസങ്ങൾ സ്ഥിരോത്സാഹത്തിൻറെ വിജയ കഥകളാണ്. മഹത്തുക്കളായ എല്ലാ സ്ത്രീ-പുരുഷന്മാർക്കും വിജയത്തിന്റെയും നേട്ടങ്ങളുടെയും ഉന്നതിയിൽ എത്തുന്നതിനു മുൻപ് കഠിനമായ പരീക്ഷണങ്ങളും ക്ലേശങ്ങളും സഹിക്കേണ്ടി വന്നിട്ടുണ്ട്. അചഞ്ച ലമായ തീരുമാനങ്ങളിൽ സ്പഷ്ടമായിരുന്ന വ്യക്തിത്വത്തിന്റെ ശക്തിയാണ് അവരെ മഹത്തുക്കളാക്കിയത്.

സ്ഥിരതയാണ് വിജയത്തിന്റെ മുഖമുദ്ര

വിജയികളായ വ്യവസായികളും സ്വയം സംരംഭകരും കീഴടക്കാൻ സാധിക്കാത്ത ഇച്ഛാശക്തിയും അചഞ്ചലമായ സ്ഥിരോത്സാഹവും ഉള്ളവരായി കാണപ്പെടുന്നു. ഏതു മേഖലയിലും വലിയ രീതിയിൽ വിജയിക്കുന്ന എല്ലാവർക്കും തന്നെ, അവർ വിജയിക്കുന്നിടം വരെ, പലപ്പോഴും വർഷങ്ങളോളം, ഭയനാകമായ പ്രതികൂല സാഹചര്യ ങ്ങളെ തരണം ചെയ്യേണ്ടതായി വരുന്നു.

1890-ൽ അമേരിക്ക ഭയാനകമായ സാമ്പത്തിക മാന്ദ്യത്തിന്റെ പിടിയിൽ അകപ്പെട്ടിരുന്നു. രാജ്യത്തുടനീളം വ്യവസായങ്ങൾ പരാജയപ്പെടുകയും ആയിരക്കണക്കിന് ആളുകളെ പിരിച്ചു വിടുകയും ചെയ്തു. മിഡ് വെസ്റ്റിൽ താമസിച്ചിരുന്ന ഒരു വ്യവസായിയ്ക്ക് സാമ്പത്തിക മാന്ദ്യത്തിനിടയിൽ അയാളുടെ ഹോട്ടൽ നഷ്ടപ്പെട്ടു. തന്റെ കൈയ്യിൽ പണം വളരെ കുറവ് മാത്രമാണ് ഉള്ളതെന്നും എന്നാൽ, സമയമാകട്ടെ ധാരാളമുണ്ടെന്നും അദ്ദേഹം തിരിച്ചറിഞ്ഞു. രാജ്യം നേരിടുന്ന ബുദ്ധിമുട്ടുകൾക്കിടയിലും സ്ഥിരോത്സാഹത്തോടെ മുന്നോട്ടു പോകാനും മറ്റുള്ളവരെ പ്രചോദിപ്പിയ്ക്കാനും ഒരു പുസ്തകമെഴു താൻ അദ്ദേഹം തീരുമാനിച്ചു.

ഒറിസൺ സ്വെറ്റ് മാർഡാൻ എന്നായിരുന്നു അദ്ദേഹത്തിന്റെ പേര്. ഒരു കുതിരക്കടയുടെ മുകളിൽ മുറിയെടുത്ത് "*പുഷിങ് ടു ദി ഫ്രണ്ട്*" എന്ന് പേരു നൽകിയ ഒരു പുസ്തകം രാത്രിയും പകലും അദ്ധ്വാനിച്ച് സ്വന്തം കൈപ്പടയിൽ അദ്ദേഹം എഴുതാൻ തുടങ്ങി. ഈ പുസ്തകം സ്ഥിരോത്സാഹത്തോടെ പിന്നെയും മുന്നോട്ടു പോയി

വിജയം വരിച്ച എണ്ണമറ്റ സ്ത്രീ-പുരുഷന്മാരുടെ കഥകൾ പറയുന്ന തായിരുന്നു.

അവസാനം പുസ്തകം പൂർത്തിയായി. അവസാന പേജ് പൂർത്തിയാക്കി കഴിഞ്ഞപ്പോൾ വിശപ്പും ക്ഷീണവും കാരണം അദ്ദേഹം താഴെ തെരുവിൽ, ഒരു ചെറിയ ഹോട്ടലിൽ അത്താഴം കഴിയ്ക്കുവാൻ പോയി. ഭക്ഷണം കഴിച്ചുകൊണ്ടിരിയ്ക്കേ കുതിരക്കടയ്ക്ക് തീ പിടിച്ചു. അദ്ദേഹം തിരിച്ചെത്തിയപ്പോഴേയ്ക്ക് 5500 പേജുകളിൽ അധികം വരുന്ന പുസ്തകത്തിന്റെ കയ്യെഴുത്തു പ്രതി അഗ്നി നാളങ്ങളാൽ നശിപ്പിയ്ക്കപ്പെട്ടിരുന്നു.

ഒരിയ്ക്കലും പരാജയം സമ്മതിയ്ക്കരുത്

നിരാശയുടെയും നിരുത്സാഹത്തിന്റേതുമായ വികാരങ്ങളാൽ അദ്ദേഹം ആദ്യം തളർന്നു പോയിരുന്നു. പക്ഷേ തന്റെ പുസ്തകം മുഴുവനായും പ്രതികൂലാവസ്ഥയെ സ്ഥിരോത്സാഹത്തോടെ നേരിടു ന്നതിന്റെ പ്രാധാന്യത്തെക്കുറിച്ചാണെന്ന് അപ്പോൾ അദ്ദേഹം തിരിച്ചറിഞ്ഞു. തന്റെ ആന്തരിക ശക്തി ഉപയോഗിച്ച് അദ്ദേഹം വീണ്ടും ജോലി ആരംഭിക്കുകയും ഒരു വർഷക്കാലമെടുത്ത് പുസ്തകം വീണ്ടും എഴുതാൻ തുടങ്ങുകയും ചെയ്തു.

പുസ്തകം പൂർത്തിയായപ്പോൾ, അദ്ദേഹം അത് ഒരുപാട് പ്രസാധകർക്ക് വാഗ്ദാനം ചെയ്തെങ്കിലും, സാമ്പത്തിക മാന്ദ്യം അപ്പോൾ അതിന്റെ മൂന്നാം വർഷമായിരുന്നതിനാൽ, പ്രചോദനാത്മ കമായ ഒരു പുസ്തകത്തിൽ ആർക്കും തന്നെ താത്പര്യമുണ്ടായിരുന്നില്ല. ഈ തിരസ്കാരത്തെ അദ്ദേഹം അക്ഷോഭ്യനായി സ്വീകരിക്കുകയും, തന്റെ സമയം വന്നെത്തുന്നതു വരെ കാത്തിരിക്കാൻ തീരുമാനിയ്ക്കുകയും ചെയ്തു. അദ്ദേഹം ചിക്കാഗോയിലേക്ക് പോവുകയും മറ്റൊരു ജോലിയിൽ ഏർപ്പെടുകയും ചെയ്തു.

ഒരു പ്രസാധകനുമായി ബന്ധമുള്ള സുഹൃത്തിനോട് ഒരു ദിവസം അദ്ദേഹം തന്റെ പുസ്തകത്തെക്കുറിച്ച് പരാമർശിച്ചു. പ്രസാധകർ കയ്യെഴുത്തു പ്രതി വായിച്ച് വളരെയധികം ആവേശ ഭരിതനായി. സാമ്പത്തിക മാന്ദ്യത്തിനിടയിൽ; സത്യത്തിൽ മറ്റു സമയങ്ങളിലും ആളുകൾ തീർച്ചയായും വായിച്ചിരിക്കേണ്ട പുസ്തക മാണ് ഇതെന്ന് അദ്ദേഹത്തിനു തോന്നി. *"പുഷിങ് ടു ദി ഫ്രണ്ട്"* എന്ന പുസ്തകം അങ്ങനെ പ്രസിദ്ധീകരിക്കപ്പെടുകയും ഏറ്റവും അധികം വിറ്റഴിയ്ക്കപ്പെടുകയും ചെയ്തു. ആയിരക്കണക്കിന് ആളുകൾക്ക്

പ്രചോദനത്തിന്റെയും പ്രോത്സാഹനത്തിന്റെയും ഉറവിടമായി അത് മാറി.

അമേരിക്കയെ ഇരുപതാം നൂറ്റാണ്ടിലേയ്ക്ക് കൊണ്ടുവന്ന പുസ്തകമാണ് *'പുഷിങ് ടു ദി ഫ്രണ്ട്'* എന്ന് ഉന്നതന്മാരായ പല വ്യവസായികളും രാഷ്ട്രീയക്കാരും പറയുകയുണ്ടായി. രാജ്യത്താകമാനം തീരുമാനമെടുക്കുന്നവരുടെ മനസ്സിൽ അത് വലിയ സ്വാധീനം ചെലുത്തുകയും അക്കാലത്തെ വ്യക്തിത്വ വികസന പുസ്തകങ്ങളുടെ ചരിത്രത്തിലെ ഏറ്റവും വലിയ ഒരേ ഒരു ഉത്കൃഷ്ട സൃഷ്ടി ആയി മാറുകയും ചെയ്തു. ഹെൻറി ഫോർഡ്, തോമസ് എഡിസൺ, ഹാർവെ ഫയർ സ്റ്റോൺ, ജെ. പി മോർഗൻ തുടങ്ങിയ ആളുകളെല്ലാം ഈ പുസ്തകം വായിച്ചു മനസ്സിലാക്കിയിരുന്നു.

പോവുക, പോയിക്കൊണ്ടേ ഇരിക്കുക

ഒറീസൺ സ്വെറ്റ് മാർഡൻ അദ്ദേഹത്തിന്റെ പുസ്തകത്തിൽ ഇങ്ങനെ എഴുതുന്നുണ്ട്, "വിജയത്തിന് അത്യാവശ്യമായ രണ്ട് കാര്യങ്ങളാണുള്ളത്. ഒന്നാമതായി ആഗ്രഹിക്കുന്നവ നേടിയെടുക്കലും രണ്ടാമത്തേത് അതിൽ ഉറച്ചു നിൽക്കലുമാണ്." സ്ഥിരോത്സാഹത്തെ സംബന്ധിച്ച് അദ്ദേഹം ഇങ്ങനെ പറയുന്നു, "സ്വന്തം ശക്തി തിരിച്ചറിയുന്ന ഒരാൾക്കും പരാജയം സംഭവിയ്ക്കുകയില്ല. എപ്പോൾ തിരിച്ചടികൾ ഉണ്ടാകുമെന്ന് ധാരണയില്ലാത്ത ഒരാൾക്കുമതെ. നിശ്ചയ ദാർഢ്യമുള്ള തീർച്ചകൾക്കും കീഴടക്കാൻ കഴിയാത്ത ഉറപ്പുകൾക്കും പരാജയങ്ങൾ ഇല്ല. ഓരോ തവണ വീണു പോകുമ്പോഴും എഴുന്നേറ്റു നിൽക്കുന്ന, ഒരു റബർ പന്തു പോലെ തിരിച്ചു വരുന്ന, എല്ലാവരും പിന്തിരിഞ്ഞു നടക്കുമ്പോഴും സ്ഥിരോത്സാഹത്തോടെ മുന്നോട്ടു പോകുന്ന, എല്ലാവരും പുറം തിരിഞ്ഞു പോകുമ്പോഴും ശ്രമിച്ചു കൊണ്ടേയിരിക്കുന്ന ഒരു മനുഷ്യനും പരാജയം സംഭവിയ്ക്കുകയില്ലെന്ന് പറയാം."

സ്ഥിരോത്സാഹമാണ് നിങ്ങളുടെ ഏറ്റവും വലിയ സമ്പാദ്യം

ഒരു ലക്ഷ്യത്തിനുവേണ്ടി മറ്റാരേക്കാൾ കൂടുതൽ സമയം ചിലവിടാനുള്ള കഴിവാണ് ഒരു പക്ഷേ നിങ്ങളുടെ ഏറ്റവും വലിയ സമ്പാദ്യം. *ഫോർബ്സ്* മാഗസിന്റെ സ്ഥാപകനും, സാമ്പത്തിക മാന്ദ്യങ്ങൾക്കിടയിലും വലിയൊരു പ്രസാധക സംരംഭമാക്കി

അതിനെ മാറ്റുകയും ചെയ്ത ബി. സി. ഫോർബ്സ് ഇങ്ങനെ എഴുതി, “ശ്രദ്ധേയരായ വിജയികൾ പലരും പൊതുവെ വലിയ നേട്ടങ്ങൾക്കു മുൻപ് ഹൃദയഭേദകമായ തടസ്സങ്ങൾ നേരിട്ടവരാണെന്ന് ചരിത്രം സാക്ഷ്യപ്പെടുത്തുന്നു. തിരിച്ചടികളിൽ നിരാശപ്പെട്ട് ഇരിക്കുവാൻ വിസമ്മതിച്ചതു കൊണ്ടാണ് അവർ വിജയികളായിട്ടുള്ളതും.”

സ്വന്തം പരിശ്രമങ്ങളാൽ ഒരു സമയത്ത് ലോകത്തിലെ ഏറ്റവും വലിയ പണക്കാരനായി മാറിയ ജോൺ ഡി റോക്ക് ഫെല്ലർ ഇങ്ങനെ എഴുതി, “വിജയങ്ങൾ ഉണ്ടാക്കിയെടുക്കാൻ അനിവാര്യമായി, സ്ഥിരതയുള്ള പരിശ്രമങ്ങളെക്കാൾ വലിയൊരു ഗുണമുണ്ടെന്ന് എനിയ്ക്ക് തോന്നിയിട്ടില്ല. അത് ഒട്ടുമിക്ക തടസ്സങ്ങളെയും തരണം ചെയ്യാൻ പോന്നതാണ്; പ്രകൃതിയെ പോലും.”

ടെക്സാസിലെ ലബ്ഡോക്കിൽ ഒരു സ്വപ്നം ഉന്നം വെച്ച് ചെറിയ ഹോട്ടൽ ആരംഭിച്ച്, ലോകത്തിലെ തന്നെ ഏറ്റവുമധികം വിജയിച്ച ഹോട്ടൽ സംരംഭം സ്ഥാപിച്ചെടുത്ത കോൺറാഡ് ഹിൽട്ടൺ ഇങ്ങനെ പറഞ്ഞിട്ടുണ്ട്, “വിജയം പ്രവൃത്തിയുമായി ബന്ധപ്പെട്ടാണിരിയ്ക്കുന്നത്. വിജയിച്ച മനുഷ്യർ മുന്നോട്ടു പൊയ്ക്കൊണ്ടേ ഇരിയ്ക്കുന്നു. അവർ തെറ്റുകൾ വരുത്തിയേക്കാം, പക്ഷെ ശ്രമങ്ങൾ ഉപേക്ഷിയ്ക്കുകയില്ല.”

ആശാഭംഗങ്ങൾ അനിവാര്യമാണ്

സ്വന്തം താൽപര്യങ്ങൾക്കനുസരിച്ച് പ്രവർത്തിയ്ക്കുന്ന ബുദ്ധിമാന്മാരായ മനുഷ്യർ, അവരുടെ ദൈനംദിന പ്രവർത്തനങ്ങളിൽ നേരിട്ടേക്കാവുന്ന പ്രതിബന്ധങ്ങളുടെയും പ്രശ്നങ്ങളുടെയും തോതിനെ ലഘൂകരിയ്ക്കാൻ സാധ്യമായതെല്ലാം ചെയ്യുന്നു. നമ്മുടെ പരിശ്രമങ്ങൾക്കെല്ലാം അപ്പുറത്തും ആശാഭംഗങ്ങളും വിപത്തുകളും ഉണ്ടാകുക എന്നത് സ്വാഭാവികവും സാധാരണവും ജീവിതത്തിൽ ഒഴിച്ചു നിർത്താൻ കഴിയാത്ത കാര്യവുമാണ്. മരണവും നികുതിപ്പണവും മാത്രമാണ് ഒഴിവാക്കാൻ പറ്റാത്ത കാര്യങ്ങളെന്ന് നമ്മൾ പറയാറുണ്ട്. പക്ഷേ ഇച്ഛാഭംഗങ്ങളും അനിവാര്യങ്ങൾ ആണെന്നാണ് അനുഭവങ്ങൾ പറയുന്നത്.

എത്രമാത്രം സ്വയം സംഘടിപ്പിക്കുന്നവരും സ്വന്തം ചര്യകളെ ചിട്ടപ്പെടുത്തുന്നവർ ആയിരുന്നാലും ശരി, കണക്കറ്റ നിരാശകളും തിരിച്ചടികളും തടസ്സങ്ങളും ജീവിതത്തിലുടനീളം നിങ്ങൾ അനുഭവിച്ചേക്കാം. എത്രമാത്രം വെല്ലുവിളി നിറഞ്ഞ കാര്യമാണോ

നിങ്ങൾ ഉന്നം വെച്ചിരിക്കുന്നത്, അത്രത്തോളം നിരാശകളും പ്രയാസങ്ങളും നിങ്ങൾക്ക് നേരിടേണ്ടി വരാം.

വിരോധാഭാസം ഇതാണ് : പ്രതികൂലാവസ്ഥകളെ നേരിടാതെയോ ഫലപ്രദമായി എതിരിടാതെയോ, അവയിൽ നിന്ന് പഠിച്ചെടുക്കാതെയോ നിങ്ങൾക്കൊരിക്കലും സ്വയം പരിണമിയ്ക്കാനോ വളരാനോ പൂർണ്ണ സാധ്യതകളിലേക്ക് എത്താനോ സാധിക്കുകയില്ല. പരമാവധി ഒഴിവാക്കാൻ ശ്രമിച്ചിട്ടും സംഭവിച്ച് പോയ തിരിച്ചടികളുടെയും താൽക്കാലിക പരാജയങ്ങളുടെയും ഫലമായിട്ടാണ്, ജീവിതത്തിലെ മിക്ക വിലപ്പെട്ട പാഠങ്ങളും നിങ്ങൾ സ്വായത്തമാക്കിയിട്ടുണ്ടാവുക. അതുകൊണ്ടു തന്നെ നിങ്ങളുടെ മികച്ച പരിശ്രമങ്ങൾക്കിടയിലും പ്രതികൂലാവസ്ഥകൾ ക്ഷണിക്കപ്പെടാതെയും അപ്രതീക്ഷിതമായും അനാവശ്യമായും കടന്നുവരുന്നു. എന്നാൽ തടസ്സങ്ങൾ ഇല്ലാതെ നിങ്ങൾക്ക് സാധ്യമാകുന്ന വലിയ ലക്ഷ്യങ്ങൾ നേടുന്ന തരം വ്യക്തിയായി വളരാൻ സാധിക്കുകയേ ഇല്ല.

പ്രതികൂലാവസ്ഥകൾ നമ്മളെ പരീക്ഷിക്കുന്നു

ചരിത്രത്തിലുടനീളം മഹാന്മാരായ ചിന്തകന്മാർ ഈ വിരോധാഭാസത്തെ എടുത്തു കാണിയ്ക്കുകയും, മൂല്യവത്തായ എന്തെങ്കിലും നേടിയെടുക്കാൻ നിങ്ങൾ കടന്നുപോകേണ്ടുന്ന പരീക്ഷണങ്ങളാണ് പ്രതികൂലാവസ്ഥകളെന്ന് അനുമാനിയ്ക്കുകയും ചെയ്തിട്ടുണ്ട്. ഗ്രീക്ക് തത്വചിന്തകനായിരുന്ന ഹെറൊഡോട്ടസ് ഇങ്ങനെ പറഞ്ഞു, "പ്രതികൂലാവസ്ഥകൾക്ക്, അവയുടെ അഭാവത്തിൽ നിഷ്ക്രിയമായി കിടന്നേക്കാമായിരുന്ന, ഒരു മനുഷ്യന്റെ ശക്തിയും ഗുണങ്ങളും വലിച്ചെടുക്കാനുള്ള കഴിവുണ്ട്." ഏറ്റവും മികച്ച ഗുണങ്ങളായ മനഃശ്ശക്തിയും ധൈര്യവും വ്യക്തിത്വവും സ്ഥിരോത്സാഹവും നിങ്ങളിൽ നിന്ന് പുറത്തു വരുന്നത് വലിയ വെല്ലുവിളികളെ നേരിടുകയും ഗുണപരമായും ക്രിയാത്മകമായും അവയോട് പ്രതികരിക്കുമ്പോഴുമാണ്.

മുന്നോട്ടുള്ള വഴിയിൽ ഓരോ ചുവടിലും എല്ലാവരും തന്നെ തടസ്സങ്ങൾ നേരിടുന്നുണ്ട്. വലിയ വിജയങ്ങൾ നേടിയവരും ചെറിയ വിജയങ്ങൾ മാത്രം കരസ്ഥമാക്കിയവരും തമ്മിലുള്ള വ്യത്യാസം ലളിതമായി പറഞ്ഞാൽ വലിയ നേട്ടം കൊയ്തവർ തടസ്സങ്ങളെ തങ്ങൾക്ക് കൂടുതൽ ശക്തരാകാൻ ഉപയോഗിയ്ക്കുന്നവരും ചെറിയ കാര്യങ്ങൾ നേടിയവർ ബുദ്ധിമുട്ടുകളെയും പ്രതികൂലാവസ്ഥകളെയും,

അവരെ വിഷാദരും വിഷണ്ണരുമാക്കിക്കളയാൻ അനുവദിയ്ക്കുന്ന വരുമാണ് എന്നതാണ്.

വിജയം പരാജയത്തിന്റെ ഒരു പടി അപ്പുറം മാത്രമിരിക്കുന്നു

നിങ്ങളുടെ ഏറ്റവും വലിയ വിജയങ്ങൾ ഏറെക്കുറെ വലിയ പരാജയ ങ്ങളുടെ ഒരു ചുവടപ്പുറം, ഉദ്യമം ഉപേക്ഷിക്കാമെന്ന് നിങ്ങളുടെ മനസ്സ് പറയുമ്പോൾ ആയിരിക്കും കടന്നു വരുന്നത്. മറിച്ചുള്ള തെളിവുകൾ ക്കപ്പുറം, ചരിത്രത്തിലുടനീളവും, തങ്ങളുടെ വലിയ മുന്നേറ്റങ്ങൾ നിരാശകളെയും സ്ഥിരോത്സാഹത്തോടെ നേരിട്ടതുകൊണ്ട് ലഭിച്ചവയാണെന്ന് കണ്ട് സ്ത്രീ-പുരുഷന്മാർ ആശ്ചര്യപ്പെട്ടിട്ടുണ്ട്. 'സ്ഥിരോത്സാഹ പരിശോധന' എന്നു വിളിയ്ക്കാവുന്ന ഈ നിരന്തര പ്രയത്നങ്ങളുടെ അവസാന ശ്രമങ്ങൾ എല്ലാതരത്തിലുമുള്ള നേട്ടങ്ങളു ടെയും മുന്നോടിയായി വരുന്നവയാണ്.

$ 1000 മുതൽമുടക്കിൽ ഇ.ഡി.പി ഇൻഡസ്ട്രീസ് ആരംഭിച്ച് കമ്പനിയെ 3 കോടി ഡോളറിന്റെ ആസ്തിയിലേയ്ക്ക് എത്തിച്ച എച്. റോസ്സ് പെറോട്ട് അമേരിക്കൻ ചരിത്രത്തിലെ തന്നെ ഏറ്റവും അധികം വിജയിച്ച, സ്വയം നിർമ്മിതനായ സംരംഭകനാണ്. അദ്ദേഹം പറയുകയുണ്ടായി : "മിക്ക ആളുകളും അവരുടെ ശ്രമങ്ങൾ ഉപേക്ഷിയ്ക്കുന്നത് വിജയിക്കാൻ തുടങ്ങുന്നതിന് തൊട്ടു മുൻപാണ്. ഒരടി ദൂരം മാത്രമുള്ളപ്പോൾ അത്തരക്കാർ പിൻവാങ്ങിക്കളയുന്നു. വിജയത്തിലേക്ക് ഒരൊറ്റ കാലടി വെയ്ക്കാൻ മാത്രമുള്ളപ്പോൾ, കളിയുടെ അവസാന നിമിഷങ്ങളിൽ അവർ എല്ലാ പരിശ്രമങ്ങളും ഉപേക്ഷിയ്ക്കുന്നു."

എല്ലാത്തിനുമിടയിൽ പിടിച്ചു നിൽക്കാനും സഹിച്ചു മുന്നേറാ നുമുള്ള ശക്തി – അതാണ് ജേതാക്കളുടെ ഗുണം. തളരാതെ വീണ്ടും വീണ്ടും തോൽവിയെ നേരിടാനുള്ള കഴിവാണ് സ്ഥിരോത്സാഹം – പ്രതിബന്ധങ്ങളുടെ മുഖത്ത് തള്ളുവാനുള്ള കഴിവ്. ശ്രമങ്ങൾ ഉപേക്ഷിയ്ക്കുവാനോ പിന്തിരിഞ്ഞു പോകാനോ തോന്നുന്ന പക്ഷം, എല്ലാവരും വായിക്കണമെന്നും ഓർമ്മയിൽ സൂക്ഷിക്കണമെന്നും സ്വയം ചൊല്ലി കേൾക്കണമെന്നും ഞാൻ ആഗ്രഹിക്കുന്ന അജ്ഞാത നായ ഒരു എഴുത്തുകാരന്റെ കവിതയുണ്ട്. "പിൻവാങ്ങരുത്" എന്നാണ് കവിതയുടെ പേര്.

പിൻവാങ്ങരുത്

പലപ്പോഴുമെന്ന പോലെ,
പ്രതീക്ഷകൾ അറ്റു പോകുമ്പോൾ,
നീ സഞ്ചരിയ്ക്കുന്ന പാതയൊരു
കുന്നായ് പെരുക്കുമ്പോൾ,
കൈകൾ ശൂന്യമാവുകയും,
കടങ്ങൾ പെരുകുകയും ചെയ്യുമ്പോൾ,
ചിരിയ്ക്കുവാനുള്ള കൊതികളത്രയും
നെടുവീർപ്പുകളായ് ഗതി മാറുമ്പോൾ
ഇനി വയ്യെന്നു വരുമ്പോൾ
വിശ്രമമാകാമെങ്കിലും വിട്ടു പോന്നേക്കല്ലേ...
ജീവിതം വിചിത്രമല്ലേ..
വഴികളിൽ വളവും തിരിവുമില്ലേ...
പല പരാജയങ്ങളും പ്രയത്നിച്ചു കൊണ്ടേ
ഇരുന്നിരുന്നെങ്കിൽ
വിജയങ്ങളായി മാറുമായിരുന്നില്ലേ?
നമുക്കതറിയുന്നതല്ലേ?
വേഗത കുറയുന്നുവെന്നാകിലും
വേണ്ടെന്നു വെയ്ക്കാതിരിക്കുമോ...
ഇനിയുമൊരു പ്രഹരശേഷമതാ
പ്രതീക്ഷിച്ച വിജയമെത്താതിരിക്കുമോ...
സംശയ മേഘങ്ങളുടെ വെള്ളി വർണ്ണങ്ങൾ,
പരാജയങ്ങൾ അകമേ തിരിഞ്ഞു
മറിഞ്ഞെത്തുന്നവയല്ലോ വിജയം
എത്രയടുത്തു നമ്മളെന്നറിയാൻ വയ്യല്ലോ...
അകലെയെന്ന തോന്നലിലും, അറിയൂ
വളരെ അരികിലാകാമല്ലോ...
ആഞ്ഞടികളിൽ, അതിനാലീ പോരാട്ടങ്ങളിൽ
അള്ളിപ്പിടിയ്ക്കുവിൻ...
അതി ദാരുണാവസ്ഥകളിൽ
അടർന്നു മാറാതിരിയ്ക്കുവിൻ...

ഉപസംഹാരം

വിജയം ആകസ്മികമല്ല

കാത്തിരിയ്ക്കരുത്. സമയം പൂർണ്ണമായും ശരിയായിരിക്കുന്ന ഒരവസ്ഥ ഒരിക്കലും ഉണ്ടാവുകയില്ല. നിങ്ങൾ നിൽക്കുന്നിടത്തു തന്നെ തുടങ്ങുക. നിങ്ങളുടെ നിയന്ത്രണത്തിലുള്ള ഉപകരണങ്ങളെല്ലാം വെച്ച് ജോലിയെടുക്കുക. മെച്ചപ്പെട്ട ഉപകരണങ്ങൾ നിങ്ങൾ വഴിയിൽ കണ്ടെത്തുക തന്നെ ചെയ്യും.

– നെപ്പോളിയൻ ഹിൽ

സുഭാപ്രസംഗിയുടെ പുസ്തകത്തിൽ ഇങ്ങനെ പറയുന്നു, "ജ്ഞാനമാണ് പ്രധാനം; അതുകൊണ്ട് ജ്ഞാനസമ്പാദനം നടത്തുക; നിന്റെ സകല സമ്പാദ്യത്താലും വിവേകത്തെ പ്രാപിച്ചിടും." യുഗങ്ങളായി ജ്ഞാനസമ്പാദനം മനുഷ്യന്റെ ഏറ്റവും വലിയ നിയോഗമായി കരുതപ്പെടുന്നു. ജീവിച്ചിരിയ്ക്കുന്നതോ മരിച്ചവരോ ആയ സ്ത്രീ പുരുഷന്മാരിൽ നമ്മൾ ഏറ്റവുമധികം ആദരിയ്ക്കുന്നത്, ജീവിതകാലത്തുടനീളം വളരെ ഉയർന്ന രീതിയിൽ ജ്ഞാനസമ്പാദനം നടത്തിയവരെയാണ്.

നിത്യജീവിതത്തിലെ അപകടങ്ങൾ ഒഴിവാക്കുന്നതിനും ലക്ഷ്യങ്ങൾ വേഗത്തിൽ നേടിയെടുക്കുന്നതിനുമായുള്ള ഉപദേശങ്ങളും മാർഗ്ഗനിർദ്ദേശങ്ങളും തേടുന്നതിനു വേണ്ടി അനുഭവങ്ങളിൽ നിന്ന് ജ്ഞാനമാർജ്ജിച്ച ആളുകളെയാണ് നമ്മൾ അന്വേഷിയ്ക്കാറുള്ളത്.

അരിസ്റ്റോട്ടിൽ ഇങ്ങനെ എഴുതി, "അനുഭവത്തിന്റെയും പ്രതിഫലനത്തിന്റെയും തുല്യ അളവുകോലാണ് ജ്ഞാനം." ജ്ഞാനത്തെ വികസിപ്പിയ്ക്കാനായി, നിങ്ങൾക്ക് പ്രാഥമികമായി അനുഭവങ്ങൾ ഉണ്ടായിരിക്കുകയും, അനുഭവങ്ങളിൽ നിന്നും ഓരോ ആശയവും, ഉൾക്കാഴ്ചകളും, അതിൽ അടങ്ങിയിരിക്കുന്ന അന്തസ്സാരവും വേർതിരിച്ചെടുത്ത് അവയെ പ്രതിഫലിപ്പിയ്ക്കുകയും വേണം.

നിങ്ങൾ ആയിത്തീരുന്ന വ്യക്തി

മിക്ക ആളുകൾക്കും, ഒരുപാട് പണമുണ്ടാക്കി സാമ്പത്തിക സ്വാതന്ത്ര്യം നേടുന്നതിന്, ഓരോ സ്വപ്നവും ആഗ്രഹവും ലക്ഷ്യവും ഉണ്ടായിരിക്കും. കൂടുതൽ ആളുകളും എന്നെങ്കിലുമൊരിക്കൽ കോടീശ്വരന്മാർ ആയി മാറുന്നത് സ്വപ്നം കണ്ടുകൊണ്ടിരിക്കുന്നു. നിങ്ങളത് വളരെ കാലത്തേക്കും ഒരുപാട് തീവ്രമായും ആഗ്രഹിക്കുകയും, നേടിയെടുക്കാൻ വേണ്ട പ്രവൃത്തികൾ ചെയ്യാൻ മനസ്സുണ്ടാകുകയും ചെയ്താൽ ആ ലക്ഷ്യം സാമാന്യമായി സാധ്യമാകുന്ന ഒന്നാണ്.

ഒരു കോടീശ്വരൻ ആകുന്നതിലെയോ, ഏതെങ്കിലും ലക്ഷ്യം നേടുന്നതിലെയോ, പ്രധാനപ്പെട്ട ഏതെങ്കിലും ലക്ഷ്യസ്ഥാനത്ത് എത്തുന്നതിലെയോ, മുഖ്യമായ കാര്യം പ്രസ്തുത 'ലക്ഷ്യം' മാത്രമല്ല. ആ ലക്ഷ്യം നേടുവാൻ നിങ്ങൾ ഏതുതരം വ്യക്തി ആയിത്തീരണം എന്നതിലാണ് കാര്യം.

ഇതുവരെ സ്വന്തമാക്കാത്ത ഒരു നേട്ടത്തിനായി ഇതുവരെ ആയിരുന്നില്ലാത്ത ഒരു വ്യക്തി ആയി മാറുക തന്നെ വേണ്ടതുണ്ട്. നിങ്ങൾക്ക് ഇതുവരെയും ഇല്ലാതിരുന്ന ഗുണങ്ങളും സ്വഭാവ സവിശേഷതകളും വികസിപ്പിയ്ക്കേണ്ടതുണ്ട്. മുൻപൊരിയ്ക്കലും നിങ്ങൾ പഠിച്ചിട്ടില്ലാത്ത കഴിവുകളും സിദ്ധികളും സ്വായത്തമാക്കേണ്ടതുണ്ട്. മഹത്തായ വിജയങ്ങൾക്കായി മഹത്വമുള്ള മനുഷ്യൻ തന്നെ ആയി മാറേണ്ടതുണ്ട്. ഒരു യഥാർത്ഥ വിജയി ആകുവാൻ, നിങ്ങളതിനെ എങ്ങനെ നിർവ്വചിച്ചാലും ശരി, ഹൃദയത്തിലും മനസ്സിലും നിങ്ങളൊരു വിജയിച്ച മനുഷ്യൻ ആയിരിക്കണം.

വ്യക്തിത്വമാണ് എല്ലാം ആരാധനാ പാത്രങ്ങളായ മനുഷ്യരെ കാണുകയോ സംസാരിക്കുകയോ ചെയ്യുമ്പോൾ, അല്ലെങ്കിൽ അവരെ ക്കുറിച്ച് കേൾക്കുകയോ ചിന്തിക്കുകയോ ചെയ്യുമ്പോൾ നമ്മൾ അവരുടെ ഭൗതിക നേട്ടങ്ങളെ ഒട്ടും തന്നെ പരിഗണിയ്ക്കാറില്ല. പകരം

നമ്മുടെ ചിന്തകളിൽ തങ്ങിനിൽക്കുന്ന സ്ത്രീ-പുരുഷന്മാർ, അവർ കടന്നുപോയിട്ടുള്ള അനുഭവങ്ങളുടെ ഫലമായും അവർ സാധ്യമാക്കിയ കാര്യങ്ങളെ പ്രതിയും വികസിപ്പിച്ചെടുത്ത വ്യക്തിത്വം കാരണവും അസാധാരണക്കാരായവരാണ്.

നിങ്ങളുടെ ജീവിതത്തിന്റെ മഹത്തായ ലക്ഷ്യം കഴിവുകളെ പൂർണ്ണമായി ഉപയോഗപ്പെടുത്തി, നിങ്ങൾക്ക് ആയിത്തീരാൻ സാധിക്കുന്നതെല്ലാം ആയിത്തീരുക എന്നതായിരിക്കണം. സ്വഭാവഗുണവും കാര്യക്ഷമതയും ജ്ഞാനവുമുള്ള അസാമാന്യരായ വ്യക്തികളാവുക എന്നതാണ് നിങ്ങളുടെ ലക്ഷ്യം. നിങ്ങൾക്ക് നിങ്ങളോടു തന്നെയുള്ള ഉത്തരവാദിത്തം, ജീവിതം കൊണ്ട് വിസ്മയ കരമായ എന്തെങ്കിലും ചെയ്യുകയും ഈ ലോകത്തിൽ കാര്യമായ എന്തെങ്കിലും മാറ്റങ്ങൾ വരുത്തുകയും ചെയ്യുക എന്നതാണ്. വിജയ ത്തിന്റെ യഥാർത്ഥമായ രഹസ്യം ഇതാണ്.

ഏതു മേഖലയിലെയും യഥാർത്ഥ വിജയമെന്നത്, നിങ്ങൾ ചെയ്യുന്നതോ ചെയ്യുന്നതിൽ പരാജയപ്പെടുന്നതോ ആയ നൂറോ ആയിരമോ ഒക്കെ വരുന്ന ചെറുതും വലുതുമായ കാര്യങ്ങളുടെ പരിണിതഫലമാണ്. 'വിജയത്തിലേക്കുള്ള ഒരു താക്കോലോ' 'രഹസ്യമോ' ഇല്ല തന്നെ. എഴുത്തുകാരനായ ഓഗ് മണ്ടിനോ ഒരിക്കൽ എന്നോട് പറഞ്ഞതു പോലെ *"വിജയത്തിന്റെ ഏറ്റവും വലിയ രഹസ്യം, അതിന് രഹസ്യങ്ങളില്ല എന്നതാണ്. സാർവ്വത്രി കമായ ആശയങ്ങളും തത്വങ്ങളും മാത്രമാണ് കണ്ടെത്തുകയും വീണ്ടും വീണ്ടും കണ്ടെടുക്കുകയും ചെയ്തു കൊണ്ടിരിക്കുന്നത്."*

വിജയിച്ച ഓരോ മനുഷ്യരും ഫലത്തിൽ വീണ്ടും വീണ്ടും കണ്ടെത്തിയ മൂന്നു പ്രധാന കാര്യങ്ങൾ ഇങ്ങനെയാണ് :

1. നിങ്ങൾക്ക് വേണ്ടത് എന്താണെന്ന് കൃത്യമായി തീരുമാനിയ്ക്കുക. അത് എഴുതി വെയ്ക്കുകയും, നേടിയെടു ക്കാനുള്ള പദ്ധതി തയ്യാറാക്കുകയും ചെയ്യുക. ലക്ഷ്യസ്ഥാനം തീരുമാനിയ്ക്കുക.
2. പ്രവർത്തിയ്ക്കുക. നിങ്ങളുടെ ലക്ഷ്യത്തിലേക്ക് വേണ്ട കാര്യങ്ങൾ സമാരംഭിയ്ക്കുക. വിശ്വാസത്തോടെ ചുവടുകൾ വെയ്ക്കുക. വിജയിക്കുമെന്ന ഉറപ്പില്ലാതെ തന്നെ ആദ്യ ചുവടു വെയ്ക്കുക. യാത്ര തുടങ്ങുക.
3. ലക്ഷ്യസ്ഥാനത്തേയ്ക്കുള്ള നിങ്ങളുടെ പറക്കലിൽ, ഓരോ മണിക്കൂറിലും, ദിവസങ്ങളിലും നിങ്ങളുടെ

> പാതകളിൽ തുടർച്ചയായ തിരുത്തലുകൾ വരുത്താൻ തയ്യാറെടുക്കുക. അനിവാര്യവും അവഗണിയ്ക്കാൻ കഴിയാത്തതും അറ്റമില്ലാത്ത പരമ്പരപോലെയുമുള്ള പ്രശ്നങ്ങളും ബുദ്ധിമുട്ടുകളും പരാജയങ്ങളും പ്രതിസന്ധികളും ജീവിതത്തിൽ ഓരോ ദിവസത്തിലും ആഴ്ചകളിലും പ്രതീക്ഷിക്കുക. പ്രശ്നങ്ങളെ അവഗണിച്ച് മുന്നോട്ടു പോവുക സാധ്യമല്ലാത്തതു കൊണ്ടു തന്നെ നിങ്ങളുടെ ലക്ഷ്യം ഫലപ്രദമായി അവയോട് പ്രതികരിയ്ക്കുക എന്നതായിരിക്കണം.

ലക്ഷ്യം ഉണ്ടാക്കിയെടുക്കാനും പറന്നു തുടങ്ങാനും, നിങ്ങൾക്ക് സാധ്യമായതെല്ലാം സ്വന്തമാക്കാനായി വഴിയിൽ നിരന്തരമായ തിരുത്തലുകൾ നടത്താനും ഇപ്പോൾ തന്നെ ഒരു തീരുമാനമെടുക്കുക.

അനീഷ പി

പാലക്കാട് ജില്ലയിലെ ആനക്കരയിൽ ജനനം. GHSS ആനക്കര, GHSS കുമരനെല്ലൂർ, രാജീവ് ഗാന്ധി ഇൻസ്റ്റിറ്റ്യൂട്ട് ഓഫ് ഫാർമസി കാസർഗോഡ്, ശ്രീദേവി ഇൻസ്റ്റിറ്റ്യൂട്ട് ഓഫ് ടെക്നോളജി ആൻഡ് സയൻസ് എന്നിവിടങ്ങളിൽ വിദ്യാഭ്യാസം.

കൃതികൾ : *അന്വേഷ, ദൈവം വന്നിട്ട് പോയപ്പോൾ* (കവിതാ സമാഹാരങ്ങൾ)

പുരസ്കാരങ്ങൾ : പാം അക്ഷര ഗുളികാ കവിതാ പുരസ്കാരം. അസ്മോ പുത്തൻചിറ കവിതാ പുരസ്കാരം.